அறம் பொருள் இன்பம்

கேள்வி பதில்

சாரு நிவேதிதா

அந்திமழை

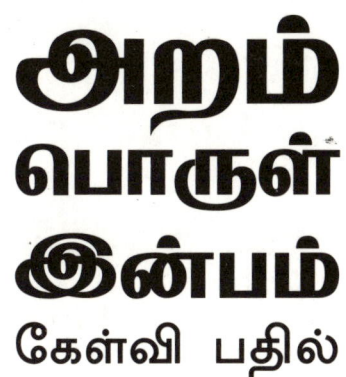

விலை: ரூ 200

அறம், பொருள், இன்பம் - கேள்வி பதில்கள், ஆசிரியர்: சாரு நிவேதிதா ©, முதல்பதிப்பு: ஜனவரி 2016, அளவு: டெம்மி, பக்கங்கள்: 256, வெளியீடு: அந்திமழை, 24ஏ, முதல் தளம், கணபதிராஜ் நகர், காளியம்மன் கோவில் தெரு, விருகம்பாக்கம், சென்னை-92. email: editorial@andhimazhai.com, தொலைபேசி: 9443224834, 044-43514540, அச்சிட்டோர்: சேகர் ஆப்செட் ப்ரிண்டர்ஸ், பெரிய தெரு, சேப்பாக்கம், சென்னை - 600 005.

Price: Rs. 200

Aram, Porul, Inbam, Subject: Questions and Answers, Author: Charu Nivedita ©, First Edition: January 2016, Size: Dummy, Pages:256, Publisher:Andhimazhai, 24A, First floor, Ganpathraj Nagar, Kaliamman koil Street, Virugambakkam, Chennai-92. Email: editorial@andhimazhai.com, Phone: 9443224834, 044-43514540, Printed by : Sekar Offset Printers, Big Street, Chepauk, Chennai - 600 005.

முன்னட்டைப் படம் உதவி: **பிரபு காளிதாஸ்**

நன்றி

அந்திமழையில் எழுதுவது எனக்கு மிகவும் பிடித்தமானது. என்னுடைய வலைப்பதிவில் எழுதும் போது எவ்வளவு சுதந்திரமாக எழுதுகிறேனோ அந்த அளவு சுதந்திரமாக நான் எழுதும் ஒரே பத்திரிகை அந்திமழை. அந்திமழை ஆசிரியர் இளங்கோவனும் குழுவில் உள்ள அசோகன் முதலானவர்களும் என் நண்பர்கள். அது ஒரு கூடுதல் சந்தோஷம். அறம் பொருள் இன்பம் என்ற தலைப்பில் அந்திமழையில் நான் எழுதி வந்த கேள்வி பதில் பகுதி இப்போது நூலாக வருகிறது. இதற்குக் காரணமாக இருந்த அந்திமழை குழுவினருக்கும், என் எழுத்துக்குப் பக்கபலமாக விளங்கும் என் வாசகர் வட்ட நண்பர்களுக்கும், இந்தக் கேள்வி பதில் பகுதியைத் தொகுத்து பிழைதிருத்தம் செய்து கொடுத்த அருமை நண்பர் டாக்டர் ஸ்ரீராமுக்கும் என் நன்றி.

மைலாப்பூர் சாரு நிவேதிதா
21.12.2015.

உள்ளே ...

1. நூற்றெண்பது நிமிடங்கள் இயங்குவது எப்படி? 7
2. அதிக வசூல் படைத்த ஐந்து தமிழ்ப் படங்களைச் சொல்லுங்கள் 22
3. முழுக்க காதலை மட்டும் பேசுகின்ற புத்தகம் 30
4. சமஸ்கிருதம் செத்த மொழியா? 40
5. கடவுள் காட்சி கொடுத்தார்! 50
6. அதிர்ச்சிதரும் ஒரு செய்தி! 59
7. இளம் எழுத்தாளர்கள் பட்டியல்! 68
8. நீதிபதி குன்ஹா ஒரு பெரும் ஞானி! 77
9. அனுஷ்காவா? யார் அவர்? 85
10. எனக்கு பிடித்த பத்து பாடல்கள் 96
11. ஓர் அரிய வாய்ப்பை இழந்துவிட்டேன்! 106
12. ஜெயமோகனுக்கு ஞானபீடம் உறுதி! 113
13. அஜித் விஜய் நீங்கள் எந்த கட்சி? 122
14. முட்டை ஆம்லேட் போடுவது நல்லதா? அவித்து சாப்பிடுவது நல்லதா? 129
15. இந்தக் காலத்திலும் இப்படி ஒரு பேக்கு இருக்க முடியுமா? 137
16. காவியத் தலைவன் எப்படி? 145

17.	சோ, ஷோபா சக்தி, கல்கி கோச்லின் மற்றும் ஸோரோ!	152
18.	இஸ்ரோ விஞ்ஞானி மயில்சாமி அண்ணாதுரை எனக்குச் சொன்ன அறிவுரை!	159
19.	லிங்கா, PK?	167
20.	என்னால் சென்றடைய முடியாத எழுத்தாளர்?	172
21.	ஒரு தமிழனின் பெயராவது லத்தீன் அமெரிக்காவை அடைந்திருக்கிறதா?	179
22.	காவல்துறை ரைட்டரும் பெ. முருகனும் பிறச்சேர்க்கை: ஒரு ஆழ்ந்த மன்னிப்பு	186 193
23.	எழுத்தாளர் கோணங்கியின் தவம்!	197
24.	பெண்ணுக்கு இழைக்கப்படும் மிகப் பெரிய தீங்கு எது?	203
25.	என்னை அறிந்தால் என் வாழ்க்கை கதை!	211
26.	நான் அஞ்சலிக் கட்டுரை எழுத விரும்பும் நபர்?	217
27.	இதை விட மோசமாக அமிதாப் பச்சனை அவமதிக்க முடியாது!	223
28.	எனக்குப் பிடித்த இசை மேதைகள்	231
29.	நளனின் கதை	238
30.	அடுத்த ஜென்மம் என்று ஒன்று இருந்தால்	248

1

நூற்றெண்பது நிமிடங்கள் இயங்குவது எப்படி?

ஆகஸ்ட் 15, 2014

1. Hi, Hope you are doing well. I am happy to write you today. I am Anne Lucitano Garcia, i am looking for new friends, I believe in love, and outstanding knowledge, to me race, sex, age, and colour of the skin, are all jokes, they are not barrier when we have affection to humanity, i like creative and happy people and dislike pride, dishonesty, lies and arrogance. I come across your contact today as I am searching matured, intelligent and enticing friend, hoping to establish a good friendship with you. I will like us to chat, exchange mails, then I will send you my photo and tell you more about me. I will want to know more about you as well.I will be waiting for your kind response through my personal address:

..........@outlook.com

Thank you very much.

Yours;
Annie

Hi Annie,

இந்தக் கேள்வி பதில் பகுதிக்கு அறம், பொருள், இன்பம் என்றுதான் பெயர் வைத்திருக்கிறார்கள். ஆனால் நீங்களோ எடுத்த எடுப்பில் இன்பத்துப் பால் பக்கம் என்னை இழுக்கிறீர்கள். இப்போதே வேண்டாம் டார்லிங். கொஞ்ச நாள் பொறுங்கள்.

2. காமத்தால் மேவிய வழி நிகழ்வைச் சொல்லுதல், புனைவின் வழி நிகழ்வைச் சொல்லுதல், நிகழ்வை அப்படியே தேர்ந்த வார்த்தைகளில் சொல்லுதல், எந்தப் புனைவும் தேர்ந்தெடுத்தலுமின்றி அப்படியே நிகழ்வை அதன் போக்கில்

பாசாங்கில்லாமல் சொல்லுதல் - இதில் இலக்கியம் என்பதற்கான வரையறை என்ன? காரணம், இவைகள் அனைத்தும் இலக்கியத்தின் கீழ் தான் வகைபடுத்தப்பட்டு வருகின்றன. புதிதாய் இலக்கிய வாசிப்புத் தளத்திற்குள் நுழையும் என் போன்ற முதல் தலைமுறை வாசகனாய் முன்னோக்கி வருபவர்கள் எதை அதற்கான வரையறையாக எடுத்துக் கொள்ள வேண்டும்?

மு.கோபி சரபோஜி, இராமநாதபுரம்.

கோபி, நீங்கள் வாசகன் என்று சொன்னாலும் எழுத்தாளராகத்தான் இருப்பீர்கள் என்று யூகிக்கிறேன். இலக்கியத்துக்கு வரையறை என்று எதுவும் கிடையாது. எப்படி வேண்டுமானாலும் இருக்கலாம். ஏனென்றால், உத்திகள் ஒரு இலக்கியப் படைப்புக்கு மேலும் கொஞ்சம் மெருகூட்டலாமே தவிர அதுவே இலக்கியமாகி விடாது. எப்படி ஒருவர் பயிற்சி வகுப்புகளின் மூலம் ஞானியாகி விட முடியாதோ அப்படியே உத்திகளை வெற்றி கொள்வதன் மூலம் ஒருவர் இலக்கியவாதி ஆகி விட முடியாது.

என்னைப் பொறுத்தவரை, ஒரு எழுத்தாளன் என்பவன் ஞானிக்கு சமமானவன். அவன் பெற்ற ஞானமே எழுத்தாகப் பிரவாகம் கொள்கிறது. ஆன்மாவின் ஒளி கண்கள் என்பார்கள். அதேபோல் சமூகத்தின் ஒளி, எழுத்தாளன். எனவே ஒருவன் எழுத்தாளனாக வேண்டுமெனில் அவன் ஆன்மா சுத்தமாக இருக்க வேண்டும். ஆன்ம சுத்திக்கு என்ன செய்வது? வாடிய பயிரைக் கண்ட போதெல்லாம் வாடும் மனம் இருந்தால் அங்கே ஆன்மா சுடர் விட்டு ஒளிரும்.

அவந்திகா காலை எட்டு மணிக்குள் கோலம் போட்டு விடுவாள். மாக்கோலம். ஒருநாள் ஏதோ காரணத்தால் எட்டு மணிக்கு மேல் ஆகி விட்டது. நான் அன்றைய தினம் நடைப் பயிற்சிக்குப் போகாமல் அவசரமாக ஏதோ எழுதிக் கொண்டிருந்தேன். தோட்டத்துச் செடி கொடிகளுக்குத் தண்ணீர் விட்டுக் கொண்டிருந்தாள் அவந்திகா. அப்போது மரங்களிலிருந்து ஏகப்பட்ட அணில்களின் கிறீச் கிறீச் சத்தம் விடாமல் கேட்டது. ஆச்சரியத்துடன் என் அறையை விட்டு வெளியே வந்தேன். "ஓ, குழந்தைகளுக்குப் பசிக்கிறது," என்று முனகிக் கொண்டே தண்ணீர்க் குழாயை அப்படியே தரையில் போட்டு விட்டு வெளியே கோலம் போடச் சென்றாள். அணில்களின் சத்தம் நின்றபாடில்லை. அவ்வளவு கூச்சலில் எழுத

முடியாமல் நான் வெளியிலேயே நின்றிருந்தேன். அவந்திகா கோலம் போட்டு முடித்ததும் பத்துப் பதினைந்து அணில்கள் வேக வேகமாய் ஓடி வந்து அவள் போட்டிருந்த அந்த அழகிய கோலத்தின் மாவைத் தின்ன ஆரம்பித்தன. வீட்டின் இன்னொரு வாசல் கோலத்தைக் காகங்கள் தின்று கொண்டிருந்தன.

இலக்கியத்தின் அடிப்படை ஒன்றே ஒன்றுதான். அன்பு. அந்த அன்பை எழுத்தில் கொண்டு வர எந்த உத்தியும் தேவையில்லை. மனதில் ஈரம் வேண்டும். அவ்வளவே.

3. அடுத்த தலைமுறை எழுத்தாளனாக வர விரும்புபவர்கள் அவசியம் கொள்ள வேண்டிய தன்மை எதுவென்று நினைக்கிறீர்கள்?

ஆர்.எஸ்.பிரபு, சென்னை-90

இப்போதைய இளைஞர்களுக்குத் தமிழ் சரியாக எழுதத் தெரியவில்லை. ஒரே ஒரு வாக்கியத்தைக் கூட சரியாக எழுதத் தெரியாதவர்கள் 400 பக்கத்தில் நாவல் எழுதுகிறார்கள். தமிழை நினைத்தால் பயமாக இருக்கிறது. இன்னொரு பிரச்சினை, படிப்பு. 5000 ஆண்டு இலக்கியப் பாரம்பரியத்தைக் கொண்ட தமிழில் எதையுமே படிக்காமல் முகநூலில் எதை எதையோ கிறுக்கி விட்டு, தாங்களும் எழுத்தாளர் என்று காலரைத் தூக்கி விட்டுக் கொண்டு அலைகிறது பெரும் கூட்டம். ஒரு சிவில் சர்விஸ் தேர்வுக்குப் படிக்கும் அளவுக்குக் கூட ஒரு எழுத்தாளன் படிக்கத் தயாராக இல்லை என்றால் என்ன செய்வது? மனித உடல் பற்றிய தேர்ந்த அறிவும் பயிற்சியும் இல்லாத ஒரு சர்ஜன் கத்தியைக் கையில் எடுக்க முடியுமா? அதை விடப் பல நூறு மடங்கு அறிவையும் ஞானத்தையும் கோருவது இலக்கியம்.

அப்படிப்பட்டதோர் ஞானத்தை சமீபத்தில் நான் குமரகுருபரனின் கவிதைகளில் கண்டு மலைத்தேன். அவருடைய இந்தக் கவிதையைப் பாருங்கள்:

மழை இருக்கும் ஓரிரவு
எதையெதையோ விளைவிக்க
அதன் துளியொன்றைப் பிடித்து
வானேறும் மனம் கீழே வர மறுக்கிறது
இவ்வாறே, புறாக்கள் அமரும் மாடம் ஒன்றில்
மழை பெய்ததைப் பார்த்தேன்

அங்கே நெருப்பாக இருந்தது மழை
இட்லிப் பூக்களின் ரோஸ் வண்ணத்தில்
மழை வான்கோவாக இருந்தது
எல்லாமே இருக்கிறபடிதான் இருக்கின்றன
மழை யாவற்றையும் அசைய வைக்கிறது
என்பதைச் சொல்ல யாரும் தேவையில்லை.
இறந்த பிறகு சாம்பல் நனைக்கும்
மழை ஒன்றை எனக்குப் பிறகு
நீங்கள் யாரெனும் பாடுங்கள்.
தவிர, இறந்தபின்னும் தனியே இருக்க
நாயும் விரும்புவதில்லை
ஆமென்.

★★★

குமரகுருபரனின் இன்னொரு கவிதையிலிருந்து:
உருப்படாது என்று நாம்
எட்டி உதைக்கிற கல்லில் இருக்கிறது
ஒரு மலை.
ரசனை என்பது உன் மார்புகளை
கையேந்தி முத்தமிடும்போது
வளர்கிறது தாயே.

★★★

இன்னொரு கவிதை:
சொல் புதைந்த மண்ணின் கொடி
கொடி படர் இடம் பூரா பெருவேர் மரம்
வேர்த் திளைப்பில் ஞாலம்
ஞாலப்பறவையில் வான்
வான் தூய்த்தலில் நட்சத்திரம்
நட்சத்திரக்கருவில் ஒளிக்குழந்தை
குழந்தைக் கேள்வியில் ஞானம்
ஞானத் தேடலில் பதில்
பதில் மெனக்கெட்டுப் பொதிரும் மண் சொல் மரம் கொடி
பறவை ஒளி வான் கரு குழந்தை ஞால வாழ்வும்
சொல் எனப் புதையும் இறுதி, பின்
உயிர்க்கும் மற்றொரு சொல்.

இந்தக் கவிதைகளைப் பற்றி அற்புதம் என்ற வார்த்தையைத் தவிர வேறு என்ன சொல்ல? குமரகுருபரன் என்ற இந்தக் கவிஞனின் பெயரை நேற்று மதியம் வரை நான் கேள்விப்பட்டதில்லை என்பதற்காக வெட்கப்படுகிறேன். அறிமுகப்படுத்திய நண்பர் அருணாசலத்துக்கு நன்றி. இதுவரை அறிமுகப்படுத்தாததற்குக் கொஞ்சம் வருத்தம். சமீபத்தில்தான் குமரகுருபரனின் 'ஞானம் நுரைக்கும் போத்தல்' என்ற கவிதைத் தொகுதி வெளியிடப்பட்டது. வாங்கிப் படியுங்கள்.

4. *தமிழில் உங்களுக்கென்று பெரிய வாசகர் வட்டம் இருப்பது போலவே உங்கள் சமகால எழுத்தாளர், அமரர் சுஜாதா அவர்களுக்கும் இருந்தது, இருக்கிறது. அவர் பற்றிய உங்கள் பார்வை எவ்வாறு உள்ளது?*

ஷிப்லி, விரிவுரையாளர், இலங்கை.

என்னுடைய வாசகர் வட்டத்தை விட பெரிய அளவில் ஜெயமோகனுக்கும், எஸ்.ராமகிருஷ்ணனுக்கும் உண்டு. சுஜாதா அப்போதும் இப்போதும் எழுத்து உலகின் ரஜினி. ஆனால் சுஜாதா என்றால் நீங்கள் இரண்டு சுஜாதாவைப் பார்க்க வேண்டும். கணையாழியில் சுஜாதா எழுதிய கடைசிப் பக்கங்கள் என்ற பத்தியைப் படித்திருக்கிறீர்களா, ஷிப்லி? அது ஒரு தொகுப்பாகவும் வந்துள்ளது. அதில் தெரியும் சுஜாதா வேறு; ஜனரஞ்சகப் பத்திரிகை களில் தெரியும் சுஜாதா வேறு. நோபல் பரிசு பெற்ற மரியோ பர்கஸ் யோசா (Mario Vargas Llosa) அளவுக்கு எழுதியிருக்கக் கூடியவர் சுஜாதா. ஆனால் வணிகப் பத்திரிகைகளில் சிக்கிக் கொண்டதால் அப்பத்திரிகைகள் கேட்கும் விஷயங்களையே அவர் கொடுத்துக் கொண்டிருந்தார். தமிழ்நாட்டு வணிகப் பத்திரிகைகளின் வாயிலாக ஒருவர் இலக்கியவாதியாகி விட முடியாது.

சுஜாதாவை தமிழ்நாட்டுக்கு வெளியே யாருக்கும் தெரியாது. ஏனென்றால், அவர் இலக்கியத்துக்கு வெளியிலேயே தன்னை நிறுத்திக் கொண்டார். ஜனரஞ்சகப் பத்திரிகைக்களில் மட்டுமே ஒருவர் இயங்கினால் இவ்வளவுதான் செய்ய முடியும். இதுவே மிகவும் அதிகம்.

5. *ஜிகர்தண்டாவில் Dirty Carnival படத்தின் ஒன்லைன்தான் நீட்சி பெற்றிருகிறது. இதை எப்படி எடுத்துக் கொள்வது? ஆரண்ய*

காண்டம் எவ்வித வணிக சமரசமும் இல்லாத படைப்பு. ஜிகர்தண்டா அதைப் போல் இருக்கிறதா?

கார்த்திக். ஆ.

Dirty Carnival மட்டும் அல்ல. Rough Cut என்ற கொரிய படத்தின் தாக்கமும் ஜிகர்தண்டாவில் இருக்கிறது. அந்த இரண்டு கொரிய படங்களின் கதையும் கூட கிட்டத்தட்ட ஒரே மாதிரிதான். வலைத்தளங்களில் ஜிகர்தண்டா கொரியப் படத்தின் காப்பி என்று சொல்லி பிரித்து மேய்ந்து கொண்டிருக்கிறார்கள். நான் என்னுடைய வலைத்தளத்தில் ஜிகர்தண்டாவைப் பாராட்டி எழுதியதும் பல நலம்விரும்பிகள் எனக்கு ஆபாசக் கடிதம் எழுதினார்கள். மணி ரத்னத்தின் 'நாயகன்' உலகின் முக்கியமான நூறு படங்களில் ஒன்று என அமெரிக்காவின் டைம் பத்திரிகை பட்டியல் இட்டுள்ளது. அதே பட்டியலில் காட்ஃபாதர் படமும் உண்டு. நாயகன் காட்ஃபாதர் படத்தின் தாக்கத்தில் உருவான படம். யாரும் காப்பி என்று சொல்லவில்லை. மேலே குறிப்பிட்ட கொரியப் படங்களையும் ஜிகர்தண்டாவையும் பார்த்த போது எனக்கு நாயகன் - காட்ஃபாதர் விஷயம்தான் ஞாபகம் வந்தது.

மேலும், சினிமாவை Auteur film, ஜனரஞ்சக சினிமா என்று இரண்டு விதமாகப் பிரிக்கலாம். ஆரண்ய காண்டம் முதல் ரகம். அதாவது, கலைப் படைப்பு. ஜிகர்தண்டா ஜனரஞ்சகப் படம். முதல் ரகத்துக்கான தகுதிகளை இரண்டாவதில் எதிர்பார்க்கக் கூடாது. இந்த வித்தியாசத்தைப் புரிந்து கொண்டால்தான் ஜிகர்தண்டா போன்ற படங்களின் முக்கியத்துவத்தைப் புரிந்து கொள்ள முடியும். தமிழில் பல கோடி ரூபாய் முதலீட்டில் எடுக்கப்படும் பொழுதுபோக்குப் படங்கள் மிக மோசமாகவும் பத்து நிமிடம் கூட பார்க்க விடாமல் நம் பொறுமையை சோதிப்பதாகவும் இருக்கின்றன. உதாரணம், பில்லா 2. மாற்று சினிமா என்ற பெயரில் எடுக்கப்படும் படங்களோ நம் சுரணை உணர்வையே மழுங்கடிப்பவையாக இருக்கின்றன. உதாரணம்: தங்க மீன்கள், குக்கூ. இந்த சூழ்நிலையில் எல்லா தரப்பு மக்களும் பார்க்கக் கூடிய தரமான பொழுதுபோக்குப் படம் என்றால் அது ஜிகர்தண்டா போன்ற படங்கள்தான்.

ஜிகர்தண்டாவுக்கு எழுதிய மதிப்புரையில் என் நண்பர் ராஜேஷ் (கருந்தேள்) இதை Quentin Tarantino-வின் படங்களோடு ஒப்பிட்டு எழுதியிருந்தார். இந்தப் படத்தைப் பார்த்த போது நானும்

அப்படியே நினைத்தேன். அந்த Genre-இல் தமிழில் வந்திருக்கும் முதல் படம் ஜிகர்தண்டா என்றே சொல்ல வேண்டும். அதேபோல் இதை ஒரு பின்நவீனத்துவ படம் என்றும் சொல்லலாம். அழுகை, சோகம், காதல், தியாகம், வீரம் போன்ற எல்லாவற்றையும் நகைச்சுவையாக மாற்றுவது பின்நவீனத்துவத்தின் ஒரு முக்கிய மான அம்சம். இந்தப் படத்தில் அது நடந்திருக்கிறது. காதல் கூட பரிகாசம் செய்யப்பட்டிருக்கிறது. பொதுவாக, தமிழ் சினிமாவில் மதுரையைச் சார்ந்த 'வீரர்களின்' வாழ்க்கை இதுவரை ஒருவித வழிபாட்டுத் தன்மையுடன் மட்டுமே காண்பிக்கப்பட்டு வந்தது. இந்தப் படத்தில்தான் முதல்முதலாக அது காமெடியாக மாற்றப்பட்டுள்ளது.

ஜிகர்தண்டாவின் இசை பற்றி தனியாகவே ஒரு கட்டுரை எழுதலாம். இந்தியில் தேவ்.டி வந்த போது அந்தப் படத்தின் இசை அமைப்பாளரான அமீத் திர்வேதி இந்தி சினிமாவில் ஒரு புரட்சிகரமான மாற்றத்தைக் கொண்டு வந்திருக்கிறார் என்று எழுதினேன். அதே போன்றதொரு மாற்றத்தைக் கொண்டு வந்திருக்கிறார் சந்தோஷ் நாராயணன். பீட்ஸா, சூது கவ்வும் போன்ற படங்களிலேயே அது தெரிந்தது. ஆனால் ஆச்சரியமான விஷயம் என்னவென்றால், குக்கூவுக்கும் சந்தோஷ்தான் இசையமைப்பாளர். குக்கூ பாடல்களையும் அதன் பின்னணி இசையையும் மிக மோசமான செண்டிமெண்டல் குப்பை என்று சொல்லலாம். ஆனால் தவறு சந்தோஷிடம் இல்லை. எந்த இயக்குனருக்கு எந்த இசை தெரியுமோ அதை சந்தோஷிடமிருந்து பெற்றுக் கொள்கிறார்கள். சந்தோஷ் நாராயணனின் ஜிகர்தண்டா இசை இதுவரை தமிழில் இல்லாதது.

ஜிகர்தண்டாவில் குறிப்பிடப்பட வேண்டிய இன்னும் இரண்டு பேர் - பாபி சிம்ஹா மற்றும் சித்தார்த். தமிழ் சினிமாவில் இதுவரை ஒரு வில்லன் பாத்திரத்துக்கு இவ்வளவு முக்கியத்துவம் கொடுக்கப்பட்டதில்லை. சிம்ஹாவிடம் ஒரு வில்லனுக்கு வேண்டிய தோற்றம் இல்லை, குரல் இல்லை. (சத்யராஜ், ரஜினிகாந்த், சரத்குமார், அதுல் குல்கர்னி (ரன்) போன்ற வில்லன் களை ஞாபகப்படுத்திக் கொள்ளுங்கள்.) ஆனாலும் சிம்ஹாவின் நடிப்புத் திறமையைப் பார்த்து அசந்து விட்டேன். இரண்டே முக்கால் மணி நேரமும் சிம்ஹாவின் அட்டகாசம்தான். இயக்குனர் கார்த்திக், சிம்ஹா மீது வைத்த அபாரமான நம்பிக்கையை அவர் காப்பாற்றி விட்டார். சிம்ஹாவுக்கு மிகப் பெரிய எதிர்காலம்

இருக்கிறது. இந்த அளவுக்கு வில்லனுக்கு முக்கியத்துவம் கொடுக்கும் படத்தில் அவ்வளவு முக்கியத்துவம் இல்லாத பாத்திரத்தில் ஒரு சீனியர் நடிகரான சித்தார்த் நடித்திருப்பதற்காக அவருக்கும் நம் பாராட்டு.

நாயகன் வெளிவந்த போது மணி ரத்னத்துக்குக் கிடைத்த பிரம்மாண்டமான வரவேற்பு எனக்கு இப்போது ஞாபகம் வருகிறது. ஜிகர்தண்டா இயக்குனர் கார்த்திக் சுப்புராஜை நான் அப்படித்தான் எதிர்பார்க்கிறேன்.

6. ஹலோ சாரு, நூற்றெண்பது நிமிடங்கள் இயங்குவது எப்படி?

விவேக்

விவேக், அப்படியெல்லாம் இயங்கினால் பெண்கள் மீதான வன்கொடுமைத் தடுப்புச் சட்டத்தின் கீழ் கைது செய்யப்படுவீர்கள். ஜாக்கிரதை.

நீதி: இரண்டு மலை முகடுகளில் கயிறைக் கட்டி அதன் மீது கையில் கம்பு வைத்துக் கொண்டு நடப்பார்களே, தெரியும் அல்லவா? அது போல் நாம் நடந்தால் எலும்பு கூட மிஞ்சாது. எனவே வல்லுனர்கள் செய்வதை சாமான்ய மனிதர்கள் செய்யலாகாது.

7. ஹாய் சாரு. நான் ஜப்பானில் கடந்த பத்து ஆண்டுகளாக வசிக்கிறேன். ஜப்பானியர்கள் சமைக்காத மீன், லாப்ஸ்டர், சமைக்காத ஆக்டோபஸ், சமைக்காத மாட்டுக் கறி, பன்றிக் கறி எல்லாவற்றையும் சாப்பிடுகிறார்கள். ஆனால் அவர்கள் மற்ற மனிதர்களின் மேல் மிகவும் அன்புடனும் மென்மையாகவும் நடந்து கொள்கிறார்கள். குழந்தைகள் மீது உண்மையான அக்கறை எடுத்துக் கொள்கிறார்கள். தங்கள் குழந்தைகள் என்ன படிக்க வேண்டும், யாரை மணந்து கொள்ள வேண்டும், என்ன சிந்திக்க வேண்டும் என்பதையெல்லாம் பெற்றோர் தீர்மானிப்பதில்லை. அதெல்லாம் பிள்ளைகளின் சுதந்திரமாகவே இருக்கிறது. மிகுந்த ஒழுங்கும், கட்டுப்பாடும், தூய்மை உணர்வும் கொண்டவர்களாக இருக்கிறார்கள். அடுத்த மனிதர்களை மரியாதையுடன் நடத்துகிறார்கள். ஆரோக்கியத்துடனும் புத்திசாலிகளாகவும் இருக்கிறார்கள்.

ஆனால் இந்தியர்களாகிய நாம் உலகின் ஆன்மீகத்துக்கே இந்தியா தான் தொட்டில் என்று சொல்லிக் கொள்கிறோம்.

மற்ற உயிரினங்களைக் கொன்று உண்பதை பாபம் என்கிறோம். ஆனால் நாம்தான் இந்த உலகிலேயே அதிக வன்முறையாளர்களாக இருக்கிறோம் என்று நினைக்கிறேன். சக மனிதனைக் கொல்கிறோம். பெண்களை வன்கலவி செய்கிறோம். அடுத்த மனிதனை வெறுக்கிறோம். அடுத்த மனிதனை மிகக் கேவலமாக நடத்துகிறோம். நாம் உண்ணும் சைவ உணவுதான் இதற்கெல்லாம் காரணம் என்று நினைக்கிறேன்.

சுதர்சன்.

சுதர்சன், நீங்கள் தற்கால இந்தியர்களைப் பற்றிச் சொல்வதை நான் முழுமையாக ஒத்துக் கொள்கிறேன். உங்களுடைய தார்மீகக் கோபம் எனக்கும் உண்டு. ஆனால் நம்மைப் போன்றவர்கள் ஆயிரத்தில் ஒருவராக இருக்கிறோம். அதுதான் பிரச்சினை. என்னுடைய நீண்ட நாள் தோழியும் எழுத்தாளருமான சிவகாமி ஐ.ஏ.எஸ். ஜப்பானில் மூன்றரை ஆண்டுகள் பணி புரிந்தவர். அவரிடம் பல நூறு ஜப்பான் கதைகளைக் கேட்டிருக்கிறேன். அதில் ஒரு சம்பவத்தை இங்கே சொல்கிறேன். அவர் ஒரு திருமணத்துக்காக மாலை ஆறு மணிக்குச் செல்ல வேண்டியிருக்கிறது. குறிப்பிட்ட நேரத்தில் டாக்ஸி பிடித்தார். ஆனால் டாக்ஸி அந்த இடத்தைப் போய்ச் சேர்ந்த போது மணி ஆறு ஐந்து. சிவகாமியிடமிருந்து டாக்ஸி ஓட்டுனர் பணம் வாங்கிக் கொள்ள மறுத்து விட்டார். சிவகாமி காரணம் கேட்ட போது, "நான் சரியான வழியில் வந்திருந்தால் ஐந்து நிமிடம் முன்னதாகவே வந்திருக்கலாம். தவறு என்னுடையது என்பதால் பணம் வேண்டாம்," என்று சொல்லியிருக்கிறார்.

இங்கே இந்தியாவில் கன்னத்தில் பளார் என்று அறைந்து அனுப்புகிறார்கள். ஒரு சமீபத்திய சம்பவம் சொல்கிறேன், கேளுங்கள். மைலாப்பூரில் கபாலீஸ்வரர் கோவில் அருகே ஓர் இனிப்புக் கடை உள்ளது. அவ்வளவாக பிரபலமில்லாத அந்த கடையில் இனிப்பும் காரமும் சுவையாக இருக்கும். டோக்லா (Dhokla) என்ற குஜராத்தி பண்டம் எனக்கு ரொம்பப் பிடிக்கும். ஊற வைத்த பச்சை மிளகாயோடு சாப்பிட்டால் மஜாவாக இருக்கும். அந்த டோக்லா அந்த கடையில் கிடைக்கும் என்று ஒரு நண்பர் சொன்னதால் அங்கே போய் வாங்கிக் கொண்டு வந்தேன். வீட்டில் வந்து பார்த்தால் டோக்லாவின் விசேஷ ஐட்டமான ஊற வைத்த பச்சை மிளகாயைக் காணோம். ஓ, எல்லாவற்றிலும் கவனமாக இல்லாவிட்டால் இந்த நாட்டில் வாழவே முடியாது என்று நினைத்துக் கொண்டு அதை மறந்து போனேன்.

சில மாதங்கள் சென்று எனக்கு மீண்டும் டோக்லா ஆசை வந்து தொலைத்தது. மீண்டும் அங்கே போனேன். ஒரு பெண் விற்பனையாளர் டோக்லாவை கவரில் வைத்து மடித்தார். அந்தப் பெண் மடிப்பதையே உன்னிப்பாகக் கவனித்துக் கொண்டிருந்த நான் பச்சை மிளகாய் வைக்காததைப் பார்த்து, மிகவும் மிருதுவான குரலில் ''பச்சை மிளகாய்,'' என்று ஞாபகப்படுத்தினேன். அதற்கு அந்தப் பெண் என்னை முறைத்துப் பார்த்து சலிப்பான குரலில், ''பொறுங்க சார் ஒன்னு ஒன்னாத்தானே மடிக்க முடியும்?'' என்றார். நான் வாயை மூடிக் கொண்டேன்.

அதற்குப் பிறகு அந்தக் கடைப் பக்கம் போவதில்லை. டோக்லாவையும் மறந்து விட்டேன். சென்ற வாரம் ஒருநாள் என் நண்பரின் மனைவி - அவரும் என் வாசகிதான் - ஸ்கூட்டரில் அந்த கடைக்குப் போயிருக்கிறார். வீட்டில் பெரிய ஆடம்பரமான கார் இருக்கிறது. ஆனால் கடை இருக்கும் வீதி ஒரு முடுக்குத் தெரு என்பதால் ஸ்கூட்டரில் சென்றிருக்கிறார். வீட்டில் பணியாட்களும் அதிகம். ஆனால் தானே நேரில் சென்று வாங்கினால் நல்லது என்று நினைத்து விட்டார் அவர்.

இனிப்பெல்லாம் வாங்கி விட்டு, பாவ் பாஜியும் வாங்கியிருக்கிறார் வாசகி. பாவ் பாஜிக்குப் பணம் கொடுக்கும் போது, அவருக்குப் பக்கத்திலிருந்து பணம் கொடுத்த ஒரு வாடிக்கையாளர், ''பாவ் பாஜி பார்சல்,'' என்று சொல்ல, அப்போதுதான் நம் வாசகிக்கு பார்சல் என்றால் அதற்குத் தனி காசு என்று தெரிந்துள்ளது. அதற்குள் பில் போட்டுக் கொண்டிருந்த பெண் நம் வாசகிக்கு பில் போட்டு விட்டார். பார்சலுக்குத் தனி காசு என்று தெரிந்ததும், வாசகி அந்த விற்பனையாளரிடம், ''ஸாரிம்மா, பார்சலுக்குத் தனி காசுன்னு தெரியாது. அதையும் எடுத்துக்கோங்க,'' என்று சொல்கிறார். உடனே விற்பனையாளர் பெண், ''இதை முன்னாலயே சொல்லக் கூடாதா?'' என்று அதட்டலாகச் சொல்லி முகத்தையும் சுளித்திருக்கிறார்.

உடனே வாசகி, ''பார்சலுக்குத் தனிக் காசு என்று எனக்குத் தெரியாது. நீங்கள்தான் சொல்ல வேண்டும். மேலும், இன்னொரு பில் போட எவ்வளவு நேரம் ஆகும்?'' என்று கேட்க, அந்தப் பெண் மேலும் அதட்டலாக, ''இப்போ என்ன சொல்லிட்டேன்னு இப்படி கலாட்டா பண்றீங்க?'' என்று கத்தியிருக்கிறார். பிறகு என்ன? வாசகி, ''எனக்கு பாவ் பாஜியே வேண்டாம். உங்கள் கடைக்கு நான் வருவது இதுவே கடைசி,'' என்று சொல்லிவிட்டு வெளியே

வருகிறார். அப்போது அந்தப் பெண் விற்பனையாளர் கல்லாவில் அமர்ந்திருந்த ஒரு ஆண் சேவகரிடம் வாசகியைக் காண்பித்து நக்கலாகச் சிரிக்கிறார். கல்லா மனிதரும் நக்கலாகச் சிரிக்க, அந்த நேரம் பார்த்து வாசகி அவர்களைப் பார்த்ததும், சட்டென்று அவர்கள் இருவரின் நக்கல் சிரிப்பு கொண்ட வாயும் சீரியஸாக மூடிக் கொள்கிறது. வாசகி பாவ் பாஜியை வாங்க மறுத்து வெளியே வருகிறார். அப்போது அந்தக் கல்லா மனிதர் ஓடி வந்து பார்சலைக் கொடுத்து, ''புது பொண்ணு மேடம், தப்பா நினைச்சுக்காதீங்க,'' என்று சொல்கிறார். அப்போதும் வாசகி உள்ளே பார்த்த போது, அந்தப் பெண் விற்பனையாளர் நக்கலாகச் சிரிக்கிறார்.

எப்படி இருக்கிறது பாருங்கள்?

ஆனால் இதே ஆசாமிகள் தடியைக் கண்டால் அடங்குகிறார்கள். அதற்கும் அந்த வாசகி சொன்ன இன்னொரு சம்பவமே சாட்சி. வாசகி தன் மூன்று வயதுக் குழந்தையுடன் செருப்பு வாங்க ஒரு பிரபலமான செருப்புக் கடைக்குப் போகிறார். பி.எம்.டபிள்யு. கார். செருப்பை வாங்கிக் கொண்டு வந்து பார்க்கும் போது காருக்குப் பின்னால் இன்னொரு கார் குறுக்காக நிறுத்தியிருந்தது. டிரைவர் எவ்வளவோ சொல்லியும் குறுக்கே நிறுத்தியவர் கேட்கவில்லை. 'எங்கள் காரை எடுக்க வேண்டும், நீங்கள் காரை நகர்த்துங்கள்,' என்றாலும் கேட்கவில்லை. வேறு வழியின்றி, பி.எம்.டபிள்யு. வை எடுக்கும் போது பின்னால் குறுக்கே நிறுத்தியிருந்த கார் மீது லேசாக உரசி விட்டது. கீறல் இல்லை. மிக லேசான சிராய்ப்பு. வானத்துக்கும் பூமிக்குமாக ஆங்கிலத்தில் குதிக்கிறார் அந்த ஆள். ஆடம்பரக் கார் என்பதால் பயந்து விடுவோமா, நீ என்ன பெரிய புடுங்கியா? இவ்வளவு தான் எழுத முடியும். மற்றதெல்லாம் ஆபாசத் திட்டு. ஆனால் பிரச்சினை அது அல்ல. பி.எம்.டபிள்யு. காரின் சாவியை வேறு எடுத்து வைத்துக் கொண்டு கொடுக்க மறுக்கிறார் அந்த ஆள்.

வாசகியின் ஓட்டுநர் எவ்வளவோ எடுத்துச் சொல்லியும் அந்த ஆள் கேட்பதாக இல்லை. டிரைவர் தன் ஃபோன் நம்பரைக் கொடுத்து, செலவு எவ்வளவு ஆனாலும் நாங்கள் ஏற்றுக் கொள்கிறோம் என்கிறார். அதையும் கேட்காமல் ஆபாசத் திட்டு. வாசகி காரிலிருந்து இறங்கி வந்து சாவியைக் கேட்க, அவருக்கும் திட்டு. போலீஸை அழைப்பேன் என்று மிரட்டல். வாசகி, ''சரி, நீங்கள் அழைக்க வேண்டாம். நானே போலீஸை அழைக்கிறேன்,'' என்கிறார். வந்தது ஒரு போலீஸ் அல்ல. நான்கைந்து போலீஸ்.

அதோடு நான்கைந்து கட்சிக்காரர்கள். ஒரு முக்கிய விஷயம் சொல்ல மறந்து போனேன். வாசகி, ஒரு மந்திரியின் மனைவி. மந்திரி ரொம்பத் தங்கமானவர். எந்த இடத்திலும் தன் உறவினர்கள் தங்கள் அடையாளத்தைச் சொல்லக் கூடாது என்று நினைப்பவர். போலீஸ் மற்றும் கட்சிப் படையைக் கண்டதும் கார்காரர் மிரண்டு போகிறார்.

தடியை எடுத்தால்தான் கேட்பேன் என்கிறார்கள்.

எனவே சுதர்சன், உண்ணும் உணவில் எதுவும் இல்லை. இந்தியர்களின் மனோபாவம் மாற வேண்டும். ஆனால் சைவம் உண்பதால்தான் இந்தியர்கள் இப்படி இருக்கிறார்கள் என்பது தவறு. குடித்தால் கெட்டு விடுவார்கள் என்பது போன்ற மாயைதான் இதுவும். குடி, உணவு ஆகியவற்றிற்கும் இந்தியர்களின் மனோபாவத்துக்கும் ஒருசிறிதும் சம்பந்தம் இருப்பதாகத் தெரியவில்லை. இது பற்றி எழுத நிறைய இருக்கிறது. என்னுடைய எக்ஸைல் நாவலில் இது பற்றி அதிகமாகவே எழுதியிருக்கிறேன்.

8. *டாஸ்மாக் பற்றி உங்களிடம் கேட்க வேண்டும். அரசாங்கமே மது விற்பதில் என்ன தவறு இருக்கிறது? அதிலிருந்து வரும் பணம் நல்ல காரியத்துக்காகத்தானே பயன்படுத்தப் படுகிறது? தனியார் மூலம் மது விற்பதால் அந்தப் பணம் தனியாருக்குத்தானே போகும்? எனவே, மது குடித்தால் தீமை என்று அறிந்தே குடிப்பவர்களைப் பற்றி நாம் ஏன் கவலைப்பட வேண்டும்?*

Sanmath AK

டியர் சன்மத், உங்கள் கேள்வியைத் தட்டச்சு செய்யும் போது ஏதேனும் அச்சுப் பிழை நேர்ந்து விட்டதா? சன்மத் என்ற பெயரைக் கேள்விப்பட்டதில்லை. சரி, விஷயத்துக்கு வருகிறேன். உங்கள் கேள்வியில் பல பிரச்சினைகள் உள்ளன. ஒவ்வொன்றாகப் பார்ப்போம். அரசாங்கமே மது விற்பது மிகப் பெரிய தவறு. அரசாங்கம் தன் குடிமக்களுக்கு குடியைத் தரக் கூடாது. கல்வியையும், மருத்துவத்தையும்தான் தர வேண்டும். ஆனால் இந்தியாவில் அது இரண்டுமே தனியார் கையில் உள்ளது. அரசுப் பள்ளிகள், அரசு மருத்துவமனைகள் எல்லாம் பெயருக்குத்தான் இருக்கின்றன. இங்கே ஒரு மந்திரிக்கு உடம்பு சரியில்லை என்றால் அவர் அப்பல்லோவுக்கும் ராமச்சந்திராவுக்கும்தானே

போகிறார்? ராயப்பேட்டை அரசு மருத்துவமனைக்கா போகிறார்? எனவே குடிமக்கள் அனைவருக்கும் சம அந்தஸ்துள்ள நல்ல மருத்துவமனைகள் வேண்டும். அது அரசாங்கத்தின் பொறுப்பு.

இதேபோல் அனைத்து குடிமக்களுக்கும் சமச்சீர் கல்வி கொடுக்க வேண்டியதும் அரசின் பொறுப்பே ஆகும். பிரதம மந்திரியின் பிள்ளைக்கும் ஆட்டோ ஓட்டுநர் பிள்ளைக்கும் ஒரே தரத்தில் அமைந்த கல்வி தரப்பட வேண்டும். பல நாடுகளில் அப்படித்தான் இருக்கிறது. குறிப்பாக ஐரோப்பிய நாடுகள். வித்யா மந்திர், பத்மா சேஷாத்ரி போன்ற பள்ளிகளின் கல்வித் தரமும் அரசுப் பள்ளிகளின் தரமும் ஒரே மாதிரியா இருக்கின்றன?

மேலும், டாஸ்மாக்கின் மூலம் வரும் பணம் நல்ல காரியங்களுக்குப் பயன்படுத்தப் படுகிறது என்பது இன்னொரு மாயை. திருட்டுக் காரியம் செய்து உங்கள் பெண்டு பிள்ளைகளைக் காப்பாற்றுவது சரியான செயலா? அதோடு, நீங்கள் நல்ல காரியம் என்று சொல்வது என்னைப் பொறுத்தவரை கெட்ட காரியம் என்றே சொல்வேன். இலவசங்கள் முற்றாக ஒழிக்கப்பட வேண்டும். இலவசமும் மதுவும் சேர்ந்து மக்களைக் குடிகாரர்களாக ஆக்கி விட்டது. இந்த இலவசத்தால் இன்னொரு அபத்தமும் நடக்கிறது. இங்கே சென்னையில் பணக்காரக் குடும்பங்களைச் சேர்ந்த பெண்கள் படிக்கும் கல்லூரி ஒன்று என் வீட்டுக்கு அருகில் உள்ளது. சரத்குமார், ஏ.ஆர். ரஹ்மான், தோட்டாதரணி போன்றவர்களின் புதல்விகள் அங்கேதான் படிக்கிறார்கள். அரசு சார்பில் மாணவிகளுக்கு இலவச மாக மடிக்கணினி வழங்கப்பட்டது அல்லவா? இந்தக் கல்லூரி மாணவிகள் ஏற்கனவே ஆப்பிள் மடிக்கணினி வைத்திருக்கிறார்கள். இப்போது இலவசமாக வழங்கப்பட்ட மடிக் கணினியை என்ன செய்வது என்று தெரியாமல் வீட்டில் ஒரு மூலையில் போட்டு விட்டார்கள். மக்களின் வரிப் பணம் எவ்வளவு விரயமாகிறது பாருங்கள்.

தனியார் மூலம் மது விற்றால் அந்தப் பணம் முழுவதும் தனியாருக்குப் போகாது. தனியார் தரும் வரித் தொகையின் மூலம் அரசும் லாபம் அடையும்.

உங்கள் கடைசிக் கேள்வி. இதுதான் ஆக முக்கியமானது. இங்கே தமிழ்நாட்டில் அரசே மது விற்பனை செய்தாலும் அந்த மதுவை உற்பத்தி செய்வது தனியார் தான். அதுவும் ஒரு சிலர்தான். அதுவும் ஆட்சியில் இருப்பது திமுகவாக இருந்தாலும் சரி, அதிமுகவாக

இருந்தாலும் சரி, அந்தக் குறிப்பிட்ட ஒருசிலர்தான் மது தயாரித்து அரசுக்குத் தருகிறார்கள். இதனால் அவர்கள் பல ஆயிரம் கோடி லாபம் பெறுகிறார்கள். இது பற்றி பல பத்திரிகைகளும் எழுதி விட்டன. ஆனாலும் எந்தப் பலனும் இல்லை.

இந்தியாவிலேயே மது விற்பனையை அரசாங்கமே தன் கட்டுப்பாட்டில் வைத்திருக்கும் ஒரு சில மாநிலங்களில் தமிழ்நாடும் ஒன்று. இதன் காரணமாக, தமிழ்நாட்டில் கிடைக்கும் மது தரமாக இல்லை. கர்நாடகா, கேரளா, ஆந்திரம் ஆகிய மாநிலங்களின் மதுவோடு ஒப்பிட்டுப் பார்த்து விட்டே இதை எழுதுகிறேன். ஆரோக்கியத்துக்கு ஊறு விளைவிக்கும் சில பொருட்களைக் கலப்படம் செய்தே இங்கே மதுவை போத்தலில் அடைக்கிறார்கள். குறைந்த செலவில் கொள்ளை லாபம் என்ற நோக்கமே இதன் காரணம். உலகில் ஒருசில நாடுகளைத் தவிர்த்து எல்லா நாடுகளிலும் மது விற்கப்படுகிறது. ஆனால் தமிழன் மட்டுமே மதுவுக்கு அடிமையாகி ஐம்பது வயதிலேயே சாகிறான் என்றால் என்ன அர்த்தம்? ஐரோப்பாவில் ஒரு மனிதனின் ஆயுள் 90. சீனாவிலும் ஜப்பானிலும் அதிகபட்ச வயது 95. சீனர்களும் ஜப்பானியர்களும் அதிகம் குடிப்பவர்கள். அவர்களால் ஏன் 95 வயது வரை வாழ முடிகிறது என்றால் அவர்கள் நம் தமிழனைப் போல் கலப்பட சாராயத்தைக் குடிப்பதில்லை. மிகத் தரமான அரிசி ஒயினை அருந்துகிறார்கள். பெங்களூரிலேயே நூறு விதமான ஒயின் கிடைக்கிறது. இந்தியாவில் தயாரிக்கப்படும் சூலா ஒயின் ஆரோக்கியத்துக்கு நல்லது. ஆனால் அது தமிழ்நாட்டில் கிடைக்காது.

எனவே அளவாகவும், தரமாகவும் குடிப்பதில் தவறு இல்லை என்பதே உண்மை. மற்றபடி, நம்முடைய டாஸ்மாக் குடி உண்மையிலேயே குடியைக் கெடுக்கக் கூடியதுதான்.

2

அதிக வசூல் படைத்த ஐந்து தமிழ்ப் படங்களைச் சொல்லுங்கள்

ஆகஸ்ட் 22, 2014

9. நடுத்தர வயதுள்ள (30 - 40) ஒருவர் விவாகரத்துக்குப் பிறகு வெளிநாட்டில் தனியாக வாழ்கிறார் என்றால் அவருக்கு உங்கள் அறிவுரை என்ன சாரு?

-----------------------, மலேஷியா.

எந்த நாட்டில் வாழ்ந்தாலும் விவாகரத்துக்குப் பிறகு ஒருவர் எதிர்கொள்ளும் பிரச்சினைகள் ஒன்றுதான். இங்கே என் நண்பர்கள் சிலர் குடும்ப வாழ்வில் அடைந்து வரும் துன்பங்களைப் பார்க்கும் போது தனியாக வாழ்வதே நல்லதோ என்று நினைக்கத் தூண்டுகிறது. ஆனால் தனியாக வாழ்வதற்கு நாம் பழகியிருக்கவில்லை. இந்தியாவில் தனியாக வாழ்ந்தால் செக்ஸுக்கு வழியில்லை. மலேஷியாவும் அப்படித்தான் என்று நினைக்கிறேன். விவாகரத்துக்குப் பிறகு வாழ்க்கை முடிந்து விட்டது என்று ஏன் நினைக்க வேண்டும்? இன்னொரு பெண்ணோடு பழகி இன்னொரு திருமணம் செய்து கொள்ள வேண்டியதுதான்.

10. ஆரியர் திராவிடர் பற்றிக் கொஞ்சம் சொல்லுங்கள். திராவிடர்கள் முருகக் கடவுளை மட்டுமே வணங்கினார்களா? மஹா விஷ்ணு ஆரியர்களின் கடவுளா? அப்படியானால் சிவன் திராவிடக் கடவுளா? அல்லது, ஆரியருக்கு சிவன், திராவிடருக்கு விஷ்ணுவா? ஆரியர் திராவிடர் இரு சாராருமே இந்துக்கள்தானா? இந்தக் கேள்விகளெல்லாம் ஒன்றுக்கொன்று சம்பந்தம் இல்லாதது போல் தோன்றினாலும்

பதில் ஒன்றாகத்தான் இருக்க வேண்டும். தயவுசெய்து விளக்கம் கொடுங்கள் சார்.

ஹரி நரசிம்ஹன், எஸ்.

அந்திமழை ஆசிரியருக்கு,

நேற்று இரவுதானே கோடம்பாக்கம் மிட்நைட் மசாலா கடையில் நெத்திலிக் கருவாட்டுக் குழம்பு சாப்பிட்டுவிட்டுப் பிரிந்தோம்? இந்தக் கேள்வி பதில் பகுதியை இன்னும் எப்படி எப்படி செழுமைப்படுத்தலாம் என்றெல்லாம் எவ்வளவு நேரம் பேசிக் கொண்டிருந்தோம்? இங்கே வந்து பார்த்தால் இப்படி ஆள் வைத்து அடிக்கிறீர்களே, நியாயமா? நான் செய்த தப்பு என்ன? தொடர்ந்து எல்லா இதழ்களிலும் அந்திமழை அட்டையில் சமந்தாவின் படத்தைப் போடுங்கள் என்று சொன்னேன். தப்பா? இன்று நேற்று அல்ல, சமந்தா ஸ்டெல்லா மாரிஸில் படித்துக் கொண்டிருந்த காலத்திலிருந்தே நான் அவருடைய தீவிர விசிறி என்ற ஒரே காரணத்தால்தான் அப்படிக் கேட்டேன். அதற்காக இப்படி நீங்கள் பழி வாங்குவீர்கள் என்று நினைக்கவே இல்லை. சரி, இனிமேல் பத்திரிகை ஆசிரியர்களோடு நெருங்கிப் பழகுவதில்லை; பழகினாலும் மனம் விட்டுப் பேசுவதில்லை என்று முடிவெடுத்திருக்கிறேன்.

11. அதிக வசூல் படைத்த ஐந்து தமிழ்ப் படங்களைச் சொல்லுங்கள். இது சம்பந்தமாக பல பொய்யான தகவல்கள் உள்ளன. அதையெல்லாம் விட்டு விடுவோம். உங்களால்தான் சரியான புள்ளி விபரத்தை தைரியமாகக் கொடுக்க முடியும் என்று நம்புகிறேன். கொடுப்பீர்களா?

ஹரி நரசிம்ஹன், எஸ்.

மறுபடியுங்கள் நீங்களா? சரி, சொல்கிறேன். ஒரிஜினல் தமிழ்ப் படங்களை விட தமிழில் டப் செய்யப்பட்ட படங்கள்தான் வசூலில் சாதனை படைத்தவை. திருநெல்லியிலே பெண் குட்டி, பிரேமாக்னி, பிரணய சல்லாபங்கள் (இந்த மூன்றும் ஷகீலா நடித்தவை), அவளோட ராவுகள் மற்றும் அஞ்சான்.

12. தாங்கள் கேள்விப்பட்டு வியந்த விசித்திரமான உணவு சிகிச்சை முறை பற்றி?

சரத் பிடார் ரவிவர்மன், உசிலை

ஹைதராபாதில் Bathini Goud சகோதரர்களிடம் சென்றால் அவர்கள் கொடுக்கும் உயிர் மீனை விழுங்கி ஆஸ்துமா சரியாகிறது என்று பத்திரிகைகளில் படிக்கிறேன். அது ஒரு விசித்திரம்தான். எனக்கு சிறுவயதில் எலும்புருக்கி நோய் வந்த போது ஒரே மரத்துத் தென்னங்கள்ளை 48 தினங்கள் கொடுத்து நோயை சரியாக்கினார்கள் என் அம்மா. மூல வியாதிக்கு பன்றிக் கறி, நத்தைக் கறி சாப்பிடுவார்கள். காலா மீன் (Salmon) ரத்தத்தில் உள்ள கொழுப்பைக் குறைக்கும்.

இன்னொரு விசித்திரமான உணவு சிகிச்சை முறை உண்டு. காலையில் இஞ்சிச் சாறு, மதியம் சுக்கு பானம், இரவில் கடுக் காய்ப் பொடி சாப்பிட்டால் அறுபது வயதிலும் இருபது வயது இளைஞனைப் போல் 'இயங்கலாமாம்'; கேள்விப்பட்டேன்.

13. ஏனோ தெரியவில்லை உங்கள் எழுத்துக்கு நான் அடிமை ஆகி விட்டேன். காரணம் சொல்ல முடியுமா?

மதன்.எம்.

என் துரதிர்ஷ்டம் ஒரு பெண் கூட இதுவரை இப்படிச் சொன்னதில்லை.

14. உங்களுக்கு மிகவும் பிடித்த இலக்கியக் கதாபாத்திரம் எது? ஏன்?

சிவசங்கர்.

சகுனி.

காந்தார நாட்டு மன்னன் சுபாலாவின் கடைசி மகன் சகுனி. இவனுக்கு மூத்த சகோதரர்கள் 99 பேர், ஒரு சகோதரி காந்தாரி. காந்தாரியின் ஜாதகப்படி அவள் கணவன் இறந்து விடுவான் என்று கணித்திருந்ததால் அவளுக்கு ஒரு கடா ஆட்டை மணம் செய்து வைத்து, பிறகு அதை பலி கொடுத்து விட்டு, கண் பார்வை இல்லாதவனான திருதராஷ்ட்ரனுக்கு மறுமணம் செய்விக்கிறான் சுபாலா. காந்தாரிக்கு நூறு பிள்ளைகள். மூத்தவன் துரியோதனன். ஒருமுறை துரியோதனனைப் பார்த்து பீமன், "நீ விதவையின் மகன்," என்று சொல்ல, இதனால் அவமானம் அடைந்த துரியோதனன் சுபாலாவையும் அவனது நூறு பிள்ளைகளையும் பாதாளச் சிறையில் அடைக்கிறான். அவர்கள் அனைவரும் சிறையிலேயே

சாக வேண்டும் என்று திட்டமிட்டு, தினம் அவர்களுக்கு ஒரு கவளம் சோறும், நத்தைக் கூட்டில் நீரும் தர ஏற்பாடு செய்கிறான்.

எல்லோரும் செத்துப் போவதை விட யாரேனும் ஒருவராவது உயிர் பிழைத்து துரியோதனனைப் பழி வாங்க வேண்டும் என்று எண்ணும் சுபாலா, நூறு பேரிலும் புத்திசாலியான சகுனியைத் தேர்ந்தெடுத்து அவனுக்குத் தங்களின் உணவைத் தருகிறான். சகோதரர்களும் தந்தையும் ஒவ்வொருவராகத் தன் கண் முன்னே சாவதைப் பார்க்கும் சகுனி மட்டும் பிழைத்து வந்து துரியோதனனோடு ஒட்டி உறவாடிக் கெடுக்கிறான். குரு வம்சம் கூண்டோடு அழியக் காரணமாக இருக்கிறான். இந்தக் கோணத்தில் பார்த்தால் சகுனி எல்லோரும் நினைப்பது போல் மகாபாரதத்தின் வில்லன் அல்ல. துரியோதனனை அழிப்பதற்காகவே அவன் துரியோதனனோடு இருக்கிறான்.

இந்தக் கதை ஒரிஜினல் மகாபாரதத்தில் இல்லை. பாரதத்தின் உபகதைகளில் இதுவும் ஒன்று. சமகாலத் தமிழ் நாவல்களில் சகுனியைப் போன்ற ஒரு பாத்திரம் உண்டு. அரு.ராமநாதன் எழுதிய வீரபாண்டியன் மனைவி என்ற நாவலில் வரும் ஜனநாதக் கச்சிராயன் சகுனியின் இன்றைய வடிவமே.

15. திராவிட இயக்கத்தின் எழுச்சியையும், வீழ்ச்சியையும் முன் வைத்து ஒரு நாவல் எழுத போவதாக, சில வருடங்களுக்கு முன் தீராநதி பேட்டியில் சொல்லியிருந்தீர்கள். அந்த யோசனை தற்போதும் உள்ளதா?

ஜேம்ஸ், சென்னை.

அதை இன்னமும் ஞாபகம் வைத்திருந்து கேட்டதற்கு நன்றி. இப்போது அந்த யோசனையைக் கை விட்டு விட்டேன். எழுதினால் தமிழ்நாட்டில் என் உயிருக்கு உத்தரவாதம் இல்லை. ஏனென்றால், நான் திராவிட இயக்கத்தின் மிகக் கடுமையான விமர்சகன். அந்தக் கோணத்திலிருந்துதான் நாவலை எழுதுவேன். துக்ளக்கில் கட்டுரைத் தொடர் எழுதிய போதே எனக்குப் பலவிதமான மிரட்டல்களும் அச்சுறுத்தல்களும் வந்தன. ஒருவேளை வெளிநாட்டில் வாழ நேர்ந்தால் எழுதலாம்.

ஆனால் ஐம்பதுகளில் பிறந்த - அதாவது, இந்தி எதிர்ப்புப் போராட்டம் தமிழ்நாட்டில் நடந்த போது மாணவனாக இருந்த ஒருவனின் வாழ்க்கையில் திராவிட இயக்கம் எத்தகைய

தாக்கத்தை ஏற்படுத்தும் என்பதை கவிஞர் கலாப்ரியா இதே அந்திமழை இதழில் நினைவின் தாழ்வாரங்கள் என்ற தலைப்பில் தொடராக எழுதியிருக்கிறார். புத்தகமாகவும் வந்திருக்கிறது. அது நாவலாக எழுதப்பட்டிருந்தால் திராவிட இயக்கத்தின் பாதிப்பு பற்றிய சமூகவியல் சார்ந்த அற்புதமான ஒரு நாவல் நமக்குக் கிடைத்திருக்கும். இருந்தாலும் அந்தக் கட்டுரைத் தொகுப்பே ஒரு நாவல் போல் தான் இருக்கிறது. நான் மிக விரும்பிப் படித்த புத்தகம் அது.

16. அறம் பொருள் இன்பம் என்பது தலைப்பு. அதனால் பொருளாதாரம் குறித்த இந்தக் கேள்வி. செல்வம் சமூகத்தின் எல்லாத் தரப்பினருக்குமிடையே சுழன்று கொண்டிருக்க வேண்டும் என்பது கம்யூனிசம் போதிக்கும் கோட்பாடு; ஆனால் முதலாளித்துவ நாடுகளின் தனி நபர் வருமானம் கம்யூனிச நாடுகளை விட மேம்பட்டு இருக்கின்றது. இது குறித்து வள்ளுவம் சொல்வது என்ன ?

சிராஜ் மைதீன், பஹ்ரைன்.

கம்யூனிசத் தத்துவம் நடைமுறை சாத்தியம் இல்லாத ஒரு ரொமாண்டிக் கற்பனை. ஆனால் எல்லா மனிதர்களுக்கும் எல்லா வாய்ப்புகளும் கிடைத்து மனித வாழ்வு மேம்பாடு அடைய வேண்டும் என்பதில் யாருக்கும் மாற்றுக் கருத்து இருக்க முடியாது. மேற்கு ஐரோப்பிய நாடுகளில் கம்யூனிச சித்தாந்தம் ஆட்சியில் இல்லாவிட்டாலும் அவர்களின் அரசு அதை மிக சிரத்தையாகக் கடைப்பிடித்து வருகிறது. Welfare State என்று சொன்னால் அது மேற்கு ஐரோப்பிய நாடுகள்தான்.

பொருள் அதிகாரத்தில் நாடு என்ற தலைப்பில் பத்து குறள்கள் உள்ளன. அவை அனைத்துமே உங்கள் கேள்விக்குப் பதில் அளிக்கும். அதில் ஒரு குறள்:

பிணியின்மை செல்வம் விளைவுஇன்பம் ஏமம்
அணிஎன்ப நாட்டிற்கு இவ்வைந்து.

பிணியின்மை, செல்வம், விளைபொருள் வளம், இன்பமான வாழ்வு, சிறந்த காவல் என்ற ஐந்தும் ஒரு நாட்டுக்கு அணிகலன்.

17. கல்வெட்டுகள் சரித்திரத்தை காலம் கடந்தும் வெளிப்படுத்திக் கொண்டிருப்பதைப் போல், மனித வாழ்க்கையின்

சாரத்தை கதைகளும், புத்தகங்களும் காலத்தைக் கடந்து வெளிப்படுத்தும் என்று நினைக்கிறீர்களா?

ஆர்.எஸ்.பிரபு, சென்னை- 90.

நிச்சயமாக. 2000 ஆண்டுகளுக்கு முற்பட்ட இலக்கியப் படைப்புகளைப் படிக்கும்போது அதை நீங்கள் உணர்வீர்கள். சங்க இலக்கியம் அதற்கு ஒரு மகத்தான உதாரணம். சங்க இலக்கியத்தில் எனக்கு ஆகப் பிடித்தது குறுந்தொகை. அதில் ஒரு பாடல்:

அணிற்பல் அன்ன கொங்குமுதிர் முண்டகத்து
மணிக்கேழ் அன்ன மாநீர்ச் சேர்ப்ப
இம்மை மாறி மறுமை யாயினும்
நீயாகியர் என் கணவனை
யானாகியர் நின் நெஞ்சு நேர்பவளே.

இந்தப் பாடலில் தெரியும் வேட்கை, தாபம், கோபம், ஏக்கம் போன்ற உணர்வுகள் எத்தனை நூற்றாண்டுகள் ஆனாலும் கடக்க முடியாதவை. நெய்தல் நிலத்தில் (கடல் சார்ந்த இடம்) முண்டகம் எனப்படும் நீர்முள்ளிப் பூக்கள் அணிலின் பற்களைப் போன்ற கூர்மையான முட்களுடன் மண்டிக் கிடக்கின்றன. அதே சமயம் அப்பூக்கள் மதுரமான தேனையும் சேமித்து வைத்திருக்கின்றன. நீலமணியை ஒத்த கடல் பிராந்தியத்தைச் சேர்ந்த என் தலைவனாகிய நீயும் அப்பூக்களைப் போன்றவன் தான். இப்பிறவியிலும் இன்னும் ஏழேழ் பிறவியிலும் கூட நீதான் என் கணவன். நானே உன் நெஞ்சம் கவர்ந்தவள்.

இந்தப் பாடலின் முதல் இரண்டு வரிகளுக்கு மிக ஆழமான அர்த்தம் இருக்கிறது. பலரும் அதைப் புறக்கணித்து விட்டுக் கடைசி மூன்று வரிகளை மட்டும் வைத்துக் கொள்கிறார்கள். சுஜாதா எழுதிய குறுந்தொகை விளக்கத்திலும் அதே தவறைச் செய்திருக்கிறார். 'அணில் பல் போன்ற முள் செடிகள் கொண்ட நீலமணிக் கடற்கரை சார்ந்தவனே!'' என்றுதான் எழுதியிருக்கிறார் சுஜாதா. ஆனால் அவ்வளவு எளிதாகத் தள்ளிவிடக் கூடியதல்ல அந்த முதல் வரிகள்.

நீ பரத்தையிடம் சென்று வந்திருக்கிறாய். என்னிடம் இல்லாத ஏதோ ஒன்றை அவளிடம் நீ கண்டிருக்கிறாய். அது என்னவென்று என்னிடம் சொல். அதை எண்ணி என் மனம் தவிக்கிறது. தாபம் கொள்கிறது. என்னால் தாங்க முடியவில்லை. என்னவென்று

சொல் அதை; நான் தருகிறேன். நீ என்னுடையவன். எனக்கு மட்டுமே உரியவன். உன்னை யாரோடும் என்னால் பங்கிட்டுக் கொள்ள முடியாது. இப்பிறவியில் மட்டும் அல்ல, எப்பிறவியிலும் நீயே என் கணவன்.

ஆணாக இருந்தாலும் சரி, பெண்ணாக இருந்தாலும் சரி, மேற்கண்ட பாடலில் காணும் உணர்வை எத்தனை நூற்றாண்டுகள் ஆனாலும் நம்மால் தாண்டி வர முடியுமா சொல்லுங்கள்?

சங்க இலக்கியம் படிக்க நேரம் இல்லாவிட்டால் திருக்குறளை மட்டுமாவது படியுங்கள்.

இருநோக்கு இவளுண்கண் உள்ளது ஒருநோக்கு
நோய்நோக்கு ஒன்றுஅந்நோய் மருந்து.

இவளுடைய ஒரு பார்வை என்னைப் பித்தனாக்குகிறது. இன்னொரு பார்வையோ அந்தப் பித்துக்கு மருந்தாகிறது.

2600 ஆண்டுகளுக்கு முன்பாக கிரேக்கத்தில் Sappho என்ற பெண் கவி இருந்தார். 'என் பெயரை யாரேனும் நினைவில் வைத்திருப்பார்கள்,' என்று பாடிய அவர்தான் நமக்குத் தெரிந்தவரை முதல் லெஸ்பியன் கவிஞர். அவருடைய காதல் கவிதைகள் உலகப் புகழ் பெற்றவை. எல்லாம் அவருடைய காதலிகளைப் பற்றிய கவிதைகள். ஒன்றே ஒன்று மாதிரிக்கு.

எழுந்து நின்று என்னைப் பார்
என் தோழி
முகத்துக்கு முகம்
உன் நயனங்களின் அழகை அவிழ்த்து விடு

எனவே, காலம் கடந்தும் மனித வாழ்வை வெளிப்படுத்தும் கலை வடிவங்களில் இலக்கியமே முதன்மையானதாக இருக்கிறது.

18. **உங்களுக்கு நண்பர்களாக இருந்த பலர் பிற்காலத்தில் தீராத எதிரிகளாக மாறிவிட்டதாக உங்கள் பதிவுகளிலிருந்து அறிகிறேன். யாரைத்தான் நம்புவதோ என்ற இந்தச் சூழலில் தற்போது உங்களைச் சுற்றியிருப்பவர்களை எப்படி அணுகுறீர்கள்? இவர்களில் யார் நம்மை பின்னாளில் போட்டுத் தாக்குவார்களோ என்ற பயம்/ ஐயம் இருக்குமா?**

கனவு திறவோன், நெல்லை.

நான் யாரையுமே எதிரியாக நினைப்பதில்லை. வெறும் பேச்சுக்காக இதைச் சொல்லவில்லை. ஆனால் பிரிந்து போன சில நண்பர்கள் என்னை எதிரியாக நினைக்கிறார்கள். அது என் பிரச்சினை அல்ல. அவர்களுடைய தலைவலி அது. ஆனால் எனக்கு நண்பர்கள் நிரந்தரமாக அமைவது இல்லை. அதற்கு நான்தான் காரணமாக இருக்க வேண்டும் என்று நினைக்கிறேன். என்னிடம் உள்ள ஏதோ ஒன்று அவர்களை என் மீது வெறுப்பு கொள்ளச் செய்கிறது. அது என்ன என்று தெரிந்து விட்டால் அதை விட்டுவிட நான் மனப்பூர்வமாக முயற்சி செய்வேன். சம்ஸ்கிருதத்தில் பரஸ்பர நீச பாவம் என்பார்கள். அதாவது, உன்னை விட நான் தாழ்த்தி என்று பொருள். ஆண்டாளின் எல்லே இளங்கிளியே பாசுரத்தில் இந்த நீச பாவத்தைப் பேசுகிறாள்.

எல்லே! இளங்கிளியே! இன்னம் உறங்குதியோ!
சில்லென்றழையேன் மின் நங்கைமீர்! போதருகின்றேன்!
வல்லை உன் கட்டுரைகள் பண்டே உன் வாயறிதும்
வல்லீர்கள் நீங்களே நானே தானாயிடுக!

'நானே தானாயிடுக' என்றால் எல்லா தவறும் என்னுடையதே என்று ஏற்றுக் கொள்ளும் பாவம். அதனால் இப்போது உள்ள நண்பர்களிடம், ''என்னிடம் ஏதாவது பிடிக்காவிட்டால் முன்கூட்டியே சொல்லி விடுங்கள்; அதைத் தவிர்த்துக் கொள்ள முயல்கிறேன்,'' என்று அடிக்கடி சொல்லிக் கொண்டிருக்கிறேன்.

19. உங்களுக்குப் பிடித்த விஞ்ஞானி யார்?

எஸ்.அருண்பிரசாத்

கலிலியோ. மனித வரலாற்றிலேயே முதன் முதலாக நட்சத்திரங்களையும் கிரகங்களையும் மிக நெருக்கமாகத் தனது தொலைநோக்கியால் பார்த்தவர் கலிலியோ. அந்த அனுபவங்களை அவர் நட்சத்திரங்களிடமிருந்து செய்தி கொண்டு வந்தவன் (Sidereus Nuncius) என்ற நூலில் பதிந்திருக்கிறார். பால்வீதி என்பது நட்சத்திரக் கூட்டங்களால் ஆனது என்றும் கிரகங்கள் தாமே ஒளி வீசு வதில்லை, சூரியனிடமிருந்து அவை ஒளியைப் பிரதிபலிக்கின்றன என்றும் அவர் அந்த நூலில் கூறுகிறார்.

பிஸாவின் தேவாலயத்தில் உள்ள ஊசலாடும் விளக்குகளின் (chandelier) சீரான இயக்கத்தை ஆராய்ந்து, ஊசலாடிக்கொண்டிருக்கும் விளக்கின் எடையோ, விளக்கு இடம் வலமாக பயணிக்கும் தூரமோ

(amplitude), அதன் இயக்கத்தில் மாற்றத்தை ஏற்படுத்துவதில்லை என்றும், அந்த விளக்கு தொங்கவிடப்பட்டிருக்கும் சங்கிலியின் நீளம்தான் அதன் இயக்கத்தின் கால அளவை நிர்ணயிக்கிறது என்றும் சொன்னார். இதுதான் பெண்டுலம் கண்டுபிடிக்கப்படுவதற்கு அடிப்படையாக இருந்தது.

அவரது நூல்களுக்கு கத்தோலிக்கத் திருச்சபையிலிருந்து எதிர்ப்பு கிளம்பியது. 69ஆவது வயதில் அவர் மீது விசாரணைக் கமிஷன் அமைக்கப்பட்டது. 'பிரபஞ்சத்தின் மையம் சூரியன் என்றும், அது நகராமல் ஒரே இடத்தில் இருக்கிறது என்றும் நான் சொன்னது தவறு. இந்தக் கருத்துக்களை மாற்றிக் கொள்கிறேன்,'' என்று மண்டியிட்டு மன்னிப்புக் கேட்டுக் கொள்ள கட்டாயப்படுத்தப்பட்டார். அதன் பின் அவர் புத்தகங்கள் தடை செய்யப்பட்டன. அதன் பிறகு அவர் எழுதிய மற்றொரு நூலால் (உலகத்தைப் பற்றிய இரண்டு அடிப்படை விதிகள் குறித்தான விவாதம்) வீட்டுக் காவலில் வைக்கப்பட்டார்.

கலிலியோ இறந்த போது அவரது மரண ஊர்வலத்தைக் கூட தடை செய்தது திருச்சபை. கலிலியோவின் வாழ்க்கை என்ற பெயரில் பெர்டோல்ட் ப்ரெஷ்ட் ஒரு முக்கியமான நாடகம் எழுதியிருக்கிறார். எஸ்.ராமகிருஷ்ணனின் ஒரு நூல்: கலிலியோ மண்டியிடவில்லை.

3

முழுக்க காதலை மட்டும் பேசுகின்ற புத்தகம்

ஆகஸ்ட் 29, 2014

20. இதை என்னால் கேட்காமல் இருக்க முடியவில்லை. ஃப்ரெஞ்ச் மற்றும் அரபி இலக்கியம் பற்றி நீங்கள் எழுதியுள்ள கட்டுரைகளைப் படித்திருக்கிறேன். நான் இலக்கிய நூல்களை படித்துப் புரிந்துகொள்ள விரும்புகிறேன். ஆனால் என்னால் தினமும் 50 பக்கம் தான் படிக்க முடிகிறது. அதிலும் Guns, Germs, and Steel போன்ற நூல்களைத்தான் விரும்பிப் படிக்கிறேன். ஆனால் இது போன்ற புத்தகங்கள் இலக்கியத்தில் சேராது என்று தெரியும். வெளிப்படையாகச் சொன்னால், எது இலக்கியம் என்று தெரியவில்லை. உங்களுடைய நாவல் ஸீரோ டிகிரியை பலமுறை படிக்க முயன்றேன். ஆனால் புரிந்து கொள்ள முடியவில்லை. உலக அளவில் பிரபலமான இலக்கிய நூல்களைப் படித்தாலும் இதே நிலைமை தான். இலக்கியத்தை எப்படிப் புரிந்து கொள்வது?

பிரகாஷ், பெங்களூர்.

மிகவும் சுலபம் பிரகாஷ். ஆனால் நீங்கள் ஸீரோ டிகிரியிலிருந்து ஆரம்பித்திருக்கக் கூடாது. அசோகமித்திரன், ஆதவன், கரிச்சான் குஞ்சு, எம்.வி.வெங்கட்ராம் என்று ஆரம்பித்து என்னிடம் வாருங்கள். என்னிடமும் கூட ஸீரோ டிகிரி ஆரம்பம் அல்ல. என்னுடைய கட்டுரைத் தொகுப்புகளைப் படித்துவிட்டு நாவலுக்குள் நுழையலாம். மற்றபடி நீங்கள் ஆங்கிலத்தில் வாசிக்கும் Guns, Germs and Steel போன்ற மானுடவியல் வரலாற்றுப் புத்தகங்களை வாசிப்பதில் எந்தத் தவறும் இல்லை. அதேபோன்ற சுவாரசியத்துடனே இலக்கிய நூல்களையும் வாசிக்கலாம். ஆனால்

ஒன்று, நாவல்களில் பல அடுக்குகள் உள்ளன. மிகுந்த வாசிப்பு அனுபவம் உள்ள ஒருவருக்கே Georges Perec, Ronald Sukenick, Thomas Pynchon போன்றவர்களை வாசிப்பது பெரும் சிரமமாக இருக்கும். எனவே, முதலில் சுலபமான புத்தகங்களிலிருந்து துவங்குங்கள். உதாரணம், பாவ்லோ கொய்லோ, சேட்டன் பகத், அரவிந்த் அடிகா. படிக்கப் படிக்க இலக்கியப் புத்தகங்களும் நெருக்கமாகி விடும். தமிழில் ஆதவனிடமிருந்து தொடங்கலாம்.

உங்கள் உப கேள்வியான எது இலக்கியம்? இதை சொல்லிப் புரிந்து கொள்வதை விட இலக்கியத்தினுள் நுழைந்து நீங்களே தெரிந்து கொள்வதுதான் நல்லது. ஒரு நாளில் 50 பக்கம் படிக்க முடிவது பெரிய விஷயம்தான்.

21. முழுக்க காதலை மட்டும் பேசுகின்ற புத்தகம் பற்றிக் கொஞ்சம் சொல்லுங்கள். திருக்குறளை இப்பொழுதுதான் படிக்க ஆரம்பித்து இருக்கிறேன். இன்பத்தைத்தான். உங்களுக்குப் பிடித்த, காதலை மட்டும் பேசுகின்ற திரைப்படம் எது?

பாலகுருபரன்.

நான் மாணவனாக இருந்த போது அரு.ராமனாதன் 'காதல்' என்ற பெயரில் ஒரு பத்திரிகையை நடத்தி வந்தார். வீட்டில் யாரும் அதை வைத்துக் கொள்ளவே தயங்குவார்கள்.

என் கல்லூரிப் பருவத்தில் Marie Corelli-இன் நாவல்களை அதன் ரொமாண்ட்டிக் தன்மைக்காக நிறைய படித்திருக்கிறேன். சார்லஸ் மாக்கே என்ற பிரிட்டிஷ் கவிஞருக்கும் அவருடைய பணிப்பெண்ணுக்கும் பிறந்தவர் மேரி. 1855 - 1924. அவருடைய கால கட்டத்தில் வாழ்ந்த எல்லா எழுத்தாளர்களையும் விட அதிக எண்ணிக்கையில் விற்றன அவர் நாவல்கள். ஆனால் மில்ஸ் அண்ட் பூன் அளவுக்கு மோசமாக இருக்காது. மேரி கோரெல்லியின் தெல்மா என்ற காதல் கதை இன்னமும் என் ஞாபகத்தில் உள்ளது. நான் தஞ்சாவூரில் மேலவீதிக்குப் பக்கத்தில் உள்ள வெங்கடேச பெருமாள் கோவில் தெருவில் தங்கி சரஃபோஜி மன்னர் கல்லூரியில் படித்துக் கொண்டிருந்த போது ஒரு பேச்சுப் போட்டியின் மூலம் அறிமுகமான பக்கத்துத் தெரு பெண்ணான அன்னபூர்ணி தான் அப்போது எனக்கு மேரி கோரெல்லியை அறிமுகப்படுத்தினாள். ஆங்கில வழிக் கல்வியில் படித்த புத்திசாலிப் பெண். இப்போது எங்கே இருக்கிறாளோ? எங்கள் ஏரியாவின் அப்போதைய கனவுக் கன்னி.

காதலைப் பற்றி மட்டுமே தீவிரமாகப் பேசும் இன்னொரு இலக்கியத்தரமான நாவல் தருண் தேஜ்பாலின் தெ ஆல்கெமி ஆஃப் டிஸையர். மை காட், மறந்தே போனேன், நம்முடைய ஆண்டாளின் பாசுரங்களில் சொட்டும் காதல் ரசம் உலக இலக்கியத்தில் பார்க்க முடியாதது. பாப்லோ நெரூதாவின் காதல் கவிதைகளும் உலகப் பிரசித்தமானவை.

காதல் பற்றிய திரைப்படங்களில் ஆகப் பிடித்தது அனுராக் காஷ்யப் இயக்கிய தேவ்.டி. தேவதாஸ் கதையின் இந்தி வடிவம்.

ஆனால் பாலகுருபரன், காதலைப் பற்றிப் படிப்பதையும் பார்ப்பதையும் விட அதில் ஈடுபடுவதே சாலவும் நன்று.

22. உங்கள் நாவல்களில் குறைந்த ஆயுள் கொண்ட (சில பக்கங்கள் மட்டுமே வரும்) கதாபாத்திரங்களை விரிவாக எழுதும் எண்ணம் உண்டா? உதாரணம்: ஸீரோ டிகிரியில் வரும் கோட்டிக்குப்பன்.

கே. ராமசாமி.

நல்ல யோசனை. இப்போது எழுதிக் கொண்டிருக்கும் ஸ்ரீவில்லிபுத்தூர் என்ற நாவலை முடித்து விட்டுப் பரிசீலிக்கிறேன்.

23. தமிழர்களின், பிற மொழிகள் மீதான துவேஷம் குறித்து அதிக விமர்சனம் ஏன் யாராலும் (எழுத்தாளர்கள்/ பிரபலங்கள்) வைக்கப்படுவதில்லை?

கே. ராமசாமி

தமிழ்நாட்டில் மொழி வெறி அதிகம். மொழிப் பற்று இருக்கலாம். ஆனால் அதுவே வெறியாக மாறினால் இப்படித்தான் இருக்கும். யாதும் ஊரே யாவரும் கேளிர் என்றான் சங்க காலக் கவிஞன். ஆனால் நாகரீகம் வளர்ச்சி அடைந்த இந்தக் காலத்தில் தன் மொழியைத் தவிர பிற மொழிகளை வெறுக்கும் தமிழர்களை என்ன சொல்வது என்றே தெரியவில்லை. தமிழை வைத்து அரசியல் பண்ணும் அரசியல்வாதிகளின் பொம்மலாட்டப் பதுமைகளாகி விட்டனர் தமிழர்கள்.

ஐம்பது ஆண்டுகளுக்கு முன்பு வரை தமிழறிஞர், தமிழ்ப் புலவர் என்றால் அவர் சம்ஸ்கிருதத்திலும் அறிஞராகவே இருந்தார். சம்ஸ்கிருதம் தெரியாமல் கம்பர், வால்மீகி ராமாயணத்தை எப்படி

தமிழுக்குக் கொண்டு வந்திருக்க முடியும்? வில்லிபுத்தூரார் சம்ஸ்கிருதம் தெரியாமல் எப்படி வியாசனின் பாரதத்தைத் தமிழுக்குக் கொண்டு வந்திருக்க முடியும்? பசித்த மானிடம் என்ற நாவலை எழுதிய கரிச்சான் குஞ்சு வெறும் எழுத்தாளர் மட்டும் அல்ல; தமிழிலும் சம்ஸ்கிருதத்திலும் புலமை மிக்கவர். அவ்வளவு ஏன், மொகலாய மன்னர்களின் காலத்தில் (பதினாறு, பதினேழாம் நூற்றாண்டு) பெரும்பாலான சம்ஸ்கிருத இலக்கியங்கள் பெர்ஷிய மொழியில் மொழிபெயர்க்கப்பட்டன. அதற்குக் காரணம் என்னவென்றால், மொகலாய மன்னர்கள் சம்ஸ்கிருதத்தை வெறுக்காமல் அதில் உள்ள இலக்கியப் பொக்கிஷங்களைத் தங்களுடைய பெர்ஷிய மொழியில் மொழிபெயர்த்துக் கொண்டார்கள். அப்படி மொழிபெயர்க்கப்பட்ட நூல்களுள் ராமாயணமும் மகாபாரதமும் அடங்கும். இதற்காகவே தங்கள் தர்பாரில் சம்ஸ்கிருத அறிஞர்களான பிராமணர்களையும் பெர்ஷிய அறிஞர்களையும் ராஜ மரியாதையுடன் வைத்திருந்தனர். அதேபோல் பெர்ஷிய மொழி நூல்களும் சம்ஸ்கிருதத்துக்கு மொழிபெயர்க்கப்பட்டன. அக்பர் மற்றும் ஜஹாங்கீர் காலத்தில் இந்தப் பணி முழுமூச்சுடன் நடந்தது.

ஒவ்வொரு ஐரோப்பியனுக்கும் மூன்று, நான்கு மொழிகள் தெரிந்திருக்கின்றன. ஆனால் தமிழர்களுக்குத் தமிழைத் தவிர வேறு மொழி தெரியவில்லை. தமிழுமே சரியாகத் தெரியவில்லை என்பது இன்னொரு பிரச்சினை. இந்த நிலையில் சம்ஸ்கிருதத்தை வெறுத்து ஒதுக்கினால் அந்த மொழிக்கு ஒன்றும் நஷ்டமில்லை. நாம்தான் காளிதாஸன், பாஸன் போன்ற மகா கவிஞர்களை இழப்போம். மேலும், வான சாஸ்திரம், ஜோதிடம், கணிதம், தத்துவம் போன்ற அறிவுத் துறைகளைச் சார்ந்த நூல்களும் சம்ஸ்கிருதத்தில் ஏராளமாக உள்ளன. அதெல்லாம் ஒவ்வொரு இந்தியனும் பெருமைப்பட்டுக் கொள்ள வேண்டிய இந்தியாவின் சொத்து. எல்லாம் நம்முடையவை. ஆனால் நாமோ அதை வெறுத்து ஒதுக்குகிறோம்.

சம்ஸ்கிருதம் ஒரு ஜாதிக்கோ ஒரு மதத்துக்கோ உரித்தானது அல்ல. எனவே இன்றைய நிலையில் சம்ஸ்கிருதம் நம் கல்வித்திட்டத்தில் கட்டாயப் பாடமாக ஆக்கப் பட வேண்டும். இதில் ஏதும் மதவாத சூழ்ச்சி இருக்கும் என்று யாரும் சந்தேகப்பட்டால் அரபி அல்லது உருது மொழியையும் சேர்த்துக் கட்டாயப் பாடமாக்கலாம்.

அப்படிச் செய்தால் மொகலாய காலகட்டத்தில் இருந்தது போல் ஒரு இந்துவுக்கு சம்ஸ்கிருதமும் அரபியும் தெரிந்திருக்கும். ஒரு முஸ்லீமுக்கும் அந்த இரண்டு மொழிகளும் தெரிந்திருக்கும்.

24. இலக்கியத்தால் வாழ்க்கைக்கு ஒரு பைசா பயன் இல்லை. பணம் பண்ண முடியாது. புத்தகம் படிப்பவர்கள் வீண் எனும் மக்களின் கூற்றைக் கேட்டால் நெஞ்சு கொதிக்கிறது. எல்லாவற்றுக்கும் பணம் தான் அளவுகோலா? அவர்களுக்கு சரியான பதில் கூறவும்.

மா. செல்வநாதன்.

இந்த வாரம் வெளியாகியுள்ள எல்லா பதில்களுமே உங்கள் கேள்விக்குப் பதிலாக இருக்கும்.

25. சிறுவயதில் குளத்தில் எறிந்த கல் தண்ணீரில் தாவித்தாவி நீந்தி, சிறு சிறு மடிப்புகளை உருவாக்கிப்போகும் அழகிய சிற்றலைகளின் காட்சிகளை நினைத்ததும் உங்களுக்கு ஞாபகம் வருவது என்ன?

ஆர்.எஸ்.பிரபு, சென்னை- 90.

இன்றைய இளைஞர்கள்தான் முதலில் என் ஞாபகத்துக்கு வருகிறார்கள். அவர்களின் நிலையைப் பார்த்தால் பரிதாபமாக இருக்கிறது. முப்பது ஆண்டுகளுக்கு முன்னால் கூட இப்படி இல்லை. ஆனால் கணினி யுகத்தில் எல்லாமே எந்திர மயமாகி விட்ட பிறகு சிறார்கள் இயற்கையை விட்டு வெகுதூரம் போய் விட்டார்கள். எப்போதுமே விடியோ கேம்ஸ். அந்த விளையாட்டுக்களைப் பார்த்தால், துப்பாக்கியை எடுத்துக் கண்டபடி எல்லோரையும் எல்லோரும் சுட்டுக் கொண்டிருக்கிறார்கள். அந்த விளையாட்டு இல்லாவிட்டால் முகநூல். ஐந்து வயதுக் குழந்தை கூட முகநூலில் தன் புகைப்படத்தைப் போட்டு லைக் வாங்குகிறது.

சமீபத்தில் எட்டாம் வகுப்பு படிக்கும் தன் முகநூல் தோழி ஒருத்தி தன்னிடம் கேட்டதாக பனிரண்டாம் வகுப்பு மாணவன் ஒருவன் என்னிடம் சொன்னான். அவள் கேட்ட கேள்வி: "டேய், நீ சன்னி லியோன் படம் பார்த்திருக்கிறாயா?" எல்லா கால கட்டத்திலும் சிறார்களுக்கு செக்ஸில் ஆர்வம் ஏற்படுவது இயற்கைதான். சென்ற நூற்றாண்டில் அந்தப் பெண்ணுக்கு இந்நேரம் திருமணம் முடிந்து, குழந்தையே பெற்றிருப்பாள். ஆனால் இப்போது இணையத்தில்

எக்கச்சக்கமாகக் கிடைக்கும் செக்ஸ் நிஜத்தில் கிடைக்காததால் சிறாரிடம் ஒருவித பதற்றத்தை உண்டு பண்ணி விடுகிறது. இயற்கையிடமிருந்து விலகி எந்திரங்களோடு வாழ்வதால் ஏற்படும் பிரச்சினைகளில் முதலாவதாக இருப்பது இந்தப் பாலியல்.

சிறார்களுக்கும் இளைஞர்களுக்கும் அருவி தெரியவில்லை. நதி தெரியவில்லை. விண்மீன்கள் தெரியவில்லை. தென்றல், மலை, பூமி, சங்கீதம் எதுவுமே தெரியவில்லை. காலையில் கேட்கும் குயில்களின் சப்தத்தை உணரும் சிறுவர்கள் இப்போது யாரேனும் இருப்பார்களா என்று தெரியவில்லை. தங்களுக்குத் தேவையான குமாஸ்தாக்களை உருவாக்குவதற்காக வெள்ளைக்காரன் உருவாக்கிய கல்விமுறையை வைத்துக் கொண்டு இந்தியர்கள் இன்னமும் குமாஸ்தாக்களையே உருவாக்கி வருகிறார்கள். இதில் கணினிப் புரட்சியும் நிகழ்ந்த பிறகு தங்கள் சிருஷ்டித்திறனையே இழந்து விட்ட ஒரு தலைமுறை பிறந்து விட்டது.

மேற்கத்திய சீரழிவுக் கலாச்சாரத்தின் தாக்கம் என்று இதைச் சொல்ல மாட்டேன். அது மிகப் பெரிய தவறு. இவர்களின் வீழ்ச்சிக்கு மேற்கத்திய கலாச்சாரத்தை சுட்டிக் காட்டுகிறார்கள். இந்தியர்கள் மேற்கத்தியரின் கண்டு பிடிப்புகளை எடுத்துக் கொண்டு அதைத் துஷ்பிரயோகம் செய்து கொண்டிருக்கிறார்கள். சினிமா அங்கே வெறும் பொழுதுபோக்குச் சாதனம் அல்ல; அது அங்கே கலையாகவும் உள்ளது. கணினி கல்விக்கான சாதனம். யாரும் தொலைக்காட்சிக்கு அடிமை இல்லை. கையிலேயே அலைபேசியை வைத்துக் கொண்டு அலையும் இளைஞர்களை நான் ஐரோப்பாவில் பார்த்ததில்லை.

மிக முக்கியமாக யாரும் அங்கே மரங்களை வெட்டுவதில்லை. அதனால் ஒரு பெரிய நகரமாகவே இருந்த போதிலும் ஒரு வனத்தில் வாழ்வது போல் இருக்கிறது. நம் அளவுக்கு அவர்கள் இயற்கையிலிருந்து அந்நியமாகி விடவில்லை.

மேலும், அவர்கள் பணத்தைச் சேர்த்து வைப்பதில்லை. பயணம் செய்வதற்கே பணத்தைச் சேர்க்கிறார்கள். பயணத்தின் மூலம் அவர்கள் தங்களுடைய அனுபவங்களை செழுமைப்படுத்திக் கொள்கிறார்கள். இதனால் மனித வாழ்வு மேற்கத்திய நாடுகளில் இந்தியாவை விட மேம்பட்டதாக இருக்கிறது.

உங்கள் கேள்வியில் தெரிந்த காட்சிப் படிமம் என்னுள் இவ்வளவு யோசனைகளைக் கிளர்த்தி விட்டது.

26. எனக்கு நண்பர்களைப் பேணத் தெரியாது. நான் சொல்வது அன்பு சம்பந்தப்பட்டது அல்ல. மனித உறவுகளை மதிப்பது அல்லது அங்கீகரிப்பது சம்பந்தமானது. என்னுடன் பழகுபவர்கள் அவர்களின் பெருந்தன்மையால் பழகுகிறார்கள் என்று திடமாக நம்புகிறேன். அந்த அளவு நட்பில் அலட்சிய மனோபாவத்துடன் இருக்கிறேன். ஆனால், நீங்கள் நண்பர்கள் என்ற பதத்திற்கு இதுவரை சொல்லாத ஒரு விளக்கத்தை வைத்திருக்கிறீர்கள் என்று தோன்றுகிறது. மேலும், மனிதர்கள் பரஸ்பரம் கொடுத்துக் கொள்ள வேண்டிய மரியாதை, அங்கீகாரம் குறித்தே உங்கள் கதைகள் பேசுகின்றன. நீங்கள் கொண்டிருக்கும் நட்பின் வரையறை என்ன என்பதை சொல்லுங்களேன்.

செல்வகுமார்.

செல்வகுமார், நண்பர்களைப் பேணத் தெரியாது என்று நீங்கள் சொல்வதை எப்படிப் புரிந்து கொள்வது என்று தெரியவில்லை. நண்பர்கள் மட்டும் அல்ல; எல்லா மனித உறவுகளிலும் நான் கண்ணியம் காக்க வேண்டும் என்று நினைக்கிறேன். அதையே அவர்களிடமும் எதிர்பார்க்கிறேன். அப்படி நடக்கவில்லை என்றால் மீண்டும் மீண்டும் சந்தர்ப்பம் தருவேன். கடைசியில் ஒதுங்கி விடுவேன். என் மனைவியை சமைக்கச் சொல்லி நான் ஒருவேளை கூட உண்டதில்லை. இருவரும் சேர்ந்தேதான் சமைப்போம். இது ஒன்றும் ராணுவ விதி அல்ல. புரிந்து கொள்ளல். நம் இருவரின் வேலையை நாம் இருவருமே பகிர்ந்து கொள்வோம் என்ற அடிப்படை தர்மம். இதுவே எல்லா உறவுகளிலும். பணிப்பெண் வராவிட்டால் என் மகன் தான் பாத்திரங்களைத் தேய்ப்பான். அது பற்றிய எந்தக் கூச்ச உணர்வும் எங்கள் மூவருக்குமே இருந்ததில்லை.

என் வீடு என்பதை நான் ஒரு உதாரணமாகவே சொல்கிறேன். இதன் அடிப்படை என்னவென்றால், யாரையும் சுரண்டாமல் வாழ்வது. அடுத்தவர் உழைப்பில் வாழ்வதைத் தவிர்ப்பது. உங்களுக்கு ஒரு சிகரெட் வேண்டுமென்றால் உங்கள் நண்பனின் சிகரெட்டை எடுக்கக் கூடாது. எடுத்தால் அவனுக்குக் காலையில் தேவைப்படும் போது இருக்காது. அதேபோல், என் ரத்தம் சிந்தி என் மகனுக்காக நான் வீடு கட்ட மாட்டேன். அவனுக்குத் தேவையெனில் அவனே தான் கட்டிக் கொள்ள வேண்டும். அவனுக்கே அது தெரியும் விதத்தில்தான் அவனை நான் வளர்த்திருக்கிறேன். அதற்கு

வேண்டிய கல்வியையும் கொடுத்து விட்டேன். அது போதும். என் வாழ்க்கையை நானும் அவனுடைய வாழ்க்கையை அவனும் நிம்மதியாக வாழ வேண்டும். நான் பார்க்கும் மனித உறவுகளில் பெரும்பாலான இடங்களில் இது இல்லை.

'நான் கர்னாடக சங்கீதம் கற்றுக் கொள்ள விரும்பினேன். நீ போய் கற்றுக் கொள்,' என்று சொல்லும் எத்தனை தகப்பன்களைப் பார்த்துக் கொண்டிருக்கிறேன் தெரியுமா? நான் அவனுக்கு நல்லதுதானே செய்கிறேன் என்கிறார்கள். இந்த 'நல்லது'தான் ஆபத்தானது.

அடுத்தவனை உரசாத, அடுத்தவனைச் சுரண்டாத எந்த உறவும் நன்றாகவே இருக்கும்.

27. உன்னத இலக்கியங்கள் தோன்ற வறுமை தூண்டுதலா? உதாரணம்: பாரதி, தஸ்தயேவ்ஸ்கி, வறுமையின் வலியை வெல்ல உள்ளொளியின் பணி என்ன? வாழ்வின் உச்சத்தில் இருந்தவர்களால் படைப்பாற்றலை மீட்க முடியாதா?

மா.செல்வநாதன்.

வறுமையில் இலக்கியம் பிறக்கும் என்பது இலக்கியம் பற்றிய மூட நம்பிக்கைகளில் ஒன்று. அது உண்மையானால் இன்று பிச்சைக்கார நாடுகளாக இருக்கும் பல ஆஃப்ரிக்க நாடுகளிலிருந்தும் பங்களா தேஷ் போன்ற ஆசிய நாடுகளிலிருந்தும் மகத்தான இலக்கியப் படைப்புகள் தோன்றியிருக்க வேண்டுமே? இன்றைய ரஷ்யா மிகவும் வறிய நாடு. ஆனால் ஒரு இலக்கியவாதி இல்லை. எனவே, வறுமையோ செழிப்போ ஒரு நல்ல இலக்கியச் சூழலுக்குக் காரணமாக இருக்க முடியாது. தாய்லாந்து நாம் நினைப்பது போல் ஒரு ஏழை நாடு அல்ல. அதே சமயம் பணக்கார நாடும் அல்ல. நடுத்தரம். ஆனால் நம் நாட்டை விட வாழ்க்கை வசதி பல மடங்கு அதிகம். நானும் ஒரு நண்பரும் மோட்டார் சைக்கிளில் மேகாங் நதியை ஒட்டி 500 கிலோமீட்டர் தூரம் சென்றோம். ஒரு கிராமத்தில் கூட வறுமை தெரியவில்லை. சாலை வசதி இல்லாத ஒரு ஊரைக் கூட தாய்லாந்தில் பார்க்க முடியவில்லை. அந்த அளவுக்கு மக்கள் நலனில் அக்கறை காட்டும் அரசு. ஆனால் அந்த நாட்டில் யாருக்கும் புத்தகம் படிக்கும் பழக்கமே இல்லை. மிகப் பெரிய புத்தகக் கடைகளில் கூட அம்புலிமாமா ரகப் புத்தகங்கள்தான் உள்ளன. மக்கள் எல்லோருமே டிவி சீரியல்களிலும் மதுவிலும்

மூழ்கிக் கிடக்கிறார்கள். நாள் முழுவதும் கடும் உழைப்பு, இரவில் மது. எல்லா நேரமும் டிவி சீரியல். இதுதான் தாய் மக்களின் வாழ்க்கை.

எனவே, ஒரு நல்ல செறிவான கலாச்சாரப் பின்னணி மட்டுமே சீரிய இலக்கியம் பிறப்பதற்கான சூழலைத் தரும் என்பது என் கருத்து.

மேலும், வறுமையின் வலியை மட்டும் அல்ல; காமத்தின் வலியைக் கூட இலக்கியத்தால் கடக்க முடியும். படிக்கவும்: Elfriede Jelinek எழுதிய பியானோ டீச்சர்.

28. மனித வாழ்வின் மாற்றத்தில் இலக்கியத்தின் பங்கு என்ன? இலக்கியத்தை எல்லோரிடமும் கொண்டு சேர்ப்பது எவ்வாறு?

எஸ்.பார்த்திபன், வதிலை (வத்தலக்குண்டு)

மனித வாழ்வின் மாற்றத்தில் இலக்கியத்தின் பங்கு ஒன்றுமில்லை. தத்துவம், விஞ்ஞானம் போன்றவைதான் அந்தப் பணியைச் செய்து கொண்டிருக்கின்றன. மார்க்சீயம் என்ற தத்துவம் கம்யூனிசம் என்ற நடைமுறையாக மாறி மனித வாழ்விலும், வரலாற்றிலும் எத்தனை பெரிய துயரகரமான மாற்றத்தைக் கொண்டு வந்தது என்பதை நாம் அறிவோம். அதேபோல், கருத்துச் சுதந்திரம், விடுதலை, சமத்துவம் போன்ற கோட்பாடுகள் மனித வாழ்வில் கொண்டு வந்த அற்புதமான மாற்றங்களையும் நாம் அனுபவித்து வருகிறோம். அப்படித்தான் விஞ்ஞானமும். வனக் குரங்குகளின் வாழ்க்கையிலிருந்து நம்மை இப்படி ஒரு சொகுசான வாழ்க்கைக்குக் கொண்டு வந்தது விஞ்ஞானம். ஆனால் இலக்கியம் ஞானம். அது ஒவ்வொரு தனிமனிதனுக்குள்ளும் நிகழும் அற்புதம். அந்த அற்புதத்தின் ஊற்று இலக்கியம்.

இலக்கியத்தையே அறியாத சமூகம் இப்போதைய இந்திய சமூகத்தைப் போல்தான் இருக்கும். இலக்கியம் இல்லையேல் ஒருவனிடம் ஞானம் இல்லை. ஞானம் இல்லாதவன் எவ்வளவுதான் பணம் படைத்தவனாக இருந்தாலும் மிருகத்துக்குச் சமமானவன் என்கிறார் பர்த்ருஹரி. அந்த வகையில் மனித வாழ்வின் மாற்றத்தில் இலக்கியத்தைப் போல் முக்கியத்துவம் கொண்ட வேறேதும் இல்லை.

இலக்கியத்தை எல்லோரிடமும் கொண்டு சேர்ப்பது சாத்தியம்தான். கல்வித் துறையில் மாற்றம் நிகழ்ந்தால் அது நடக்கலாம்.

29. தியாகையர், சியாமா சாஸ்திரிகள், முத்துசாமி தீட்சிதர்- மூவரில் சியாமா சாஸ்திரிகளைப் பற்றி விலாவாரியாக உங்கள் தளத்தில் எழுதியிருந்தீர்கள். மற்ற இருவரைப் பற்றி கொஞ்சம் சொல்லுங்களேன்.

சுரேஷ்கண்ணன்,சிவகங்கை.

மூவரிலும் தீட்சிதரை எனக்கு மிகவும் பிடிக்கும். அவரை சென்னையில் ஆதரித்த முதலியார் என்ற தனவந்தரின் சிநேகத் தினால் தீட்சிதர் ஆறு ஆண்டுகள் தினந்தோறும் மேற்கத்திய சாஸ்த்ரீய சங்கீதத்தைக் கேட்டிருக்கிறார். பிறகு காசி சென்று அங்கே தன் குருவுடன் தங்கியிருந்த சில ஆண்டுகளில் ஹிந்துஸ்தானி சங்கீதமும் அவருக்குப் பரிச்சயம்.

தியாகய்யர், சாஸ்திரிகள், தீட்சிதர் இந்த மூன்று மகான்களைப் பற்றியும் ஒரு புத்தகம் எழுத வேண்டும் என்பது என் ஆசை. இந்த ஆயுளில் அது முடியுமா என்று தெரியவில்லை.

30. தமிழகம் சுத்தமாக அறிந்திருக்க வாய்ப்பேயில்லாத சிறந்த 'காட்சி தரிசனம்' கொடுக்கும் நவீன தமிழ் எழுத்தாளர்கள் மற்றும் படைப்புகளைப் பரிந்துரைக்க வேண்டுகிறேன்.

பாஸ்கர ரவிவர்மன், உசிலை.

ஜெயமோகன் அல்லது நாஞ்சில் நாடன் உங்கள் கேள்விக்குப் பதில் அளிக்கக் கூடும். நம்மால் முடியாது, ஜூட்.

4

சமஸ்கிருதம் செத்த மொழியா?

செப்டம்பர் 04 , 2014

31. சம்ஸ்கிருதம் செத்து விட்டது என்று சொல்கிறாரே மனுஷ்ய புத்திரன்?

ரங்கநாதன். ஆர்.

கேள்விப்பட்டேன். சம்ஸ்கிருதம் என்றைக்குமே பாமர மக்களின் பேச்சு மொழியாக இருந்ததில்லை. அது அறிஞர்களின் மொழி. விஞ்ஞானிகளின் மொழி. எனவே, வியாசனும், வால்மீகியும் காளிதாஸனும், பாஸனும், பர்த்ருஹரியும், அற்புதமான கவித் துவத்தைக் கொண்ட வேதங்களும் இருக்கும் வரை சம்ஸ்கிருதம் இருக்கும். இன்றைய தினம் தமிழே அறிஞர்களின், புத்திஜீவிகளின், எழுத்தாளர்களின் மொழியாகி விட்டது. தமிழ் சரியாக எழுதத் தெரிந்தவர்கள் ஊருக்கு நூறு பேர் கூட தேற மாட்டார்கள். தமிழ் இப்போது பேச்சு மொழி ஆகி விட்டது.

இன்னொரு முக்கியமான விஷயத்தை மனுஷ்ய புத்திரன் மறந்து விட்டார். ஒரு ஆலம் விதை மண்ணில் விதைந்து மரமாகி விழுது விட்டு மாபெரும் விருட்சமாக வளர்ந்திருக்கும் நிலையில் அதன் வித்து செத்து விட்டது என்று யாரேனும் சொல்வார்களா? மலையாள மொழியில் மூன்றில் ஒரு பங்கு சம்ஸ்கிருதம்தான். தமிழில் அந்த அளவுக்கு இல்லையென்றாலும் தமிழும் சம்ஸ்கிருதமும் ஒன்றுக்கொன்று கொடுத்து வாங்கிக் கொண்டவை. எனவே, இந்த மொழிகளிலும் சம்ஸ்கிருதம் தன் ஜீவனை வைத்துக் கொண்டுதான் இருக்கிறது. ஏன், மனுஷ்ய புத்திரன் என்ற பெயரில் கூட சம்ஸ்கிருதம் வாழ்ந்து கொண்டுதானே இருக்கிறது?

மதச் சண்டைகளை அரசியல்வாதிகள் செய்யட்டும்; கவிஞன் செய்யலாமா? ஒரு கவிஞன் எப்படி ஒரு மொழியை வெறுக்க முடியும் என்று எனக்குப் புரியவே இல்லை.

32. மனிதப் பிறவியின் நோக்கம் என்று நீங்கள் எதை சொல்வீர்கள்?

எஸ்.அருண்பிரசாத்

ராமகிருஷ்ண பரமஹம்ஸரின் வாழ்க்கைச் சரிதத்தைப் படித்தால் உங்கள் கேள்விக்கு பதில் கிடைக்கும். ஐம்பதே ஆண்டுகள் வாழ்ந்து மறைந்த அந்த மகான் ஆறு மாத காலம் நிர்விகல்ப சமாதியில் இருந்தவர். நிர்விகல்ப சமாதி என்பது ஆத்மா உடலை விட்டுப் பிரிந்து பஞ்சபூதங்களோடு கலந்து இருத்தல். அப்பேர்ப்பட்ட ராமகிருஷ்ணர் மனிதப் பிறவியின் நோக்கம் இறை சக்தியை உணர்தல் என்கிறார். ஒரு மனிதன் எந்த உயிரையும் இம்சிக்காமல், வாடிய பயிரைக் கண்டபோதும் வாடுகின்ற மனதோடு வாழ்ந்தாலே அந்த நிலையை எட்டி விடலாம் என்பது என் கருத்து. அந்த நிலையில் ஒரு மரத்தோடும் உங்களால் உரையாட முடியும். தொடர்பு மொழிதான் வேறாக இருக்கும்.

அரிது அரிது மானிடர் ஆதல் அரிது என்றார் ஔவை. ஆனால் மனிதர்களில் பெரும்பாலோர் அதை உணர்ந்ததாகத் தெரியவில்லை. என் நண்பரின் பக்கத்து வீட்டில் ஒரு மாபெரும் விருட்சம் இருந்தது. எத்தனையோ பட்சிகள் அங்கே வாசம் செய்து வந்தன. ஒருநாள் வீட்டுக்காரர் அந்த மரத்தை அடியோடு வெட்டிப் போட்டார். தரையில் இலைகள் கொட்டி குப்பை ஆகிறது என்பது காரணம். நூற்றுக் கணக்கான பட்சிகள் இல்லம் இழந்து எங்கோ போய் விட்டன. மழை வேண்டும் மழை வேண்டும் என்றால் எப்படிப் பெய்யும்? இது போன்ற மனிதர்களைப் பற்றி பாரதி பாடிய பாடலைப் படித்திருப்பீர்கள்.

தேடிச் சோறு நிதந்தின்று - பல
சின்னஞ்சிறு கதைகள் பேசி - மனம்
வாடித் துன்பமிக உழன்று - பிறர்
வாடப் பலசெயல்கள் செய்து - நரை
கூடிக் கிழப்பருவம் எய்தி - கொடுங்
கூற்றுக்கு இரையெனப்பின் மாயும் - பல
வேடிக்கை மனிதரைப் போலே - நான்
வீழ்வேனென்று நினைத்தாயோ?

33. சுழியத்தால் ஞாலம் புகழை அடைந்தார்
வழிதனி கொண்டு படைத்தார் - செழித்த
உரைநடை யால்தமிழ் மேலும் வளர்த்தார்
திரைகடல் மாண்புற்ற சாரு

(சுழி=ஸீரோ டிகிரி)

34. ஆன்மீகத்தில் மூழ்கிய நம் சமூகம் காமத்தால் கரை புரளும் முரணுக்குக் காரணம் என்ன?

35. நம் குடும்பம், சுற்றம், ஆசான், கல்வி முறை, அரசாங்கம் மற்றும் அது சாரா அமைப்புகள் யாவுமே நம் குழந்தைகளுக்கு நல்ல பழக்கங்களை வழக்கப்படுத்தாதற்குக் காரணம் என்ன? அவர்களைத் தடுப்பது எது?

பெ. உலகநாதன், பெங்களூர்.

வெண்பாவுக்கு நன்றி. உங்கள் முதல் கேள்வி. நம் சமூகம் ஒன்றும் ஆன்மீகத்தில் மூழ்கிக் கிடக்கவில்லை. உலகிலேயே அதிக மதங்கள் தோன்றிய நாடு இந்தியா; இங்கேதான் எண்ணற்ற ஆன்மீக புருஷர்கள், ஞானிகள், ஸூஃபிகள், சித்தர்கள் வாழ்ந்திருக்கிறார்கள். வாழ்ந்து கொண்டும் இருக்கிறார்கள். ஆனால் அதற்கும் மக்கள் கூட்டத்துக்கும் தொடர்பு விட்டுப் போய் பல காலம் ஆகிறது. மக்கள் யாருக்கும் குற்றம் செய்வதில் பயம் இருப்பதாகத் தெரியவில்லை. கொள்ளை அடிப்பது, மலையையே வெட்டி எடுத்து ஏற்றுமதி செய்வது, பெண்களை வன்கலவி செய்து கொலை செய்வது, கோடிக் கணக்காக தேசத்தின் சொத்தைச் சூறையாடுவது போன்ற எல்லா தீமைகளையும் செய்து விட்டு கடவுளிடம் செல்கிறார்கள். தேசத்தில் குற்றங்கள் பெருகப் பெருக கோவில்களில் கூட்டம் அதிகரித்துக் கொண்டிருக்கிறது. இதெல்லாம் ஆன்மீகமா?

மக்களுக்குப் பேராசை அதிகமாகி விட்டது. அதனால்தான் கோவிலுக்குப் போகிறார்கள். இதற்கும் ஆன்மீகத்துக்கும் சம்பந்தமில்லை. மேலும் நம் நாட்டு மக்கள் காமத்தில் ஒன்றும் கரை புரளவில்லை. தேகத்தின் பசிக்கு என்ன செய்வதென்று தெரியாமல் திண்டாடிக் கொண்டிருக்கிறார்கள். இப்போது ஒரு பெண்ணுக்கும் ஆணுக்கும் எத்தனை வயதில் திருமணம் ஆகிறது என்று உங்களுக்குத் தெரியுமா? 30 வயதில் ஒரு பெண்ணுக்குத் திருமணம் செய்வதெல்லாம் மிகவும் சகஜமாகி விட்டது. அந்த வயது வரை ஒரு பெண்ணும் ஆணும் தன் தேகத்தின் தேவைக்கு

என்ன செய்வார்கள்? நம் நாட்டில் ஒரு ஆணும் பெண்ணும் பூங்காவிலோ கடற்கரையிலோ சேர்ந்து அமர்ந்திருந்தால் திருமணச் சான்றிதழ் கேட்கிறது போலீஸ். லத்தியால் அடித்துத் துரத்துகிறார்கள். காதலிப்பவரெல்லாம் கிரிமினல்களா? ஒரு ஆணும் பெண்ணும் திருமணம் ஆகாமல் எங்கேயும் அறை எடுக்க முடியாது. நட்சத்திர ஓட்டல்களில் கூட அது சாத்தியம் இல்லை. சரி, பாலியல் தொழிலாளிகளிடம் செல்லலாம் என்றால் அங்கேயும் வந்து உள்ளே பிடித்துப் போட்டு விடுகிறது போலீஸ். புகைப்படமும் பத்திரிகையில் வந்து விடும். முன்பெல்லாம் அழகி கைது என்று பெண் படம் மட்டும் வரும். இப்போதெல்லாம் அழகியிடம் போன அழகனின் படமும் வந்து விடுகிறது. அதை விட அவமானமும் தண்டனையும் வேறு ஏதும் உண்டா? அழகனோடு சேர்த்து அவனுடைய குடும்பத்துக்கே ஆப்பு. தற்கொலை செய்து கொள்வதைத் தவிர வேறு வழியில்லை. எல்லாம் ஒரு ஐந்து நிமிட சுகத்துக்காக. சமூகம் முழுமைக்குமாக கலாச்சாரத்தின் பெயரால் செக்ஸை இப்படி அடக்க அடக்க அது எரிமலை வெடிப்பது போல் வெடிக்கிறது. அதன் விளைவைத்தான் தினந்தோறும் தினசரிகளில் படித்துக் கொண்டிருக்கிறோம். சமீபத்தில் மூன்று வயதுக் குழந்தை ஒன்றை ஒருவன் வன்கலவி செய்திருக்கிறான்.

உங்களுடைய இரண்டாவது கேள்வி. ஆங்கிலேயன் வகுத்துக் கொடுத்த கல்வித் திட்டத்தை முழுமையாக ரத்து செய்து விட்டு, இந்தியப் பாரம்பரியத்தின் அடிப்படையில் அமைந்த கல்வித் திட்டம் வந்தால் ஒழிய நம் குழந்தைகளின் எதிர்காலம் இருளாகத்தான் தெரிகிறது. எனக்குத் தெரிந்த ஒரு ஐஐடி பேராசிரியர். தன் மனைவியையும் மகனையும் அடிமைகளைப் போல் நடத்துகிறார். பெல்ட்டால் அடிக்கிறார். சைக்கோவைப் போல் நடந்து கொள்கிறார். இன்னொரு ஐஐடி கோல்ட் மெடலிஸ்ட். பெரிய உத்தியோகத்தில் இருக்கிறார். நாகேஸ்வர ராவ் பூங்காவில் வந்து எல்லா பூக்களையும் பறித்துக் கொண்டு போய் விடுகிறார். எல்லோரும் பணம் பண்ணும் எந்திரமாகி விட்டார்கள். நல்ல பழக்கம் எப்படி வரும்? சிறு வயதிலேயே அதைக் கற்பிக்க வேண்டும். ஆபாசமான சினிமாவை தொலைக்காட்சியில் பார்த்துக் கொண்டு, பிள்ளைகளை படி படி என்று சித்ரவதை செய்கிறார்கள் பெற்றோர்கள். 95 மதிப்பெண் எடுத்தால் கூட ஏச்சும் பேச்சும் தான். உன்னோடு படிக்கும் அந்தப் பையன் 98 எடுத்திருக்கிறானே, நீ ஏன் எடுக்கவில்லை? பிள்ளைகள் சைக்கோ மாதிரியே நடந்து கொள்ள ஆரம்பித்து விடுகிறார்கள். பள்ளி இறுதி ஆண்டு படிக்கும்

பல மாணவர்களைப் பார்த்திருக்கிறேன். ஏதோ ரோபோ போலவே நடக்கிறார்கள், பேசுகிறார்கள். மதிப்பெண் எடுப்பதைத் தவிர வேறு ஒன்றுமே தெரியாத எந்திரங்களான இந்தக் குழந்தைகள் விடியோ கேம்ஸில் விளையாடுவதெல்லாம் கொடூரமான வன்முறை விளையாட்டுகளைத்தான்.

இலக்கியம் தெரியாது. பாரம்பரியம் தெரியாது. இயற்கையோடு உறவாடத் தெரியாது. பள்ளிப் பாடங்களைத் தவிர வேறு எதையுமே படித்ததில்லை. மாணவன் தன் பெற்றோரையும் ஆசிரியர்களையும் எதிரியாக பாவிக்கிறான். அவர்களும் இவனை எதிரியாக பாவிக்கிறார்கள். இப்படியாக நம் கல்விக் கூடங்கள் வெறும் மனநோயாளிகளைத்தான் உருவாக்கிக் கொண்டிருக்கின்றன. இந்த மனநோயிலிருந்து கொஞ்சம் ஆசுவாசம் அடைவதற்காக பதினாறு பதினேழு வயதிலேயே குடிக்கவும் ஆரம்பிக்கிறார்கள். குடி வன்முறையின் ஆரம்பம். மனநோயோடு வன்முறையும் சேர்ந்தால் என்ன ஆகும்?

இருபது வயது மாணவன் ஒருவனிடம் இந்த தேசத்தைப் பற்றி உனக்கு என்ன தெரியும் என்று கேட்டால் அவன் என்ன சொல்லுவான் என்று யோசித்துப் பாருங்கள். அதற்குப் பதிலாக ஒரே ஒரு வாக்கியத்தைக் கூட சொல்ல முடியாதவனாக இருக்கிறான். தவறு அங்கேதான் இருக்கிறது.

36. தமிழின் எல்லா முக்கிய எழுத்தாளர்களும் தங்கள் உரைகளில் குறிப்பிடுவது / பரிந்துரைப்பது பிற மொழி எழுத்தாளர்களாக இருக்கின்றனர். உதாரணம்: போர்ஹேஸ், காஃப்கா, வில்லியம் கார்லோஸ் வில்லியம்ஸ், ஜான் காக்தூ, கேப்ரியல் கார்சியா மார்க்கேஸ், ஹெர்மென் மெல்வில், தோரோ, ஹெர்மன் ஹெஸ்ஸே, மிரோஜெக், ரேமண்ட் கார்வர், செல்மா லாகர்லெவ்... இன்னும் பலர்! ஒரு தமிழ் வாசகன் ஒரு தமிழ் எழுத்தாளரைப் படிக்கும் போது ஆயிரமாயிரம் ஆண்டுகள் வழமை வாய்ந்த தமிழ் இலக்கியப் பரிந்துரைகள் இருப்பதில்லை என்பது போக... குறிப்பிட்ட அயல் மொழி இலக்கியங்களைப் படிக்க முடியும் ஒரு தமிழ் வாசகன் மீண்டும் ஏன் தமிழ் எழுத்துக்களைப் படிக்க வெண்டும்?

க. வித்யாசாகர்.

அயல்மொழி இலக்கியத்தைப் படிப்பது தமிழ் இலக்கியத்தை மறப்பதற்கோ அதிலிருந்து விலகி ஓடுவதற்கோ அல்ல. இன்று

நமக்குக் கிடைக்கும் அயல் மொழி எழுத்தாளர்கள் யாவரும் ஒரே மொழியைச் சேர்ந்தவர்கள் அல்லர். பரந்து பட்ட இந்த உலகின் பல்வேறு மொழிகளைச் சேர்ந்தவர்கள். இவர்களைப் படித்தால் நம் இலக்கிய அனுபவம் இன்னும் விசாலமடையும். பாரிஸ் நகரின் பஸ்களில் அந்த நாட்டின் இலக்கியக்கர்த்தாக்களின் மேற்கோள்களை எழுதி வைத்திருக்கிறார்கள். அதில் நான் திருக்குறளையும் பார்த்தேன். எனவே நீங்கள் தமிழ் மொழி என்று தனியாகப் பார்க்க வேண்டாம். எல்லா மொழி இலக்கியத்தையும் படிப்பது போல் தமிழ் இலக்கியத்தையும் ஒருவர் வாசிக்க வேண்டும். ஆனால் என்னைக் கவலை கொள்ள வைக்கும் விஷயம் என்னவென்றால், மார்க்கேஸையும் காஃப்காவையும் தெரிந்த தமிழர்களுக்கு ருத்திரசன்மனைத் தெரியவில்லை. (அகநானூறைத் தொகுத்தவர்.) அப்பரையும் ஆண்டாளையும் தெரியவில்லை. கொஞ்ச காலத்துக்கு இந்த மொழிபெயர்ப்பு எல்லாவற்றையும் நிறுத்தி வைத்து விட்டுத் தமிழ் இலக்கியத்தை வாசித்துவிட்டு வரலாம் என்று தோன்றுகிறது.

37. அகதிகள் என்று நம்மால் பெயர் சூட்டப்பட்ட நம் குலத்தைச் சார்ந்த இலங்கைத் தமிழர்களுக்கு எப்பொழுது இந்தியாவில் குடியுரிமை கொடுப்பார்கள்?

ஜோ.எமிமா, சென்னை

எப்போதுமே கொடுக்க மாட்டார்கள் எமிமா. இந்தியாவில் இந்தியர்களையே அகதிகளை விடவும் கேவலமாக நடத்தும் போது வெளிநாட்டைச் சேர்ந்த தமிழர்களுக்கா குடியுரிமை கொடுப்பார்கள்? மேலும், வட இந்தியர்களுக்கு தமிழர்களை நினைத்தால் அடிவயிறு கலங்கும். ஒரு காலத்தில் தனிநாடு கேட்டவர்களாயிற்றே என்றுதான் வடக்கில் தமிழர்களைப் பற்றி நினைக்கிறார்கள். தமிழர்கள் எல்லோரையுமே அவர்கள் பிரபாகரனாகத்தான் பார்க்கிறார்கள். பொதுவாக, தமிழர்கள் பற்றிய வட இந்தியர்களின் உளவியல் அதுதான். அந்த பயத்தினாலேயே அவர்கள் இலங்கைத் தமிழர்களுக்கு எந்த உதவியும் செய்ய மாட்டார்கள். ஐரோப்பாவிலும் கனடா, ஆஸ்திரேலியாவிலும் ஒதுங்கியவர்களின் வாழ்க்கை பரவாயில்லை. தாய்நாட்டை விட்டுப் பிரிந்திருக்கும் மீளாத் துயரம் இருந்தாலும் அங்கெல்லாம் மனிதனை மனிதனாக மதிக்கும் சமத்துவம் வந்து விட்டது.

38. இந்தியக்கலை, கலாச்சாரத்தைக் கேவலப்படுத்தும் கலையுணர்வற்ற சினிமா ஆட்களை எதிர்காலத்தில் எப்படி கையாள்வது? (சமீபத்தில் அப்படிப்பட்ட ஒரு இயக்குனரை நீங்கள் சாடியதற்கு மிக்க நன்றி).

கே.ராமசாமி

நம்மால் கையாள முடியும் நிலையில் அவர்கள் இல்லை. அவர்களிடம்தான் கோடி கோடியாய் பணமும் அதிகாரமும் இருக்கிறது. அவர்கள்தான் மக்களின் வழிபாட்டுக்குரிய தெய்வங்களாகவும் இருக்கிறார்கள். எனவே இணைய தளத்தில் நம் எதிர்ப்பைத் தெரிவித்துவிட்டு ஒதுங்கிப் போக வேண்டியதுதான். வேறு வழியில்லை. ஆனால் ஒன்று, இவர்கள் இப்படிக் கேவலப் படுத்துவதால் கலை கலாச்சாரத்துக்கு ஒரு கேடும் வந்து விடாது. கார்ல் மார்க்ஸ் ஒருமுறை சொன்னார், உலகமே அழிந்தாலும் பீத்தோவனின் இசை அழியாது என்று. அதே வார்த்தை நம்முடைய கர்னாடக சங்கீதத்துக்கும் பொருந்தும். மக்கள் அதைக் கேட்டாலும் சரி, கேட்காவிட்டாலும் சரி, கர்னாடக சங்கீதம் உயிரோடு இருக்கும். அதை உயிர்ப்பித்துக் கொண்டே இருக்கும் ரசிகர்களும் இருந்து கொண்டேதான் இருப்பார்கள்.

39. நம்மைச் சுற்றியுள்ள நிஜ உலகம் கற்றுத் தந்ததை விடவும் கதைகள் நமக்கு அதிகம் கற்றுத் தருகின்றன என்று சொல் கிறார்கள். எனில் சக மனிதர்களின் வாழ்வில் கதைகள் என்ன தாக்கத்தை ஏற்படுத்த வேண்டும் என்று நினைக்கிறீர்கள்?

ஆர்.எஸ்.பிரபு, சென்னை- 90.

சமயங்களில் புத்தகங்களை விட நிஜ உலகம் அதிகமாகக் கற்றுத் தரும். சமயங்களில் நிஜ வாழ்க்கையை விட புத்தகங்கள் அதிகம் கற்றுத் தரும். இரண்டுமே உண்மைதான். எது உசத்தி என்றெல்லாம் சொல்ல முடியாது. மேலும், நிஜ வாழ்வையும் புத்தகத்தையும் யார் எதிர் கொள்கிறார்கள் என்பதைப் பொறுத்தும் இது அமைகிறது. தரிசனமும் கலாஞானமும் நிரம்பப் பெற்றவருக்கும் பாமரருக்கும் வித்தியாசம் இருக்கிறது இல்லையா? சுதந்திரம், சமத்துவம், சகோதரத்துவம் என்ற வார்த்தைகளுக்கான அர்த்தத்தை நான் ஃப்ரான்ஸில் கண்டேன். எந்த அளவுக்கு ஃப்ரெஞ்சுக்காரர்கள் சக மனிதர்களைப் பேணுகின்றார்கள் என்றால் பாரிஸ் நகரின் பல பகுதிகள் மொராக்கோ, அல்ஜீரியா, மாலி போன்ற Maghreb நாடு களைச் சேர்ந்தவர்களின் ஊர்களாகி விட்டன. லா சப்பல் போன்ற

பகுதிகள் இலங்கைத் தமிழர்களின் ஊர்களாகி விட்டன. ஒரு மெத்ரோவில் ஏறினேன். இரவு நேரம். பத்து பேர் இருந்தார்கள். ஐந்து கறுப்பின மக்கள். மூன்று இலங்கைத் தமிழர் மற்றும் நான். ஒரே ஒரு ஃப்ரெஞ்சுக்காரர். இதனால் பாரிஸின் அமைதி போய் விட்டது. திருட்டு அதிகமாகி விட்டது. ஃப்ரெஞ்சுக்காரர்கள் பலர் பாரிஸை விட்டு உள்ளே வேறு நகரங்களுக்கும் சிற்றூர்களுக்கும் போய் விட்டனர். பாரிஸ் நகரமே அகதிகளின் ஊராகி விட்டது. இந்த மனப்பான்மை எந்த தேசத்தவருக்கு வரும்? நாம் விடுவோமா? சுதந்திரம், சமத்துவம், சகோதரத்துவம் என்று எத்தனையோ முறை படித்திருக்கிறேன். ஆனால் பாரிஸுக்கு நேரில் சென்று பார்த்த போதுதான் அவற்றின் உண்மையான அர்த்தத்தைப் புரிந்து கொண்டேன்.

அதேபோல் நிஜ வாழ்வை விட புத்தகங்கள் என் வாழ்வையும் சிந்தனையையும் மாற்றியதும் நடந்திருக்கிறது. தருண் தேஜ்பாலை சர்வதேச இலக்கிய விழாக்களின் இரவு விருந்துகளில் மூன்று முறை சந்தித்திருக்கிறேன். என்னை அழைத்து மணிக் கணக்கில் பேசிக் கொண்டிருப்பார். தெஹல்காவில் எழுதியிருக்கிறேன் என்ற முறையில் என்னை அவருக்குத் தெரிந்திருந்தது என்று நினைத்துக் கொள்வேன். நள்ளிரவு வரை பேச்சு தொடரும். பல எழுத்தாளர்களைப் போல் அவரே அறுக்காமல் நான் பேசுவதையும் உன்னிப்பாகக் கேட்டுக் கொண்டிருப்பார். அப்போது எனக்கு அவர் தெஹல்கா ஆசிரியர் மட்டுமே. நாவல் எழுதியிருக்கிறார் என்று தெரியும். ஆனால் படித்ததில்லை. எல்லா பஞ்சாபிகளையும் போலவே சத்தம் போட்டுப் பேசுவார். மேட்டுக்குடியைச் சேர்ந்தவர் களைப் போல் சிப்பந்திகளிடம் எல்லாம் ஆங்கிலத்தில் பேசி அலட்டாமல் சாதாரணமாக இந்தியில் பேசுவார். திருவனந்தபுரத்தில் முதல் சந்திப்பு. இவர் பேசிய இந்தி அந்த மலையாளி சிப்பந்திக்குப் புரிந்தது. ஏனென்றால், இவர் சொன்ன வாக்கியத்தில் இருந்த ஒரு வார்த்தை. (அரே பாய் க்யா யார் பார் பார் வடா பஜ்ஜி லே கர் ஆ ரஹே ஹோ சிக்கன் லே ஆவ் யார்.)

ஒருநாள் எனக்கு ஒரு ஃபோன் வந்தது. தெரியாத எண். எடுத்துக் கேட்டேன். 'ஹாய் சாரு, நான் தான் ஸோ அண்ட் ஸோ. எப்படி இருக்கிறீர்கள் சௌக்கியமா? என் பிரதர் உங்களோடு பேச வேண்டும் என்கிறார். அதனால்தான் ஃபோன் செய்தேன்.' பெண் குரல். மேட்டுக்குடியினரின் ஆங்கிலம். அவர் பெயர் எனக்குத் தெரிந்திருக்கவில்லை. ஆனால் அவரோ நன்கு பழகியது போல்

பேசினார். யார் உங்கள் பிரதர் என்றேன். ஓ ஸாரி, தருண் தேஜ்பால். நான் மிரண்டு போனேன். தருண் ஏன் நம்மிடம் பேச வேண்டும்? புரியவில்லை. நாங்கள் ஃபோனில் பேசியதில்லை. ஃபோனில் பேசுவதெல்லாம் தெஹல்கா எம்.டி.ஷோமா சௌத்ரி தான். அன்றைய தினம் தருண் பேசியது ஸீரோ டிகிரி பற்றி. பிரமாதமான நாவல், இப்படி ஒரு நாவலைப் படித்ததே இல்லை, இத்யாதி. தில்லிக்கு வாருங்கள்; ஒரு மாலையில் சந்தித்துப் பேசுவோம்.

அவரை தில்லியில் சந்திப்பதற்கு முன்னால் அவர் எழுதிய ஒரு நாவலையாவது படித்து விடுவோம் என்று The Alchemy of Desire-ஐப் படித்தேன். படிப்பதற்கு முன்பு, ''நட்புக்காகப் படித்து விடுவோம். எப்படியும் நன்றாக இருக்காது. அதைப் பற்றிய பேச்சைத் தவிர்த்து விடுவோம்,'' என்றே நினைத்தேன். படித்த பிறகு அந்த நாவல் எனக்குக் கொடுத்த தரிசனத்தை புதிய நாவலாகவே (புதிய எக்ஸைல்) எழுதி விட்டேன். 900 பக்கங்களில். என்ன தரிசனம் அது? பிறந்ததிலிருந்து நம்முடனேயேதான் இருக்கின்றன மரங்களும், பட்சிகளும். ஆனால் ஆல்கெமியைப் படித்த பிறகு ஒவ்வொரு மரமும் எனக்கு ஒவ்வொரு போதி மரமாகத் தோன்ற ஆரம்பித்தது. இந்தியா பூராவும் மரங்களைத் தேடி அலைந்தேன். ஆல்கெமி ஒரு காதல் கதைதான். ஆனால் அதில் நான் அடைந்த ஞானம், அண்டமும் பிண்டமும் பற்றியது.

புத்தகங்களின் மூலம் இப்படியும் நடக்கலாம். (பிறகு நான் தருணை கோவா சிறையில்தான் சந்திக்க நேர்ந்தது விதியின் விளையாட்டு என்றுதான் சொல்ல வேண்டும்.)

40. வாழ்க்கையை அறிவு சார்ந்து வாழ்வதா அல்லது அனுபவம் சார்ந்து வாழ்வதா?

இரா.முரளி

அறிவின் மூலமாக அனுபவத்தையும், அனுபவத்தின் மூலமாக அறிவையும் உணர்ந்து ஞானம் என்ற இடத்தை நோக்கிப் பயணிப்பதே வாழ்க்கை.

41. காதல் தோல்விகளைக் கடந்து வர யோசனை சொல்லுங்கள் குருவே...

ஜேம்ஸ் ஆண்டர்சன்

எனக்கு இந்த விஷயத்தில் நேரடி அனுபவம் கிடையாது என்பதால் ஒரு நண்பரிடம் கேட்டேன். அவர் சொன்னார்: காதலில் தோற்றதும் உடனடியாக அதை விடக் கடுமையாக, அதை விடத் தீவிரமாக இன்னொரு பெண்ணைக் காதலிப்பதுதான் ஒரே வழி.

5

கடவுள் காட்சி கொடுத்தார்!

செப்டம்பர் 12, 2014

42. பூரண மதுவிலக்கு தமிழ்நாட்டில் சாத்தியமா?

கே.கோபால், அரக்கோணம்.

சாத்தியமில்லை. ஆனால் மது அருந்துவது பற்றி சமீபத்தில் இங்கே நடந்து வரும் விவாதங்கள் கவலை அளிப்பதாக உள்ளது. எழுத்தாளர்களும் கூட அரசியல்வாதிகளின் பொய்ப் பேச்சுக்களுக்கு பலி ஆகிறார்கள். குடி என்பது தனி நபர் ஒழுக்கம் சம்பந்தப்பட்டதாகவும் மாறித் தொலைந்து விட்டதால் எல்லோருமே குடியை ஒரு குற்றத்தைப் போல் பார்க்க ஆரம்பித்து விட்டார்கள். டாஸ்மாக் குடியால் ஏற்பட்டிருக்கும் சீரழிவைப் போலவே இது போன்ற ஒழுக்க மதிப்பீடுகளும் நமது தார்மீக நெறிகளின் சீரழிவையே காட்டுகிறது. தமிழ்ச் சமூகத்தின் எந்தக் காலகட்டத்திலும் குடி என்பது ஒழுக்க மதிப்பீடாக இருந்ததில்லை. சங்க காலத்து அவ்வை, அதியமான் தனக்கு ஊற்றிக் கொடுத்த கள் பற்றிப் பாடுகிறாள்.

சமீபத்தில் லிங்கனின் வாழ்க்கை வரலாற்றைப் படித்துக் கொண்டிருந்த போது இந்த ஆச்சரியமான சம்பவங்களை அறிய நேர்ந்தது. ஃபெப்ருவரி 22, 1842 அன்று இல்லினாய்ஸ் நகரில் ஒரு தேவாலயத்தில் ஜார்ஜ் வாஷிங்டனின் 110-ஆவது பிறந்த நாள் விழாவுக்கு ஆப்ரஹாம் லிங்கன் அழைக்கப்பட்டார். அப்போதைய அமெரிக்கா இன்றைய தமிழ்நாடு போல் மது அடிமைகளால் நிரம்பி இருந்தது. லிங்கனுக்குக் குடிப் பழக்கம் இல்லை. புகைக்கவும் மாட்டார். அன்றைய தினம் சில மது அடிமைகளைத் தேர்ந்தெடுத்து,

இனிமேல் குடிக்க மாட்டோம் என்று சத்தியப் பிரமாணம் வாங்கி அவர்களை நல்வழிக்குக் கொண்டு வரும் திட்டமும் அந்த விழாவில் இருந்தது. கூட்டத்தில் இருந்தவர்கள் அனைவரும் கிறித்தவ மத போதகர்கள். லிங்கன் பேச அழைக்கப்பட்டார். என்ன பேசினார் தெரியுமா?

இந்த உலகம் எவ்வளவு பழமையானதோ அவ்வளவு பழமையானது போதைப் பழக்கமும். குடிப்பவர்கள் பாவிகளும் அல்லர்; குடிக்காத நாம் நல்லவர்களும் அல்லர். இப்படி ஆரம்பித்த லிங்கன் அந்தக் கூட்டத்தில் முக்கியமான ஒரு விஷயத்தைச் சொன்னார். Not use of a bad thing but abuse of a good thing. ஒரு கெட்ட விஷயத்தைப் பயன்படுத்துகிறார்கள் (Use) என்பதை விட ஒரு நல்ல விஷயத்தை abuse செய்கிறார்கள் என்று சொல்வதே சரியானது. மதுவை நல்ல விஷயம் என்று சொல்வதாக எடுத்துக் கொள்ளாதீர்கள். சினிமா, தொலைக்காட்சி, கணினி, அலைபேசி அத்தனையும் நவீன காலகட்டத்தின் கண்டுபிடிப்புகள். ஆனால் தமிழ்நாட்டில் அவை அனைத்தும் தவறாகத் தானே (abuse) பயன்படுத்தப்படுகின்றன? அதேதான் மது விஷயத்திலும் நடக்கிறது. உலகம் முழுவதும் மது உள்ளது. ஆனால் தமிழ்நாட்டில் மட்டும்தான் மது இத்தனை பெரிய பிரச்னையாகி உள்ளது. காரணம், இங்கேதான் மிகவும் தரக் குறைவான மது விற்பனை செய்யப்படுகிறது. இதற்குக் காரணம், மது உற்பத்தி செய்யும் ஆலை முதலாளிகள் எந்தக் கட்சி ஆட்சிக்கு வந்தாலும் அந்தக் கட்சிக்கு வேண்டியவர்களாகி விடுகிறார்கள். அதனால்தான் இயற்கையாகக் கிடைக்கும் கள் நெடுங்காலமாகத் தடை செய்யப்பட்டு படு மட்டமான ரசாயனக் கழிவு, மதுபானம் என்ற பெயரில் விற்கப்படுகிறது. தமிழ்நாட்டில் மட்டும் குடி குடியைக் கெடுப்பதன் காரணம் இதுதான்.

லிங்கனின் வாழ்க்கையில் நடந்த இன்னொரு சம்பவமும் ருசி கரமானது. 1861-இல் லிங்கன் ஜனாதிபதி ஆகி விட்டார். அவர் கொண்டு வந்த அடிமை முறை தடைச் சட்டத்தை எதிர்த்து, தென் மாநிலங்கள் அமெரிக்காவிலிருந்து பிரிவதாக அறிவித்தன. லிங்கன் ராணுவத்தை அனுப்பினார். உள்நாட்டு யுத்தம் ஆரம்பித்தது. அப்போது அவர் எடுத்த ராஜதந்திரமான பல முடிவுகள்தான் அமெரிக்கா இன்று உலக வரலாற்றில் முதல் இடத்தில் இருப்பதற்குக் காரணம். வெறும் அரசியல் முடிவுகள் மட்டும் அல்ல. சமத்துவம், சுதந்திரம், எல்லோருக்கும் சம உரிமை என்ற அவருடைய அடிப்படையான மானுடக் கோட்பாடுகளும்தான். தென்

மாநிலங்களை வடக்கே இணைக்கும் அவரது முயற்சிகள் அவ்வளவு சுலபமாக வெற்றி பெறவில்லை. அம்மாநிலங்களின் தலைமைச் செயலகம் இருந்த Richmond நகரத்தை மட்டும் அவருடைய ராணுவத்தால் பிடிக்கவே முடியவில்லை. கடற்படையின் துணை கொண்டு அம்மாநிலங்களின் கடல்வழிப் போக்குவரத்தை நிறுத்தினார். அப்படியும் முடியவில்லை. அப்போது ராணுவத் தளபதிகளில் ஒருவராக இருந்தவர் யுலிஸஸ் க்ராண்ட். இவர் மீது மற்ற தளபதிகளுக்குப் பொறாமை இருந்ததால் லிங்கனிடம் போட்டுக் கொடுத்தனர். ஆனாலும் லிங்கன் யார் பேச்சையும் கேட்காமல் அவரையே முப்படைகளுக்கும் தளபதி ஆக்கினார். அப்போது மற்ற தளபதிகள் லிங்கனிடம் வந்து, 'க்ராண்ட் ஒரு மொடாக் குடியர். ஒரு நாளில் முக்கால்வாசி நேரம் விஸ்கியிலேயே மூழ்கிக் கிடக்கிறார். இப்படி ஒரு குடிகாரரின் கையில் ராணுவத் தலைமையைக் கொடுக்கலாமா?' என்று கேட்டனர். 'அப்படியா, அவ்வளவு குடிக்கிறாரா?' என்று கேட்டார் லிங்கன். 'என்னால் நிரூபிக்க முடியும்,' என்றார் ஒரு தளபதி. 'அதெல்லாம் வேண்டாம்; எனக்காக ஒரே ஒரு உதவி செய்யுங்கள். அவர் என்ன பிராண்ட் விஸ்கி குடிக்கிறார் என்று கண்டுபிடித்துச் சொல்லுங்கள். ஒரு பேரல் வாங்கி மற்ற தளபதிகளுக்கும் அனுப்புகிறேன்,' என்றார் லிங்கன். காரணம் என்னவென்றால், க்ராண்ட் தான் பல தென் மாகாணங்களைக் கைப்பற்றினார். பிறகு கடைசியில் எந்தத் தளபதியாலும் Richmond-ஐக் கைப்பற்ற முடியாத நிலையில் க்ராண்ட் தான் அதையும் கைப்பற்றி உள்நாட்டுப் போரை முடிவுக்குக் கொண்டு வந்தார். அது மட்டுமல்ல; லிங்கன் கொல்லப்பட்ட பிறகு க்ராண்ட் இரண்டு முறை அமெரிக்க அதிபராகவும் இருந்தார். மற்ற தளபதிகள் க்ராண்ட் பற்றிக் கோள் மூட்டிய போது லிங்கன் ஒரு கதையும் சொன்னார். எந்த விஷயத்தையும் கதையால் விளக்குவது அவருடைய வழக்கம்.

அந்தக் கதை: லிங்கன் இளைஞராக இருக்கும் போது ஒரு படகில் சென்று கொண்டிருந்தார். அப்போது அவருக்குப் பக்கத்தில் புகைத்துக் கொண்டிருந்த ஒரு முதியவர் லிங்கனிடம் ஒரு சிகரெட் கொடுக்கிறார். லிங்கன் தான் புகைப்பதில்லை என்கிறார். பிறகு தன் பையிலிருந்து இரண்டு பியர் போத்தல்களை எடுத்து ஒன்றை லிங்கனிடம் கொடுக்க, லிங்கன் தான் குடிப்பதும் இல்லை என்கிறார். கடைசியில் அந்த முதியவர் விடை பெற்றுச் செல்லும்போது, "Men of few vices men of few virtues," என்று சொல்லி

விட்டுப் போனாராம். கெட்ட பழக்கமே இல்லாதவனிடம் நல்ல பழக்கமும் இருக்காது என்று பொருள்.

சுருக்கமாகச் சொன்னால், இந்தியாவில் மக்களுக்கான வாழ்வு ஆதாரங்கள் எதுவும் இல்லை. தண்ணீர், மருத்துவமனை, குடியிருக்க வீடு, கழிப்பறை, கல்வி போன்ற எந்த வசதிகளும் இல்லாமல் வாழும் மக்களிடம் போய் குடிக்காதே என்று சொல்வது அராஜகம். இங்கே நல்லதொரு வாழ்க்கை இல்லாததால்தான் எல்லோரும் குடிக்கு அடிமை ஆகிறார்கள். என் வீட்டுக்கு இதோடு ஒரு டஜன் பணிப்பெண்களுக்கு மேல் வந்து நடுவில் நின்று விட்டார்கள். எல்லோரும் சொன்ன ஒரே காரணம், இரவில் குடித்து விட்டு வந்து அடிக்கும் கணவர்கள். இரண்டு நாள் கழித்து முகமெல்லாம் வீக்கத்துடன் வந்து அடிபட்ட கதையைச் சொல்வார்கள் அந்தப் பெண்கள். இந்த நிலைமைக்குக் குடிதான் காரணமா? சமூகத்தின் ஒரு சாராரை விளிம்பு நிலையிலேயே வைத்திருக்கும் அமைப்பும், நல்ல கல்வி கிடைக்காததும் தானே காரணம்? வளர்ச்சி அடைந்த நாடுகளில் ஏன் இப்படிப்பட்ட மது அடிமைகள் உருவாவதில்லை? (ஒன்றிரண்டு பேரைச் சொல்லவில்லை. ஒரு பெரும் மக்கள் கூட்டமே மது அடிமைகளாக ஆவதைச் சொல்கிறேன்.) இதில் இன்னொரு சோகம் என்னவென்றால், இந்த விளிம்பு நிலை மக்களுக்கு எத்தனை ஆண்டுகள் ஆனாலும் எந்தக் கட்சி ஆட்சிக்கு வந்தாலும் பயன் விளைந்ததாகத் தெரியவில்லை. பரம்பரை பரம்பரையாக இவர்கள் விளிம்பு நிலையிலேயே இருக்கிறார்கள். இந்த ஏழைப் பெண்களின் பிள்ளைகளும் தங்கள் அப்பன்களைப் போல் எதிர்காலக் குடிகாரர்களாக மாறுவதற்கே அத்தனை அறிகுறிகளும் தெரிகின்றன. ஏனென்றால், அவர்கள் மேட்டுக்குடியினரின் பிள்ளைகள் படிக்கும் மேட்டுக்குடி பள்ளிகளில் படிக்கவில்லை. அங்கே எல்லாம் அவர்களால் லட்சக்கணக்கில் கட்டணம் கட்ட முடியாது.

இந்தியா இப்போது இருக்கும் நிலைமைக்குக் காரணம் குடியா? கல்வியில் இருக்கும் கொடூரமான ஏற்றத்தாழ்வும், ஊழலும் தானே? ஆக, அதைப் பற்றிப் பேசாமல் குடி பற்றிப் பேசுவது வெறும் ஓட்டு அரசியல்.

43. ***என் பெயர் செல்வா. ஒரு சிற்றூரில் எவ்வித இலக்கிய, உலக சினிமா பரிச்சயமோ இல்லாமல் திரைப்பட இயக்குனர் ஆக வேண்டுமென கனவு கண்டுகொண்டிருக்கும் ஒரு சாமானியன். தங்களின் நூல்களை வாசித்து பல நற்பண்புகளைக்***

கற்றுக் கொள்ள முயற்சி செய்கிறேன். இப்போது நான் ஒரு குழப்பமான மனநிலையில் இருக்கிறேன். காரணம், இந்த வயதில் எல்லா மனிதனுக்கும் வருகிற காதலா, காமமா என்று தெரியாத உணர்வு எனக்கும் நேர்ந்தது. நான்கு வருடங்களுக்கு முன் அப்பெண்ணிடம் என் காதலைச் சொன்னேன். அவள் அதை மறுத்துவிட்டாள். அதன் பிறகு நான் எவ்வகையிலும் அவளைத் தொந்தரவு செய்ததில்லை. வற்புறுத்தி வருவதில்லை காதல் என்று விட்டுவிட்டேன். ஆனால் அவளைக் கல்லூரியில் இருந்து பிரிந்து ஐந்து மாதங்கள் ஆகிறது. அவளைப் பார்க்காமல் இருக்க முடியவில்லை. ஒவ்வொரு நிமிடமும் நரகத்தின் இருள் மட்டுமே என்னைச் சூழ்ந்திருப்பதாக உணர்கிறேன். விடியல் என் விதியில் இல்லைபோலும். என் வலியை வார்த்தைகளால் வடித்தெடுக்க முடியவில்லை. நான் என் வயதுப் பெண்களுடன் நட்புரீதியாகக் கூட பழகியவன் அல்ல. நான் புரிந்து கொள்ள முயற்சித்த முதல் பெண் அவள்தான். ஆனால் அவளை இழந்துவிட்டேன் என்பதை மனம் ஏனோ ஏற்க மறுக்கிறது. தோல்வியைத் தாங்க முடியவில்லை. ஒருதலைக் காதல்தான் என்ற போதும் அதனை நீங்கள் கூறுவது போல் பின் நவீனத்துவ மனநிலையில் என்னால் ஏற்றுக் கொள்ள முடியவில்லை. என்ன இருந்தாலும் தமிழ் சினிமா காதல் களைப் பார்த்து வளர்ந்தவன்தானே? அவள் அற்புதமானவள்; அன்பு செலுத்தத் தெரியாத, அன்பை வெளிப்படுத்தத் தெரியாத இந்தக் காட்டுமிராண்டியின் மனதிலும் ஈரத்தைக் கசியவிட்டவள். அவள் நன்றாக வாழவேண்டும் என்று பிரார்த்திப்பதைத் தவிர என்னால் எதுவுமே செய்ய இயலாது. அவள் திருமணத்தை நான் எப்படித் தாங்கிக் கொள்வது எனத் தெரியவில்லை. அவளும் ஒரு தனிப்பட்ட, சுதந்திரமான உயிர் என்பதை மறந்து, நான் காதலிக்கிறேன் என்ற ஒரே காரணத்திற்காக அவளை வற்புறுத்த எனக்கு விருப்பமில்லை. இந்த வலியைத் தாங்கிக் கொள்ளவும் இதைக் கடந்து செல்லவும் நான் என்ன செய்யவேண்டும் சாரு? Infatuation என்று ஒரு வரியில் நீங்கள் பதில் சொல்லிவிடலாம். ஆனால் அதை ஏற்றுக் கொள்ளும் பக்குவம் எனக்கு வரவில்லை. தயவு செய்து உதவுங்கள்.

செல்வா, என் இருபதாவது வயதில் நானும் இதே மன உணர்ச்சி களில்தான் இருந்தேன். அதன் காரணமாகவே நான் சொல்வதை

நீங்கள் கண்ணை மூடிக் கொண்டு பின்பற்ற வேண்டும். அகந்தை அல்ல; அனுபவம். முதல் விஷயம், உங்களுக்கு நன்றாக எழுத வருகிறது. நீங்கள் திரைத் துறையில் பிரகாசிக்கலாம். சென்னை வந்து ஒரு நல்ல இயக்குனரிடம் சேருங்கள். அடுத்து, காதல். ஒரு சிற்றூரில் பெண்களுடன் பழக நமக்கு வாய்ப்பு இல்லை. இங்கே நகரத்தில் மேட்டுக்குடிப் பள்ளிகளில் பையன்களும் பெண்களும் தொட்டுப் பேசிக் கொள்கிறார்கள். ஒரே ஸ்கூட்டரில் பள்ளிக்குப் போகிறார்கள். க்ரூப் ஸ்டடி என்று இரவு பூராவும் ஒன்றாகப் படிக்கிறார்கள். ஆனால் காதல் வருவதில்லை. வெறும் நட்புதான். ஆனால் சிற்றூர்களிலும் கிராமங்களிலும்தான் பிரச்சினை. நம் இளம் வயதில் பெண்களையே பார்த்திராததால் ஒரு பெண்ணைப் பார்த்ததும் காதல் வசப்படுகிறது மனம். நான் என்ன பதில் சொல்வேன் என்பது உங்கள் கடிதத்திலேயே உள்ளது. உங்களுக்குக் குழப்பம் எதுவும் இல்லை. மிகவும் தெளிவாக இருக்கிறீர்கள். பிரிவுத் துயரம் மட்டும்தான். அதற்குப் புத்தகங்களை நாடுங்கள். படிப்பு தான் விடுதலைக்கு ஒரே வழி.

இன்னொரு விஷயம் சொல்கிறேன். மனோபலம் பெருகும். காலையில் எழுந்து - உங்கள் ஊரில் சமுத்திரம் இருந்தால் அங்கே சென்று சூரியனைத் துதியுங்கள். அல்லது, ஆற்றங்கரையில் அல்லது ஒரு தனியிடத்தில் நின்று பின்வரும் மந்திரத்தைச் சொல்லுங்கள்.

புரோகிதனும் யக்ஞத்தின் தேவனும் ஹோதாவும் ரத்தினங்களை அளிப்பவனும் ஆன அக்னியை வணங்குகிறேன்!

பூர்வரிஷிகளாலும் இன்றைய ரிஷிகளாலும் துதிக்கப்படும் அக்னி இங்கே தேவர்களை ஏந்தி வருவானாக!

அக்னியே! உன்னை அனுதினமும் துதிப்பவன் செல்வத்தையும் செழிப்பையும் பெறுகின்றான்!

அக்னியே! எங்கும் வியாபித்திருக்கும் பரிபூர்ணமான யக்ஞத்தை நீயே தேவர்களிடம் எடுத்துச் செல்கிறாய்!

ஹோதாவும் அறிஞனும் சத்தியனும் பெரும் புகழுடையோனும் தேவனுமாகிய அக்னியே, நீ இங்கே தேவர்களோடு வருவாயாக!

அக்னியே! அங்கிரஸனே! உன்னைத் துதிப்பவனுக்கு நீ அளிக்கும் அருளெல்லாம் உனக்கே உரித்தானதாகும்!

அக்னியே! இரவும் பகலுமாய் நாங்கள் உன்னைத் துதித்து உன்னிடத்திலே வருகின்றோம்!

யக்ஞங்களின் அதிபதியும் சத்தியத்தைப் பரிபாலிப்பவனும் பிரகாசத்தைக் கொண்டவனும் தன் சொந்த இடத்திலேயே வசிப்பவனுமான அக்னியே! உன்னிடம் வருகின்றேன்!

அக்னியே! உன்னிடம் நாங்கள் எளிதாக வர நீ எங்கள் தந்தையாய் ஆகுக! எங்களின் நன்மைக்காக எங்களிடமே எப்போதும் நிலைத்திருப்பாயாக!

ஒரு காகிதத்தில் எழுதி இதை உள்ளார்ந்த நன்றியறிதலுடன் சொல்லுங்கள். முடியாவிட்டால் இந்தப் பாடலை சம்ஸ்கிருதத்தில் கேளுங்கள். இந்த அக்னித் துதியோடுதான் ரிக் வேதம் துவங்குகிறது.

44. நாத்திகவாதியாக இருந்த நீங்கள் ஆன்மீகவாதியாக மாறியது ஏன்?

இரா.முரளி

கடவுள் காட்சி கொடுக்கவில்லை. நம்பவில்லை. காட்சி கொடுத்தார். நம்புகிறேன். இருந்தாலும் நான் கடவுளின் பக்கம் போய்ச் சேர ஒரு புத்தகம் காரணமாக இருந்தது. பரமஹம்ச யோகானந்தா எழுதிய ஒரு யோகியின் சுயசரிதை. இமயமலையில் 3000 ஆண்டுகளாக வாழ்ந்து வரும் மகா அவதார் பாபாவை நேரில் கண்டவர் இந்த ஞானி.

45. சாரு, நான் 21-ஆம் நூற்றாண்டில், பல குழப்பங்களுடன் வாழும் இளைஞன். இந்த நவீன உலகில் செயல் படுவதால் என் சிந்தனையும், எண்ணமும் நவீனமாகவே இருக்கிறது. உங்கள் எழுத்து கூட என்னை நவீனத்தை நோக்கித்தான் அழைத்துச் செல்கிறது. இதனால், எனக்கு பழைய இலக்கியம், இசை, சினிமா, சித்தாந்தம் (பழைய விஞ்ஞானத்தைத் தவிர) எதிலும் ஈடுபட மனம் விரும்புவதில்லை. ஏனென்றால் பழமையான விஷயங்கள் எனக்குக் காலம் கடந்தவையாகத் (Outdated) தெரிகிறது. இன்றைய நிலைக்கு அது பொருந்தாதோ எனவும் தோன்றுகிறது. என்போன்ற நிலையில் இருக்கும் இளைஞர்களுக்குப் பழமை தேவைதானா? அல்லது பழமை எந்த அளவுக்கு என்னை மேம்படுத்த உதவும்?

பிரவீன் வெங்கடேஷ், ஓசூர்.

பிரவீன், நாம் நவீன காலத்தில் வாழ்கிறோமே தவிர நம் சிந்தனைகளில் நவீனமாக இருக்கிறோமா என்று எனக்குச் சந்தேகமாக உள்ளது. முதலில் நீங்கள் சங்க இலக்கியத்தைப் படித்துப் பாருங்கள். அதில் எங்கே பழமை உள்ளது? ஆண் பரத்தை வீட்டுக்குப் போய் வருவது, அதைத் தலைவி சகித்துக் கொள்வது போன்ற ஒருசில விஷயங்களைத் தவிர சங்க இலக்கியத்தில் எதுவுமே எனக்குப் பழசாகத் தெரியவில்லை. யாதும் ஊரே, யாவரும் கேளிர் என்று ஒரு சங்கக் கவிஞன் பாடினான். நமக்கு அந்தத் தெளிவு இருக்கிறதா? தமிழ் மொழியைப் போல் இனிமையான மொழி உலகிலேயே இல்லை என்கிறோம். இது எவ்வளவு பெரிய பொய்? இதையே நீங்கள் கொஞ்சம் விரித்துச் செல்லுங்கள். என் தேசத்தைப் போன்ற நல்ல தேசம் வேறு எதுவும் கிடையாது. என் கடவுளைப் போல் சிறந்த கடவுள் வேறு எதுவும் கிடையாது. மற்ற மனிதனையும் அவனுடைய கடவுளையும் மொழியையும் கலாச்சாரத்தையும் கணக்கிலேயே எடுத்துக் கொள்ளாத ஃபாசிசச் சிந்தனையை நமக்குள் வைத்துக் கொண்டு நாம் நவீன காலத்தில் வாழ்வதாகப் பீற்றிக் கொண்டிருக்கிறோம். உண்மையில் நம் மனதில் இயங்குவது காட்டுமிராண்டிச் சமூகத்தின் மனநிலை. வேற்று மனிதனைக் கண்டாலே கொன்று விடுவான் அந்தக் காட்டுவாசி. நாமும் அந்த மனநிலையில்தான் வாழ்கிறோம். ஏன், ஃப்ரெஞ்ச், அரபி, ஸ்பானிஷ், உர்தூ போன்ற மொழிகளெல்லாம் இனிமையான மொழிகள் இல்லையா? உண்மையில் இந்த மொழிகள் தமிழை விட இனிமையானவை. தமிழின் சிறப்பு அதன் ஞான மரபிலும் இலக்கிய மரபிலும்தான் இருக்கிறது. அந்த வகையில் தமிழுக்குக் கிட்டத்தில் வரும் மொழிகள் உலக அளவில் கம்மி. மற்றபடி இனிமை என்பதெல்லாம் கப்ஸா. தகர டப்பாவில் கூழாங்கல்லைப் போட்டு உருட்டுவது போல் இருக்கிறது தமிழ் என்று வட இந்தியாவில் சொல்கிறார்கள். அரே உல்லூ, சென்னையின் வைஷ்ணவா கல்லூரியில் வந்து அங்கே புழங்கும் தமிழைக் கேட்டுப் பார், தேனாய்த் தித்திக்கும் என்று சொல்லுவேன்.

தீவிரமாக யோசித்தால், பிரவீன், நீங்கள் பழமை என்று சொல்வதை நிலப்பிரபுத்துவ காலம் என்றே புரிந்து கொள்ள வேண்டும். அதையும் தாண்டிக் கொஞ்சம் பின்னோக்கிச் செல்லுங்கள். மிக அற்புதமான ஒரு உலகம் தெரியும். அங்கேயும் கவிஞர்கள் பிச்சை தான் எடுத்தார்கள். ஆனால் அதோடு கூட தமிழன் இயற்கையோடு எந்த அளவுக்கு உறவாடி வாழ்ந்திருக்கிறான் என்பது புரியும்.

விருட்சங்களையும் வனத்தையும் வாழ்த்தியவன், பூமியைப் பூஜித்தவன், காற்றின் மொழி புரிந்தவன் அந்த மனிதன். ஆனால் நவீன மனிதன் எந்திரங்களிடம் அடிமை ஆகி விட்டவன். இந்த மனிதனின் பேராசையில் விருட்சங்கள் வீழ்ந்து விட்டன. காற்று நச்சாகி, பூமியும் கசந்து விட்டது. நதிகளின் மரணத்தை நீங்கள் அறிந்திருப்பீர்கள். ஆனால் ஒரு மலையே செத்து விட்டதை அறிவீர்களா? சமீபத்தில் ஸ்ரீவில்லிபுத்தூருக்குப் போயிருந்தேன். அதற்கு அருகில் உள்ள செண்பகத் தோப்பைத் தாண்டி மேற்குத் தொடர்ச்சி மலைகளின் கிழக்குச் சரிவில் உள்ள ஒரு மலையில் காட்டழகர் கோவில் உள்ளது. அந்த மலைகளும் வனங்களும் செத்து விட்டன. மலை என்றால் வெறும் பாறைகள் மட்டும்தானா? அங்கே வெறும் பாறைகள்தான் இருந்தன. மலை நெடுகிலும் இருந்த நீரோடைகள் எதுவுமே இப்போது இல்லை. முன்பு மணிக் கணக்கில் நடந்தாலும் நீரோடையின் ஜல சங்கீதத்தைக் கேட்டுக் கொண்டேதான் நடந்தார்கள். ஆனால் இப்போது குடிப்பதற்குத் தண்ணீரே இல்லாமல் யானைகள் திக்கற்றுத் தெறித்து ஓடுகின்றன. அந்த யானைகளின் வேதனைக்கு நவீன மனிதர்களான நாம் என்ன பதில் வைத்திருக்கிறோம்? நம்முடைய பேராசையே அந்த வனத்தையும் மலையையும் அழித்து விட்டது.

காட்டழகர் கோவில் வாசலில் கருப்பண்ண சாமி இருந்தது. பூஜை போட்டதும் பூசாரியின் மீது வந்து அமர்ந்து கொண்டது. பக்தர்கள் எல்லோரும் மழை வேண்டினர். மழை பெய்யாது என்று உறுதியாக மறுத்து விட்டது கருப்பண்ண சாமி. பக்தர்கள் கெஞ்சக் கெஞ்ச சாமி அசரவில்லை. அநியாயம் பண்றீங்க, மழையே பெய்யாது என்று திரும்பத் திரும்பச் சொன்னது சாமி.

ஆக, சிந்தனையில்தான் நவீனம் இருக்கிறது. காலத்தில் இல்லை.

6

அதிர்ச்சிதரும் ஒரு செய்தி!

செப்டம்பர் 19, 2014

46. நான் உங்கள் ஆரம்ப நிலை வாசகன். இதுவரை நான் படித்த உங்கள் பதிவுகளிலோ புத்தகங்களிலோ உங்கள் புனைப்பெயாரான 'சாரு நிவேதிதா'வுக்கு காரணம் தெரியவில்லை. எனக்கு உங்களை அறிமுகம் செய்து வைத்த அன்பருக்கும் தெரியவில்லை. நீங்களாவது கூறுங்களேன்?

சக்தி, கோவை

இதுவரை நான் 80 புத்தகங்கள் எழுதியிருக்கிறேன். அதற்கு மேலும் இருக்கலாம். அவ்வளவையும் ஒன்று ஒன்றாகப் படித்தால் உங்கள் கேள்விக்குப் பதில் கிடைக்கும். இருந்தாலும் இப்போது மீண்டும் சொல்கிறேன். பதின் பருவத்தில் நான் ஆன்மீகத்தில் தீவிர ஈடுபாடு கொண்டிருந்தேன். ராஜா சர்ஃபோஜி கல்லூரியில் படித்துக் கொண்டிருந்த போது வாரம் ஒருமுறை மௌன விரதம் எல்லாம் இருப்பேன். ஒரு காகிதத்தில் இன்று மௌன விரதம் என்று எழுதி எடுத்துக் கொண்டு போவேன். கல்லூரியில் படித்தாலும் பெரும் பகுதி நேரம் இருந்தது சரஸ்வதி மஹால் நூலகத்தில்தான். அதுதான் என்னை வளர்த்த இடம். காலையில் பத்து மணிக்குப் போனால் மாலை ஆறு மணிக்குத்தான் கிளம்புவேன். இடையில் ஒரு தேநீர் அருந்துவதற்குக் கூட கையில் காசு இருக்காது. அந்தக் கால கட்டத்தில் சில சித்தர்களிடம் யோகமும் பிராணாயாமும் கற்றுக் கொண்டேன். அதுதான் இன்று வரை என் ஆரோக்கியத்துக்குக் காரணமாக இருக்கிறது. ராமகிருஷ்ண பரமஹம்சர், விவேகானந்தர், சேஷாத்ரி மஹரிஷி ஆகியோரின் உபதேசங்களில் ஆழ்ந்த ஈடுபாடு கொண்டு வாசித்தேன். நிவேதிதா என்ற பெயரில் ஆன்மீகப்

பத்திரிகைகளில் எழுதினேன். விவேகானந்தரின் சிஷ்யை பெயர் அது.

ஆனால் எமெர்ஜென்ஸி காலகட்டத்தில் தலைமறைவாக இருந்த சில எம்.எல். தோழர்களைச் சந்தித்த போது எல்லாம் தலைகீழாய் மாறியது. மார்க்சீயத்தைப் படித்தேன். ஏழ்மையான நாடுகளில் வாழும் இளைஞர்களை வசீகரிக்கக் கூடிய தத்துவம் அது. உடனே நிவேதிதா என்ற பெயரோடு இந்தியாவின் எம்.எல். போராளியாக இருந்த சாரு மஜூம்தாரின் முதல் பெயரைச் சேர்த்துக் கொண்டேன். அடுத்த இருபது ஆண்டுகள் ஆன்மீகத்தைத் துறந்தேன். அதன் பிறகு வட்டம் முழுமையானது.

47. **கடவுள் - பக்தன், குரு - சிஷ்யன், ஆசிரியர் - மாணவன், எழுத்தாளர் - வாசகன். மேற்கண்ட உறவுமுறைகளை விளக்கவும். இவற்றில் பக்தன், சிஷ்யன், மாணவன், வாசகன் எப்படி இருக்க வேண்டும்?**

48. **ஜோதிடத்தில் தங்களுக்கு நம்பிக்கை உள்ளதா?**

49. **மன ஆற்றலை அதிகரிப்பது எப்படி? இதற்கு எதாவது உணவு முறைகள் உள்ளனவா? சில நேரங்களில் இயங்க மறுக்கும் மனதை சுறுசுறுப்பு ஆக்குவது எப்படி?**

மா. செல்வநாதன், லண்டன்

1. பக்தன் என்றால் பிள்ளைக் கறியமுது கேட்ட சிவனுக்குத் தன் ஒரே புதல்வனை மனைவி பிடித்துக் கொள்ள அரிந்து அமுது படைத்த சிறுத்தொண்டர் ஞாபகம்தான் வருகிறது. சேக்கிழார் இயற்றிய பெரிய புராணத்தில் இந்த இடம் என் மனம் நெகிழச் செய்த ஒன்று.

குஞ்சி திருத்தி, முகம் துடைத்துக் கொட்டை
அரைநாண் துகள் நீக்கி
மஞ்சள் அழிந்த அதற்கிரங்கி, மையும்
கண்ணின் மருங்கொதுங்கிப்
பஞ்சி அஞ்சும் மெல்லடியார் பரிந்து
திருமஞ்சனமாட்டி
எஞ்சல் இல்லாக் கோலம் செய்தெடுத்துக்
கணவர் கைக் கொடுத்தார்.

தன் மைந்தனின் தலைமயிரைத் திருத்தி, முகம் துடைத்து, கடுக்கனிலும் அரைஞாணிலும் படிந்த தூசி போக்கி, கண் சாந்து அழிந்ததற்கு வருந்தி அதை ஒதுக்கி, பஞ்சும் அஞ்சத்தக்க மென்மையான அடியை உடைய திருவெண்காட்டு நங்கை திருமஞ்சனம் (நீராடுதல்) செய்து, குறையாத கோலம் செய்து கணவர் சிறுத்தொண்டரின் கையிலே மைந்தனைக் கொடுத்தார் என்கிறது இந்தப் பாடல்.

இதற்கு தமிழ் ஹிந்துவில் விளக்கம் எழுதும் போது, 'சிறுவனின் அழகைக் கண்டதும் முத்தமிட வேண்டும் என்று எழுந்த ஆசை யையும் அடக்கிக் கொண்டார்களாம், அடியவருக்குப் படைக்கப் போகும் அமுதில் தம் எச்சில் பட்டுவிடக் கூடாதே என்று!' என்று எழுதுகிறார் எஸ்.ஜயலக்ஷ்மி. அற்புதம்.

சிஷ்யன், மாணவன், வாசகன் என்ற மூன்று நிலைகளும் ஒன்றுதான். சமீபத்தில் ஒரு நண்பர் என்னைத் தொடர்பு கொண்டார். பெயர் அமானுல்லா, நாகூர் ரூமியின் நண்பர் என்றார். நாகூரா என்றேன். 'நாகூர் மட்டும் அல்ல; ரூமியின் வீட்டில் வைத்து எத்தனையோ நாட்கள் நீங்கள் இலக்கியம் பேசியிருக்கிறீர்கள். அதைக் கேட்டுக் கேட்டுத்தான் இலக்கியத்தின் மீது எனக்கு ஆர்வம் ஏற்பட்டது. அதையேதான் கல்லூரியில் பாடமாகவும் எடுத்து இப்போது ஆங்கிலப் பேராசிரியராக இருக்கிறேன். என்னை நேரில் பார்த்தால் உங்களுக்கு அடையாளம் தெரியும்,' என்றார். சுமார் நாற்பது ஆண்டுகளுக்கு முன்பு சில நண்பர்களுக்கு இலக்கியம் பயிற்றுவித்திருக்கிறேன் என்பது முக்கியமாகத் தெரியவில்லை. அதை அமானுல்லா சொன்ன போது அவர் குரலில் தெரிந்த நெகிழ்ச்சிதான் என்னை ஈர்த்தது.

இன்னொரு சம்பவம். என்னுடைய வாசகர் வட்டத்தில் எல்லோருடைய அன்புக்கும் பாத்திரமான ஒருவர் கணேஷ் அன்பு. மனுநீதிச் சோழன் என்றெல்லாம் பெயர் வைத்துக் கொண்டு லஞ்ச ஊழலில் திளைக்கும் இந்தக் கலிகாலத்தில் பெயருக்கேற்ற குணம் வாய்த்தவர் அன்பு. மீன்களிலேயே எனக்கு ரொம்பப் பிடித்தது விரால் மீன். ஏரி, கிணறு, குளங்களில் கிடைக்கும். கடல் விராலும் உண்டு. ஆனால் அது கிடைப்பது அரிது. விரால் மீனை உயிரோடுதான் விற்பார்கள். ஆனால் பொதுவாக சந்தைகளில் இந்த மீன் கிடைப்பதில்லை என்று என் இணைய தளத்தில் எழுதியிருந்தேன். அதைப் படித்து விட்டு போரூரில் வசிக்கும் கணேஷ் அந்த மீனை வாங்கிக் கொண்டு வந்து மைலாப்பூரில்

இருக்கும் என் வீட்டுக்கு வந்து கொடுப்பார். இதைப் பார்த்து விட்டு என் மனைவி அவந்திகா, ''இப்படி ஒருவரை அலைய வைப்பது பாவம் இல்லையா?'' என்றாள். கணேஷ் என் மகன் என்றேன்.

உங்கள் இரண்டாவது கேள்வி: ஜோதிடத்தில் எனக்கு நம்பிக்கை இருப்பதெல்லாம் இரண்டாம் பட்சம். ஆனால் அதிசயிக்கத்தக்க சில ஜோதிடர்களை நான் சந்தித்திருக்கிறேன். ஜோதிடத்தில் எத்தனையோ வகை உண்டு. பகுத்தறிவுவாதிகள் நினைப்பது போல் ஜோதிடம் என்பது நம்பிக்கை சார்ந்தது அல்ல. அது ஒரு விஞ்ஞானம். ஆனால் துரதிர்ஷ்டவசமாக அதில் ஏகப்பட்ட சராசரிகளும் பொய்யர்களும் புகுந்து அதன் பெயரைக் கெடுத்துக் கொண்டிருக்கிறார்கள்.

சமீபத்தில் மூன்று ஜோதிடர்களிடமிருந்து எனக்குச் செய்திகள் கிடைத்தன. மூன்று பேருமே என் கடந்த காலம், நிகழ் காலம், எதிர் காலம் மூன்றையும் கணித்துச் சொன்னார்கள். சிலர் கடந்த காலத்தைச் சரியாகச் சொல்லிவிட்டு எதிர்காலத்தில் சொதப்பி விடுவார்கள். ஆனால் இவர்கள் விஷயம் அப்படியல்ல. முதலாமவர், ப்ரியங்கா சோப்ராவின் ஆஸ்தான ஜோதிடர் கஜானந்த். இவரை நான் நேரில் சந்திக்கவில்லை. இவரை அடிக்கடி சந்திக்க நேரும் என் நண்பர் இவரிடம் என் பெயரைச் சொல்லியிருக்கிறார். இவரிடம் பெயரும் பிறந்த நேரமும் தேதியும் சொன்னால் போதும். சிறிது நேரம் தியானத்தில் இருந்து எல்லாவற்றையும் படம் பார்ப்பது போல் பார்த்துச் சொல்லி விடுவார். என்னைப் பற்றிச் சொன்ன போது அவர் என்னைப் பார்த்திருக்கிறார். என் உருவம், அங்க அடையாளம் அத்தனையும் சொன்னாராம். எனக்கு மட்டுமே தெரிந்த சில ரகசியங்களையும் என் நண்பர் சொன்ன போது மிரண்டு போனேன்.

இன்னொருவர் கைரேகை பார்ப்பவர். பல்லாயிரக் கணக்கான பேருக்குப் பார்த்து விட்டதால் இப்போது பொதுமக்களுக்குப் பார்ப்பதில்லை. மூன்றாமவர், மைலாப்பூரில் இருக்கிறார். கே.வி.எல்.என்.ஷர்மா. ஜாதகத்தைப் பார்த்து முக்காலத்தையும் கணிப்பவர். ஆச்சரியம் என்னவென்றால், திருஷ்டி, கைரேகை, ஜாதகம் ஆகிய மூன்று முறைகளிலும் என் வாழ்க்கையைக் கணித்தவர்கள் கூறிய அத்தனை விஷயங்களும் ஒன்றே போல் இருந்தன. என் ஆயுளைக் கூட இந்த மூவரும் ஒரே மாதிரி கணித்திருக்கிறார்கள், ஒரு வருடம் கூட பிசகாமல்.

கைரேகை மூலமும் முகத்தை வைத்தும் கணிக்கக் கூடிய இன்னொருவரையும் எனக்குத் தெரியும். சில பிரபலங்களின் ஜாதகங்கள் நமக்குக் கிடைக்கின்றன அல்லவா, அதை இவரிடம் பெயர் சொல்லாமல் கொடுப்போம். மிகச் சரியாக சொல்லி விடுவார். பலமுறை இதை சோதித்துப் பார்த்திருக்கிறோம். ஒரு மூத்த அரசியல் தலைவரின் ஜாதகத்தைக் காண்பித்தோம். கிட்டத்தட்ட அவருடைய வாழ்க்கை வரலாற்றையே சொன்னவர் முடிவாக, அவருக்குப் பதவி எதுவும் கிடைக்காது என்றார். அதற்குப் பிறகுதான் அவரிடம் நாங்கள் பெயரையே சொன்னோம். எல்.கே.அத்வானி. இப்பேர்ப்பட்டவரிடம் ஒரு கெட்ட குணம் என்னவென்றால், நன்மை தீமை இரண்டையும் பாரபட்சம் இல்லாமல் சொல்லி விடுவார். அப்படி அவர் சொன்ன ஒரு ஆரூடம், இன்னும் இரண்டு ஆண்டுகளில் தமிழ்நாடு ஒரு மிக அதிர்ச்சியான மரணச் செய்தியை சந்திக்கும். அரசியல் சார்ந்தது அல்ல என்பதை மட்டும் சொல்லி விடுகிறேன்.

இன்னொரு முக்கிய விஷயம். நான் யாருக்கும் ஜோதிடர்களை அறிமுகப்படுத்துவதில்லை. ஏனென்றால், இன்றைய வாழ்வில் மனிதன் அறத்தை இழந்து விட்டான். பணத்துக்கு அடிமையாகி விட்டான். நம்பவே முடியாத அளவுக்கு சுயநலமி ஆகி விட்டான். ஜோதிடர்களைப் பார்த்து எனக்கு எப்போது பணம் கிடைக்கும், என் மகளுக்கு எப்போது திருமணம், என் மகன் எப்போது பங்களா கட்டுவான் என்றே கேட்கிறார்கள். தான் வாழ்கின்ற இந்த பூமிக்கும், தன்னோடு கூட வாழும் மனிதர்களுக்கும், பிற உயிரினங்களுக்கும் நாம் என்ன செய்கிறோம்? நான் பிச்சைக்காரனைப் பார்க்கும் போதெல்லாம் ஐந்து ரூபாய் போடுகிறேன் என்பது அறம் அல்ல. அப்படியானால் எது அறம்?

பண்டரீபுரத்தில் ராக்கா என்ற குயவர் வாழ்ந்து வந்தார். மனைவி பெயர் பாக்கா. ஒருநாள் இவர் சூளையில் பானைகளை அடுக்கி விட்டு பாக்காவிடம் சூளைக்குத் தீ மூட்டுமாறு சொன்னார். மறுநாள் வந்து பார்த்த போது ஒரு தாய்ப்பூனை சூளையைச் சுற்றிச் சுற்றி வந்து அழுது கொண்டிருந்தது. ஒருவேளை சூளைக்குள் இதன் குட்டிகள் இருக்குமோ என்று சந்தேகம் அடைந்து தான் வணங்கும் பாண்டுரங்கனிடம் எரியும் அரக்கு மாளிகையில் இருந்து பாண்டவர்களைக் காப்பாற்றியது போல் இந்தப் பூனைக்குட்டிகளைக் காப்பாற்று; அப்படிச் செய்தால் நான் இந்தத் தொழிலையே விட்டு விடுகிறேன் என வேண்டினார்.

இரண்டு நாட்களும் அதே பிரார்த்தனையில் இருந்தார். மூன்றாம் நாள் சூளை வெந்து தணிந்ததும் பார்த்த போது ஒரு பானையில் பூனைக்குட்டிகள் பத்திரமாக உயிரோடு இருந்தன.

பாக்கா தொழிலை விட்டு விட்டு தன் உடமைகளையெல்லாம் தானம் செய்து விட்டு ஒரு குக்கிராமத்தில் எளிய வாழ்க்கை வாழத் துவங்கினார். அப்போது ராக்காவும் பாக்காவும் ஒரு காட்டில் சுள்ளி பொறுக்கிக் கொண்டிருந்தார்கள். அந்தச் சுள்ளியின் அடியில் மாணிக்க வளையல் ஒன்று கிடந்தது. உடனே பாண்டுரங்கன் தான் நம்மைச் சோதிக்கிறான் என்று ராக்காவும் பாக்காவும் அந்த இடத்தை விட்டு நகர்ந்தனர். உடனே பாண்டுரங்கன் அவர்களுக்குக் காட்சி கொடுத்தான் என்கிறது கதை. ஆனால் இந்த பாண்டுரங்க தரிசனத்தைத் தவிர மற்ற எல்லா விஷயங்களையும் நான் மேற்கத்திய நாடுகளில் பார்த்திருக்கிறேன். அடுத்தவர் பொருளுக்கு ஆசைப் படாமல், அடுத்தவரை இம்சிக்காமல் வாழ்ந்தால் அதுவே பெரும் அறம் என நாம் கற்க வேண்டும். வீட்டில் ஒரு பூரான் வந்தால் கூட அதை அடிக்கக் கூடாது. இந்த உலகில் நம்மைப் போல் அதற்கும் வாழ உரிமை இல்லையா? ஒரு குச்சியால் எடுத்து வெளியே போட்டு விட்டால் அது பாட்டுக்குப் போய் விடும். பாம்பு விஷயமும் அப்படியே. இப்படிப்பட்ட விஷ ஜந்துக்களை விட மனிதனின் விஷம்தான் கொடுமையானது என்று நினைக்கிறேன். ஒருசில விதிவிலக்குகளையும் பார்க்கிறேன். மெரினா கடற்கரையில் தினமும் ஒருவர் கை நிறைய தானியங்களை வைத்துக் கொண்டு காகங்களுக்கும் புறாக்களுக்கும் போட்டுக் கொண்டிருப்பார். தினமும் இந்தக் காட்சியை காலையில் காந்தி சிலை அருகே காணலாம். இப்படிப்பட்ட பல்லுயிர் ஓம்பும் பண்பாளர்கள் மட்டுமே ஜோதிடரை அணுகலாம். ஆனால் அப்படிப்பட்ட பண்பாளர்களுக்கு ஜோதிடர்கள் தேவையில்லை என்பதுதான் நகைமுரண்.

நாகேஸ்வர ராவ் பூங்காவில் இன்னொரு அற்புதக் காட்சி. ஒருவர் தினந்தோறும் ஒரு மணி நேரம் கையில் மௌத் ஆர்கனை வைத்துக் கொண்டு ட்சைக்காவ்ஸ்கியையும் (Tchaikovsky), தெபூஸியையும் (Debussy) இன்னும் பல மேற்கத்திய சாஸ்த்ரீய கலைஞர்களையும் வாசித்துக் கொண்டிருப்பார். (அதன் பெயர் மௌத் ஆர்கன் அல்ல; ஹார்மோனிகா என்று சொன்னார்.) ஒருநாள் அவர் ஒரு நிமிடம் ஆசுவாசப்படுத்திக் கொண்டிருந்த போது ராகவன் அவரிடம் சென்று இது ட்சைக்காவ்ஸ்கியின் ஸ்வான் லேக் தானே என்று

கேட்டதும் அவர் நெகிழ்ந்து விட்டார். அந்த மனிதர் எதற்காக இதையெல்லாம் வாசிக்கிறார்? அந்தப் பூங்காவில் உள்ள அத்தனை விருட்சங்களுக்காகவும்தான். அந்த விருட்சங்கள் அவருடைய சங்கீதத்தை ரசிப்பதை நான் உணர்கிறேன். அவரும் அந்த விருட்சங்களும் நானும் ராகவனும் ஒன்றாக இணையும் அற்புதத் தருணம் அந்தக் காலை நேரம்

நாம் வாழும் பூமிக்கு நன்றி தெரிவிக்காதவர்கள் எந்த ஜோதிடரையும் அணுகிப் பிரயோஜனம் இல்லை.

மன ஆற்றல், உடல் ஆற்றல் எல்லாவற்றுக்குமான ஒரே வழி, ஒரே தீர்வு யோகா தான். பூங்காக்களில் பலரும் நடைப் பயிற்சி செய்யும் போது எனக்கு மிகவும் விசனமாக இருக்கும். ஏனென்றால், நடைப் பயிற்சியை விட பல மடங்கு உடல் ஆரோக்கியத்தைப் பேணக் கூடியது யோகா. இன்றைய முக்கியப் பிரச்னைகளான ரத்த அழுத்தம், கொலஸ்ட்ரால், நீரழிவு போன்ற எல்லாவற்றையும் இல்லாமல் ஆக்கி விடக் கூடியது யோகா. மன ஆற்றலுக்குக் கீழ்வரும் யோகாவைப் பயிற்சி செய்யுங்கள்:

துணி விரித்து அதன் மேல் கால்களை சம்மணம் இட்டு அமருங்கள். முடிந்தால் பத்மாசனத்தில் அமரலாம். கண்கள் மூடி இருக்க வேண்டும். இப்போது கைகள் இரண்டையும் தோள்களுக்குச் சமமாக உயர்த்துங்கள். பிறகு இரண்டு கைகளையும் ஒரு சேர மேலே ஆறு இஞ்ச் அளவுக்கும் உடனே கீழே ஆறு இஞ்ச் அளவுக்கும் பறவை இறக்கைகளை விரித்துப் பறப்பது போல் மேலும் கீழும் வேகமாக ஆட்ட வேண்டும். மெதுவாக அல்ல; வேகமாக. முதலில் ஒரு நிமிடமும் பிறகு 3, 5, 7 என்று உயர்த்திக் கொண்டும் போகலாம். பறவை காற்றில் எப்படி மிதக்கிறதோ அதேபோல் நம் மனமும் மிதக்கும் என்பது இந்த ஆசனத்தின் தத்துவம்.

மன ஆற்றலைப் பெருக்குவதற்கு இன்னொரு அற்புதமான வழி அஷ்டாங்க யோகா. இதை யாராவது ஒரு குருவிடம் கற்றுக் கொள்ளுங்கள். அல்லது, பாபா ராம்தேவின் அஷ்டாங்க யோகா பயிற்சியை யூட்யூபிலிருந்து பலமுறை பார்த்துத் தெரிந்து கொள்ளுங்கள். இது ஒன்றே போதும், ஆரோக்கிய வாழ்வுக்கு. பாபா ராம்தேவ் ஒரு பிரமாதமான யோகா ஆசிரியர். இந்தியாவில் இவர்தான் நம்பர் ஒன் என்று சொல்வேன். ஆங்கிலம் தெரிந்திருந்தால் நம் தமிழ் சாமியார்களை மிஞ்சி சர்வதேச

அளவில் பிரபலமாகியிருப்பார். ஆனால் இந்தியில் பேசுவதால் வட நாட்டில் மட்டுமே பிரபலம். அதுவும் அதிக நேரம் பேசு கிறார். அலுப்பாக இருக்கும். அப்படி இருந்தால் வேறு ஏதேனும் யூட்யூப் இணைப்புகளைப் பார்த்துத் தெரிந்து கொள்ளலாம். பேரழகிகளான இந்தியப் பெண்கள் பலர் வெளிநாடுகளில் அஷ்டாங்க யோகா கற்பிக்கிறார்கள். நீங்கள் லண்டனில் இருப்பதால் சொன்னேன். ஆனால் அங்கெல்லாம் கன்னாபின்னா என்று பணம் பிடுங்குகிறார்கள். அதனால் யூட்யூபிலேயே தேடிப் பாருங்கள் அஷ்டாங்க யோகாவை.

சரி, இவ்வளவு சொல்லி விட்டு நான் ஏன் காலையில் நாகேஸ்வர ராவ் பூங்காவுக்கு நடைப் பயிற்சிக்குப் போகிறேன் என்று கேட்கிறீர்களா? நான் நாள் முழுவதும் எழுதிக் கொண்டோ படித்துக் கொண்டோ என் அறையிலேயேதான் அடைந்து கிடக்கிறேன். இல்லாவிட்டால் சமையல் அறை. இதைத் தவிர வெளியே செல்வதே கிடையாது. யாரையும் சந்திப்பதும் இல்லை. அவ்வப்போது நடக்கும் வாசகர் வட்டச் சந்திப்பு தவிர வேறு மனித நடமாட்டமே என் வாழ்வில் இல்லை. அதனால் வெளிக் காற்றை சுவாசிக்கவும், மனிதர்களையும் விருட்சங்களையும் பார்க்கவும்தான் காலையில் நடைப் பயிற்சிக்குப் போகிறேன். இன்னொரு காரணம், ஸ்ரீவில்லிபுத்தூர் ராகவன். எக்ஸ்ட்ரா பிட், மஹாமுத்ராவின் அற்புதமான காஃபி.

50. ஃபிலிஸ்டைன் என்ற வார்த்தையை அடிக்கடி பயன்படுத்து கிறீர்களே, அதன் பொருள் என்ன?

ஜெ.ராஜசேகர், மதுரை.

Philistines என்ற வார்த்தை பைபிளில் பழைய ஏற்பாட்டில் நியாயாதிபதிகள் என்ற அத்தியாயத்தில் வருகிறது. ''என் ஜீவன் பெலிஸ்தரோடே கூட மடியக் கடவது,'' என்று சாம்ஸன் சொல்கிறான். இந்த பெலிஸ்தர் தான் ஃபிலிஸ்டைன். கவிஞர் மாத்யூ ஆர்னால்ட்தான் முதல் முதலில் இந்த வார்த்தையை புத்திஜீவிகளுக்கு எதிரான சராசரி என்ற பொருளில் பயன்படுத்தினார். யாரெல்லாம் கலை, இலக்கியத்துக்கு எதிரானவர்களோ, கலாச் சார சுரணை உணர்வு இல்லாதவர்களோ அவர்கள் ஃபிலிஸ்டைன். அந்த வகையில் ஒட்டு மொத்த தமிழ்ச் சமூகமே ஃபிலிஸ்டைன் என்கிறேன் நான். சில விதிவிலக்குகள் இருக்கலாம். ஆனால் பெரும் நீதிமான்கள், கல்வியாளர்கள், அறிவியல் அறிஞர்கள்,

அதிகாரிகள் போன்றவர்களே இலக்கியம் பற்றி எதுவும் தெரியாத சமூகமாக இருக்கிறது தமிழ்நாடு என்பதுதான் என் கவலை.

சகாயம் ஐஏஎஸ் என் மதிப்புக்குரியவர். என் ஹீரோ என்றே சொல்லுவேன். பணமும் ஊழலும் அதிகாரத்துக்கு ஜால்ரா போடுவதுமே லட்சியமாகி விட்ட இன்றைய சூழலில் இது எல்லாவற்றையும் தனி ஆளாக எதிர்த்து நின்று வாழும் அதிகாரி அவர். அப்பேர்ப்பட்ட ஹீரோக்களே காமெடியன்களாக மாறும் ஃபிலிஸ்டைன் சூழல் நம்முடைய சூழல். 'இன்று தமிழ்நாட்டில் தமிழ் மொழியை அழியாமல் பாதுகாத்து வருவது எழுத்தாளர்களோ, பேச்சாளர்களோ, இலக்கியவாதிகளோ அல்ல. அரசுப் பள்ளியில் படிக்கும் மாணவர்கள்தான் தமிழ்மொழியை தொடர்ந்து கற்று, அதனை அழியாமல் பாதுகாத்து வருகின்றனர். தமிழ் வழிக் கல்வியை அவர்கள் கற்பதன் மூலம், தமிழ் கலாசாரத்தையும், பண்பாட்டையும் பேணிப் பாதுகாப்பதில் பெரும் பங்காற்றி வருகிறார்கள்,' என்று பேசியிருக்கிறார் சகாயம் ஐஏஎஸ்.

வெறுமனே தமிழ் எழுதத் தெரிந்தால் தமிழ் வளர்ந்து விடும் என்று நினைப்பது எவ்வளவு பெரிய அறியாமை. தமிழ் இன்று செம்மொழியாக நிலைத்து நிற்பதற்குக் காரணம், 2000 ஆண்டு களுக்கு முன்பு தமிழ் படித்த மாணாக்கர்கள் இல்லை; அரசர்களிடம் பிச்சை எடுத்து வாழ்ந்த சங்கக் கவிஞர்கள். தொல்காப்பியனும் வள்ளுவனும் கம்பனும் இளங்கோவும் ஆண்டாளும் ஆழ்வார்களும் வளர்த்த தமிழ் இது. வேறு எந்தப் புடுங்கியும் அல்ல. குறைந்தபட்சம் 5000 ஆண்டு இலக்கியப் பாரம்பரியம் கொண்ட தமிழை நவீனப்படுத்தியவன் பாரதி. அவனுடைய பந்தத்தை ஏந்திக் கொண்டு ஓடிக் கொண்டிருப்பவர்கள் இன்றைய எழுத்தாளர்கள். இவர்களால் மட்டுமே தமிழ் இன்னமும் வாழ்ந்து கொண்டிருக்கிறது. சகாயம் நேர்மையான அதிகாரி. ஆனால் இலக்கிய அறிவு இல்லாத ஒரு ஃபிலிஸ்டைன் சமூகத்திலிருந்து உருவானவர். தமிழ்நாட்டை நினைத்தால் கவலையாக இருக்கிறது.

7

இளம் எழுத்தாளர்கள் பட்டியல்!

செப்டெம்பர் 26, 2014

51. நீங்கள் உங்கள் உடலை ஒரு கோவில் போல் பாதுகாத்து வருவது தெரியும் என்பதால் நலமா என்று கேட்க மாட்டேன். நீங்கள் அந்திமழையில் தரும் உடல் ஆரோக்கியம் சம்பந்தமான தகவல்களை ஒருவர் தானாகத் தெரிந்துகொள்ள ஐம்பது வருடங்களாவது ஆகும். ஆனால் நீங்கள் தொடர்ந்து அதை வழங்கிக் கொண்டே இருக்கிறீர்கள் ஓர் அருவி போல. அருவி தொடர்ந்து நீரைப் பொழியும், அதனால் யாருக்குப் பயன் என்று பாராமல். நீங்களும் அப்படியே. உங்களால் நான் மட்டுமல்லாது பிற வாசகர்களும் பெற்ற பலன்களுக்கு நன்றி என்ற வார்த்தை போதாது. உங்களுக்கு வாசகனாக இருப்பதில் மிகவும் பெருமைப்படுகிறேன். ஆரோக்கியம் சம்பந்தமாக தொடர்ந்து குறிப்புகள் தரவும்.

விக்கி

சூரிய நமஸ்காரத்துக்கு இணையான ஆசனம் வேறு ஏதும் இல்லை. யூட்யூபில் பார்த்து, நீங்கள் சூரிய நமஸ்காரத்தைக் கற்றுக் கொண்டு செய்ய ஆரம்பிக்கலாம்.

இன்னொரு குறிப்பு: வெறுமனே நடப்பதை விட எட்டுப் போடுவது நல்லது. இரண்டு நாற்காலிகளை வைத்து எட்டு போல் சுற்றி வர வேண்டும். ஐந்து நிமிடங்களுக்கு ஒரு முறை வலம் இடம் இரண்டையும் மாற்ற வேண்டும். நாகேஸ்வர ராவ் பூங்காவில் பலரும் எட்டுப் போடுவதைப் பார்க்கிறேன். ஆனால் அவர்கள் மிக நீண்ட வட்டத்தில் சுற்றுகிறார்கள். இரண்டு நாற்காலிக்கும்

இடையே இரண்டு அடி தூரம் தான் இருக்க வேண்டும். எட்டு போடுவதால் கொழுப்பு குறையும், ரத்த அழுத்தமும் சர்க்கரை அளவும் சீராக இருக்கும்.

53. ஒரே புத்தகத்தை பலமுறை படித்ததுண்டா? அப்படிப் படிக்கும்போது புதிதாக என்ன உணர்வீர்கள்? தன்னம்பிக்கை புத்தகம் படித்தது உண்டா?

ஜோ.எமிமா, சென்னை.

பலமுறை என்ன எமிமா, சில புத்தகங்களை தினமுமே படிக்கிறேன். முழுமையாக ஒரே நாளில் படிப்பது சாத்தியம் அல்ல. அன்றைக்கு எந்தப் பகுதி தேவையோ அதைப் படிப்பேன். ஆனால் இந்தப் புத்தகங்களை ஒரு நாள் கூடப் படிக்காமல் இருந்ததில்லை. திருக்குறள், பைபிள், நாலாயிரத் திவ்யப் பிரபந்தம், பகவத் கீதை. மற்றபடி அடிக்கடி படிக்கும் புத்தகங்கள் அல்லது என்னோடு கூடவே பயணம் செய்யும் புத்தகங்கள் என சங்க இலக்கியத்தைச் சொல்லலாம். பலரும் சங்க இலக்கியம் என்றால் அகநானூறு, புறநானூறு என்று மட்டுமே நினைத்துக் கொண்டிருக்கின்றனர். தவறு.

சங்க இலக்கியத்தில் 36 நூல்கள் உள்ளன. பதினெண் மேல் கணக்கு, பதினெண் கீழ்க் கணக்கு. மேல் கணக்கில் உள்ளவை: நற்றிணை, குறுந்தொகை, ஐங்குறுநூறு, பதிற்றுப் பத்து, பரிபாடல், கலித்தொகை, அகநானூறு, புறநானூறு. இந்த எட்டும் எட்டுத் தொகை.

திருமுருகாற்றுப்படை, பொருநராற்றுப்படை, சிறுபாணாற்றுப் படை, பெரும்பாணாற்றுப்படை, முல்லைப் பாட்டு, மதுரைக் காஞ்சி, நெடுநல்வாடை, குறிஞ்சிப் பாட்டு, பட்டினப் பாலை, மலைபடுகடாம். இவை யாவும் பத்துப் பாட்டு.

இது தவிர பதினெண்கீழ்க் கணக்கில் பதினெட்டு நூல்கள் உண்டு. அதில்தான் நாலடியார், திருக்குறள் எல்லாம் வருகிறது.

என் நண்பர் ஸ்ரீவில்லிபுத்தூர் ராகவனைப் பொறுத்தவரை திருக்குறளில் இல்லாததே இல்லை. அப்படி நினைக்கும் அவரே நேற்று ஒரு புறநானூற்றுப் பாடலைச் சொல்லி அதில் வரும் தத்துவம் திருக்குறளில் மட்டும் அல்ல, வேறு எந்த நூலிலும் இருக்கும் சாத்தியம் இல்லை என்றார். பரணர் பாடிய அந்தப் பாடல்

கடையேழு வள்ளல்களில் ஒருவனான பேகனைப் பற்றியது. அந்தக் கதை நாம் கேட்டதுதான். கார்முகிலைக் கண்டு தோகை விரித்து ஆடிய மயிலைக் கண்டு அது குளிரில் நடுங்குவதாக எண்ணித் தன் போர்வையை அதற்குக் கொடுத்தவன் பேகன். அந்தப் பாடலின் ஒரு பகுதி இது:

உடாஅ போரா வாகுதலறிந்தும்
படாஅ மஞ்ஞைக் கீத்த வெங்கோ
கடாஅ யானைக் கலிமான் பேகன்
எத்துணை யாயினு மீத்த னன்றென
மறுமை நோக்கின்றோ வன்றே
பிறர் வறுமை நோக்கின்றவன் கைவண்மையே.

நாமெல்லாம் தானம் செய்யும் போது மறுமைப் பயன் கிடைக்கும் என்று செய்கிறோம். ஆனால் பேகனின் கையோ பிறர் வறுமை நோக்கியது என்கிறார் பரணர்.

ஆனால் சங்க இலக்கியத்திலும் அந்தக் கால வாழ்விலும் எனக்குப் பெரிய பிரச்னையாக இருப்பது பெண்ணடிமைத்தனம். உலக வாழ்வின் மகா அற்புதத் தருணத்தை நமக்கு வழங்கும் பேகனுக்கு கண்ணகி என்ற மனைவி இருந்தாள். அந்தக் கால வழக்கப்படி பேகன் கண்ணகியை விட்டுப் பிரிந்து ஒரு பரத்தையிடம் சென்று அவளுடனே வாழ ஆரம்பிக்கிறான். கண்ணகி தீராத் துயரத்தில் வாடுவதை அறிந்து கபிலர், பரணர், அரிசில்கிழார், பெருங்குன்றூர்கிழார் போன்ற புலவர்கள் பேகனிடம் சென்று பேசி அவனை ப்ரெய்ன்வாஷ் செய்து அழைத்து வருகின்றனர். (புலவர்களுக்கு என்ன வேலை பாருங்கள்!) சரி, புருஷன் பரத்தையிடம் போன பின்பு அந்தக் கண்ணகி பட்ட வேதனையை எந்தப் புலவன் பாடியிருக்கிறான் என்று தேடிக் கொண்டிருக்கிறேன்.

53. ஏமாற்றுபவர்களை புத்திசாலிகளாகவும், இரக்கமுள்ளவர்களை ஏமாளிகளாகவும் வியக்கும் இந்த சமூகத்தை எதிர்கொள்வது எப்படி?

ரமேஷ்.

நம் நெஞ்சம்தான் நம் கடவுள். நாம் அஞ்ச வேண்டியது நமக்குத்தானே தவிர சமூகத்துக்கு அல்ல. மகாத்மா காந்தி சட்டையைக் கழற்றி வீசி விட்டு வெறும் துண்டைக் கட்டிக்

கொண்டு வாழ்ந்தாரே எப்படி? ஆங்கிலேயர்கள் அவரை ஃபக்கீர் (பிச்சைக்காரன்) என்று கிண்டல் செய்தார்கள். அவர் கவலையே படவில்லை. நாம் நமக்கு உண்மையாக இருந்தால் சமூகம் நம் பின்னால் வரும். இதைத்தான் என் வாழ்வின் ஆதார மந்திரமாகக் கடைப் பிடித்து வருகிறேன்.

இன்னொரு முக்கியமான விஷயம். பணம், அதிகாரம், புகழ் போன்றவைகளுக்கு மதிப்பளிக்கும் சமூகத்தின் அங்கீகாரம் நமக்குத் தேவையில்லை. அதனால் சமூகம் நம்மைப் பற்றி என்ன நினைக்கிறது என்று நாம் கவலைப்பட்டால் நம் பணியை நாம் செவ்வனே செய்ய முடியாது.

54. தல்ஸ்தோய் போன்றவர்களால் குறிப்பிடப்பட்ட திருக்குறளுக்கு நீங்கள் விளக்கவுரை எழுத முடியுமா?

மணிமாறன் NS, மலேஷியா.

உங்கள் கேள்வியில் என்னைக் கவர்ந்தது தல்ஸ்தோயும் திருக் குறளும். Free Hindustan என்ற தினசரியின் ஆசிரியருக்கு 1908-ஆம் ஆண்டு டிசம்பர் 14-ஆம் தேதி எழுதிய கடிதத்தில் வேதங்களையும், உபநிஷத்துக்களையும், கீதையையும், விவேகானந்தரையும் மேற்கோள் காட்டும் தல்ஸ்தோய் அதில் 'இன்னா செய்தாரை ஒறுத்தல் அவர் நாண நன்னயம் செய்து விடல்,' 'பிறர்க்கின்னா முற்பகல் செய்யின் தமக்குஇன்னா பிற்பகல் தாமே வரும்,' என்பது உள்ளிட்ட ஆறு குறள்களைக் குறிப்பிடுகிறார். எந்த விடுதலைப் போராட்டமும் அகிம்சை வழியில்தான் நடக்க வேண்டும் என்பதே அக்கடிதத்தின் மூலம் தல்ஸ்தோய் வலியுறுத்தும் கருத்து. நமக்கு மிக அருகில் நடந்த ஈழப் போராட்டம் வன்முறையைக் கையில் எடுத்ததால் பேரழிவை எதிர்கொண்டதை நாம் அறிவோம். அதைத்தான் ஒரு நூற்றாண்டுக்கு முன்பே தல்ஸ்தோய் சொன்னார். உலகம் பூராவும் மார்க்சீயம் தோல்வி அடைந்ததற்கும் அதுவே காரணம். வெறுப்பை அது தன் அடிநாதமாகக் கொண்டிருந்தது. அதுவே அதன் வீழ்ச்சிக்குக் காரணம்.

தல்ஸ்தோயின் அந்தக் கடிதத்தை காந்தி தென்னாஃப்ரிக்காவில் இருந்த போது படித்தார். காந்தியின் அகிம்சைக் கோட்பாட்டுக்கு வித்திட்ட அடிப்படையான மூன்று பேரில் தல்ஸ்தோயும் ஒருவர். இந்தக் கடிதத்தைத் தன் பத்திரிகையில் வெளியிடுவதற்காக தல்ஸ்தோய்க்குக் கடிதம் எழுதிய காந்தி, அனுமதி

கிடைத்ததும் குஜராத்தியில் மொழிபெயர்த்து ஒரு முன்னுரையோடு வெளியிட்டார். தல்ஸ்தோயின் இந்தக் கடிதம் நாம் அனைவரும் படிக்க வேண்டிய மிக முக்கியமான ஆவணம்.

திருக்குறளுக்கு பல அறிஞர்கள் நல்ல விளக்கம் எழுதியிருக்கிறார்கள். ஆனால் சங்க இலக்கியத்தில் எட்டுத் தொகைக்கும், பத்துப் பாட்டுக்கும் விளக்கவுரை என்று இல்லாமல் அவற்றினூடான என் வாசிப்பு அனுபவத்தைப் பற்றி விரிவாக எழுதலாம் என்று தோன்றுகிறது. நேரம் கிடைக்கும் போது செய்ய வேண்டும்.

55. எனக்கென்னமோ ரஜினிகாந்த்தான் உங்களுக்கு நண்பர் ஆவார், கமல் சரிப்பட்டு வரமாட்டார் என்று தோன்றுகிறது. ஒரே உறையில் இரண்டு கத்திகள் இருக்க முடியாதே?

மகேஷ், மதுரை.

1970-இல் சென்னையில் நடந்த சம்பவம் இது. ராஜேஷ் கன்னா உச்சத்தில் இருந்த கால கட்டம். படப்பிடிப்பு முடிய நள்ளிரவு ஆகி விட்டது. அவர் தங்கியிருந்த ஓட்டலுக்குத் திரும்பிய போது அவரைப் பார்ப்பதற்காக அந்த நள்ளிரவிலும் 200 கல்லூரி மாணவிகள் காத்திருந்ததாக சென்னை தினசரிகளில் செய்தி வந்திருந்தது. இப்போது அவர் இடத்தை ரிஷி கபூரின் மகன் ரன்பீர் கபூர் பிடித்திருக்கிறார். இதே போல் தமிழில் எம்.கே.டி.பாகவதர் - பி.யு. சின்னப்பா, எம்ஜியார் - சிவாஜி, ரஜினி - கமல், விஜய் - அஜித் என்று போய்க் கொண்டே இருக்கும். இவர்கள் அனைவருமே மக்களை சந்தோஷப்படுத்துபவர்கள் (entertainers). ஆனால் எழுத்தாளன் என்பவன் மக்களை சந்தோஷப்படுத்துபவன் அல்ல.

கபிலனும் கம்பனும் இளங்கோவும் வள்ளுவனும் மக்களை சந்தோஷப்படுத்துவதற்காகவா எழுதினார்கள்? ராஜேஷ் கன்னாவைக் கொண்டாடிய வட இந்தியாவில் இப்போது அவர் பெயரே யாருக்கும் தெரியாது; இங்கே எம்.கே.டி., பி.யு.சின்னப்பாவின் பெயர் தெரியாததைப் போல. ஆனால் அங்கே பிரேம் சந்தின் பெயரும் நிர்மல் வர்மாவின் பெயரும் தெரியும். உங்களுக்குச் சந்தேகம் இருந்தால் நீங்கள் டிஃபன் சாப்பிட ஓட்டலுக்குச் செல்லும் போது சர்வரிடம், உனக்கு பாரதியைத் தெரியுமா என்று கேட்டுப் பாருங்கள். தெரியும் என்பது மட்டும் அல்ல; பாரதியின் பாடல்களில் கூட ஒன்றிரண்டை அவர்

சொல்லுவார். ஆனால் பாகவதர், பி.யு. சின்னப்பா? ம்ஹூம். மக்களுக்கு ஒவ்வொரு தலைமுறைக்கும் ஒவ்வொரு கேளிக்கையாளர் வேண்டும். ஒரு தலைமுறையின் கேளிக்கையாளரை அடுத்த தலைமுறை ஒதுக்கித் தள்ளி விடும். பாகவதரின் பாடலைப் போட்டால் என் மகன் என்னை அடிக்க வருவான். எனவே எந்தக் காலத்திலும் நடிகர்களையும் எழுத்தாளர்களையும் ஒப்பிட முடியாது. இருவரையும் ஒரே உறையில் போடவும் முடியாது.

அல்ஜீரியாவின் விடுதலைப் போராளிகள் ஃப்ரான்ஸின் காலனி ஆதிக்கத்தை எதிர்த்து வன்முறைப் போராட்டத்தில் ஈடுபட்டார்கள். பள்ளிக்குச் செல்லும் (ஃப்ரெஞ்ச்) குழந்தைகள் கூட கொல்லப்பட்ட சம்பவம் எல்லாம் நடந்தது. அல்ஜீரியாவின் வன்முறையை ஃப்ரான்ஸே எதிர்த்த நேரத்தில் அவர்களின் விடுதலைப் போராட்டத்தை ஜான் பால் சார்த்ர் ஆதரித்தார். 'சார்த்ர் ஒரு தேசத் துரோகி, அவரைக் கைது செய்யுங்கள்,' என்று ஃப்ரான்ஸில் பலரும் சொன்ன போது அப்போதைய ஃப்ரெஞ்ச் அதிபர் சார்ல்ஸ் தெ கால் சொன்னார், வால்டேரை யாரும் கைது செய்ய முடியாது என்று. நம்முடைய ஆசான்களை எப்படிக் கைது செய்ய முடியும் என்று பொருள். எழுத்தாளன் என்பவன் அந்த இடத்தில் இருப்பவன். தமிழ்நாட்டில் எழுத்தாளனுக்கு மரியாதை கிடையாது; அதிலும் என்னைப் போன்ற ஒரு transgressive எழுத்தாளன் ஒரு எய்ட்ஸ் நோயாளியைப் போல்தான் நடத்தப் படுகிறான் என்பதற்கு கமலுக்கு நான் கை கொடுத்த போது அவர் முறைத்து விட்டுப் போன சம்பவம் ஒரு உதாரணம். இனிமேல் அந்தத் தவறைச் செய்வதாக இல்லை. ரஜினிகாந்த் நிச்சயம் அப்படிச் செய்ய மாட்டார். ஏனென்றால் அவர் கமலைப் போல் உலக இலக்கியம் படித்தவர் அல்ல. பொதுவாக வாசிப்புதான் ஒருவரை மேம்படுத்தும். ஆனால் தமிழ்நாட்டில் அது உல்ட்டாவாக நடக்கிறது. வாசிப்புதான் ஒருவரிடம் மேலும் மேலும் மூர்க்க குணத்தைச் சேர்க்கிறது. காரணம், வாசிப்பை இங்கே ஆயுதத் தளவாடத்தைப் போல் தங்கள் ஆயுதக் கிடங்கில் சேகரிக்கிறார்கள். மற்றவர் மீது அன்பு செலுத்த அல்ல; மற்றவரை அவமதிக்கவே அந்த வாசிப்பு பயன்படுகிறது.

எனக்கு ரஜினி மீது மிகுந்த மரியாதை உண்டு. அவருடைய பிறந்த நாள் அன்று ஒரு பிரபல தினசரியில் அவரைப் பற்றி விரிவாக எழுதியிருந்தேன். அவர் நடிப்பு எனக்குப் பிடிக்கும். ஆனால் துரதிர்ஷ்டவசமாக அவரைத் தமிழ் சினிமா பயன்படுத்திக் கொள்ளவில்லை. மேலும், மஹா அவ்தார் பாபாவை தரிசிக்கப்

பெற்ற ஒருசிலரில் அவரும் நானும் அடக்கம். இருந்தாலும் இனிமேல் நானாக யாரிடமும் சென்று கை குலுக்க மாட்டேன். அவர்களாகக் குலுக்கினால் ஒரு அடி முன்னே சென்று அரவணைத்துக் கொள்வேன்.

56. உங்களுக்குப் பிடித்த, நல்ல எதிர்காலமும் கொண்ட இளம் எழுத்தாளர்கள் பட்டியல் ஒன்றை வெளியிடுங்களேன்.

57. எழுத்துலகில் உங்கள் வாரிசு என்று யாரைச் சொல்வீர்கள்?

சண்முகம், என்.கே. சென்னை.

அப்படிப் பட்டியல் இடும் அளவுக்கு இப்போது வலுவான இளம் எழுத்தாளர் கூட்டம் இருக்கிறது என்கிறீர்களா? எனக்கு அப்படித் தோன்றவில்லை. எழுத்தாளன் என்றால் தமிழ் இலக்கியப் பாரம்பரியமும் சர்வ தேச இலக்கியமும் தெரிந்திருக்க வேண்டும். சங்க இலக்கியமும், பக்தி இலக்கியமும், பாரதியும் ரத்தத்தில் கலந்து ஓட வேண்டும். இப்போதைய இளம் எழுத்தாளர்களுக்கு சரியாகத் தமிழே எழுதத் தெரியவில்லை. ஒரு நாவல் படித்தேன். அதில் ஒரு வாக்கியம் கூட சரியில்லை. இப்போது முகநூலில் சினிமா பற்றி நாலு விமர்சனம் எழுதினால் எழுத்தாளனாகி விடலாம் என்ற நிலைமை இருக்கிறது. இப்படிப்பட்டவர்களால் தமிழ் இலக்கியத்தில் எதுவும் செய்ய முடியாது. மதிப்பீடுகளின் வீழ்ச்சியை நாம் சினிமா, அரசியல், கல்வி என்று எல்லா துறை களிலும் பார்க்கிறோம் அல்லவா? அதே அவலம்தான் எழுத்துத் துறையிலும் நடந்து கொண்டிருக்கிறது. சி.சு. செல்லப்பா தன் சொத்தை விற்று 'எழுத்து' நடத்தினார். எப்படி? ஒரு அலுவலகத்தில் உட்கார்ந்து அல்ல. எழுத்துவை அச்சடித்து மூட்டை கட்டி, தன் தோளில் சுமந்து கொண்டு ஒவ்வொரு கல்லூரியாகப் போனார். பெங்களூரில் என் நண்பர்கள் தமிழவன் முதலியோர் நடத்திய 'இங்கே இன்று' என்ற பத்திரிகையை என் தோளில் சுமந்து கொண்டு போய் கடைகளில் போட்டிருக்கிறேன். எனக்கு சைக்கிள் ஓட்டத் தெரியாது என்பதால் சில சமயம் ரவிக்குமார் (விடுதலைச் சிறுத்தை) என்னை டபுள்ஸ் அடிப்பார். எப்படி எப்படியோ இலக்கியம் வளர்த்தோம். இப்போது எழுத்து என்பது சினிமாவுக்குள் நுழைய ஒரு வழியாகி விட்டது. வெளியே வீரன் வேசம் கட்டும் பல இளம் எழுத்தாளர்கள் ஸ்க்ரிப்டோடு இயக்குனர்கள் முன்னே இளித்துக் கொண்டு கிடப்பதை என் கண்ணால் பார்க்கிறேன். மொத்த சமூகமே சீரழிந்து கிடக்கும்

போது எழுத்தாளன் மட்டும் தியாகியாக இருக்க வேண்டும் என்று எதிர்பார்ப்பது சரியில்லையே?

ஆனால் சில விதிவிலக்குகள் இருக்கின்றன - ஆத்மார்த்தி, நேசமித்திரன், ஆசை, கணேச குமாரன் என. இன்னொரு முக்கியமான விஷயம். இளம் எழுத்தாளர் பட்டியல் போடும் அளவுக்கு சமூகம் எந்த விதத்திலும் எந்த எழுத்தாளனையும் கௌரவிக்கவில்லை. இலக்கியம் படிப்பதையே தவறு என்று நினைக்கும் சமூகத்தில் எழுத்தாளர்கள் எப்படி உருவாக முடியும்? எல்லோரும் வேறு ஏதோ வேலை செய்து கொண்டுதான் நேரம் கிடைக்கும் போது எழுதுகிறார்கள். நேரம் எப்படிக் கிடைக்கும்? முதலில் எழுத்தாளனுக்கு வீட்டிலேயே மரியாதை இல்லை. காரணம், பணம். ஊதியமே இல்லாத தொழிலை யார் மதிப்பார்? ஒரு வீட்டில் ஒரு மகன். அவன், நான் சாமியாராகப் போகிறேன் என்று சொன்னால் யாருக்குப் பிடிக்கும்? எழுத்தாளனின் நிலைமையும் அப்படித்தான் இருக்கிறது. முரகாமியின் நாவல் ஒரு மில்லியன் விற்கிறது. எழுத்தாளருக்கு இரண்டே வாரத்தில் ஐந்து கோடி வருமானம். இப்படிப்பட்ட நிலைமை இருந்தால் நம் வீட்டிலும் வெளியிலும் எழுத்தாளன் என்றால் மரியாதை இருக்கும். நூறும் ஆயிரமும் விற்றால் என்ன கிடைக்கும்? இப்படிப்பட்ட சூழலில் நாம் நம்பிக்கைக்குரிய எழுத்தாளர்கள் என்று பட்டியல் போட முடியாது. அப்படிப் போட்டால் அது பொய். முதலில் எழுத்தாளனுக்கு சமூகத்தில் மரியாதை கிடைக்கட்டும். அப்புறம் போடுவோம் பட்டியலை.

58. ராக்கா என்ற குயவரின் புராணம் பற்றி எழுதியிருந்தீர்கள். ராக்கா என்பவரே நாமதேவர் என்று அழைக்கப்படுகிறாரா? இது நாமதேவரின் புராணத்தை ஞாபகப்படுத்துகிறது.

ராமசாமி.

சரியாகப் பிடித்து விட்டீர்கள். இடப் பற்றாக்குறையின் காரணமாகத்தான் நான் முழுக்கதையையும் சொல்லவில்லை. நாமதேவரின் காலத்தில் வாழ்ந்தவர் தான் ராக்கா. நாமதேவர் பாண்டுரங்கனை எப்போதும் தனது பாடல்களால் துதிப்பவர். அதன் காரணமாக பாண்டுரங்கனோடு நேரிலேயே பேசக் கூடிய சக்தி படைத்தவர். ஒருநாள் ராக்காவின் மகளுக்கும் நாமதேவரின் மகளுக்கும் தங்கள் தந்தையரில் யார் சிறந்த பாண்டுரங்க பக்தர் என்ற விவாதம் வந்து விடுகிறது. நாமதேவரின் மகள்

வீட்டுக்கு வந்து தன் தந்தையிடம் வினவுகிறாள். நாமதேவரோ ரங்கனிடமே கேட்டு விடலாம் என்று கேட்கிறார். ராக்காவுக்கு இணையான பக்தனே இல்லை என்கிறார் பெருமாள். அதற்கப்புறம் நடந்ததுதான் சுள்ளியின் அடியில் இருந்த வைர மாலை. அதை ராக்காவும் பாக்காவும் எடுக்காமல் இது நம் பொருள் அல்ல; ஏதோ பெருமாளின் சோதனை என எண்ணி நகர்ந்தனர்.

8

நீதிபதி குன்ஹா ஒரு பெரும் ஞானி!

அக்டோபர் 3, 2014

59. சமூக வலைத் தளங்களில் ஒன்று, யாருக்காவது அறிவுரை சொல்கிறோம்; இல்லையென்றால் யாரையாவது திட்டு கிறோம்; இல்லாவிட்டால் நம் கவலையைப் பற்றிப் பேசு கிறோம். பிறரிடம் பேசுவதற்கு நம்மிடம் சந்தோஷமான விசயமே இல்லையா? எந்தப் புள்ளியில் நம் மனநிலை மாறியது என்று தெரியவில்லை. தமிழன் ஆதிகாலத்தில் இருந்து இப்படித்தான் இருந்தானா? நம் வாழ்க்கை சந்தோஷத்தை நோக்கிப் பயணப்பட தடையாக இருப்பது ஏது? இதற்கு முன் இந்தக் கேள்வி வந்தது இல்லை. நான் இப்போது இருக்கின்ற இடம் (லண்டன்), இந்த மனிதர்களுடைய வாழ்க்கைமுறை இப்படிக் கேட்க வைக்கிறது.

பாலகுருபரன்.

உங்கள் கேள்வியின் கடைசிப் பகுதி எனக்குப் புரியவில்லை. லண்டனில் வாழும் மனிதர்களின் வாழ்க்கை முறை என்றால் என்ன? அங்கே உள்ள தமிழர்களின் வாழ்க்கை முறையா? சரி, புரிந்து கொண்ட வரை பதில் சொல்ல முயல்கிறேன். நான் சமூக வலைத்தளங்களைப் பயன்படுத்துவது இல்லை. அதற்கு எனக்கு நேரமில்லை. முகநூலில் இருக்கும் என் வாசகர் வட்டத்தை மட்டும் அவ்வப்போது சென்று எட்டிப் பார்ப்பேன். வேலை வெட்டி இல்லாதவர்களே வலைத்தளங்களில் பொழுது போக்கிக் கொண்டிருக்கிறார்கள் என்பது என் அபிப்பிராயம்.

தமிழனின் சங்க கால வாழ்க்கை இப்போதைய வாழ்க்கையை விட சிறந்ததாக இருந்தது என்பதற்கான பல தடயங்கள் சங்க

இலக்கியத்தில் உள்ளன. தமிழனின் சீரழிவு சமீபத்தில்தான் ஏற்பட்டிருக்க வேண்டும். மேலும், நம் ஆட்களுக்கு வரலாற்று உணர்வே இல்லை. 1840-இல் பிறந்து 1893-இல் இறந்த ரஷ்ய இசை மேதை ட்சைக்காவ்ஸ்கி சிறு பிள்ளையாக இருந்ததிலிருந்து இறக்கும் வரையிலான புகைப்படங்கள் இருக்கின்றன. பல ஓவியர்களும் அவரை வரைந்துள்ளனர். ஸ்வான் லேக் என்ற புகழ்பெற்ற இசைக் காவியத்தை உருவாக்கியவர்.

ஆனால் நம் பாரதிக்கு இப்படி இருக்கிறதா? ஒரே ஒரு முண்டாசு புகைப்படத்தைத்தான் நாம் வைத்திருக்கிறோம். இப்படி வரலாற்று உணர்வு இல்லாதவர்களாக இருப்பதால் பழைய தமிழர்களின் வாழ்க்கை எப்படி இருந்தது என்பதற்கான பதிவுகளே கம்மியாக இருக்கிறது.

மற்றபடி, நல்ல சினிமா, நல்ல புத்தகங்கள், நல்ல இசை என்ற எதுவுமே இல்லாமல் எல்லாவற்றிலும் மோசமானதையே தேர்ந்தெடுத்து வாழ்வதால்தான் தமிழனின் வாழ்வு இந்த அளவுக்கு சீரழிந்திருக்கிறது என்று நினைக்கிறேன்.

60. எந்த வெளிப்புறக் கட்டுப்பாடும் இல்லாத போதும் எவனொருவன் அமைதியாகவும் அன்பாகவும் எந்தக் குற்றமும் செய்யாமல் இருக்கிறானோ அவனே மனிதன். காவல்துறை, நீதிமன்றம் இல்லாவிட்டால் தமிழனின் நடவடிக்கை எப்படி இருக்கும்?

61. அன்பாக வாழ்ந்தால் ஆப்படிக்கும் உலகை பைத்தியம் ஆகாமல், அன்பால் சமாளிப்பது எப்படி?

மா. செல்வநாதன், லண்டன்.

காவலும் கட்டுப்பாடும் இல்லாவிட்டால் ஒருவரை ஒருவர் வெட்டிக் கொண்டு எல்லோருமே செத்து விடுவார்கள். அந்த அளவுக்கு அறம் குன்றிய சமூகமாகி விட்டது.

உங்கள் இரண்டாவது கேள்விக்கு பதில்: அன்பாக இருந்தாலே போதும். நம் பிரச்சினைகள் அகன்று விடும். இது என் நம்பிக்கை. என் நடைமுறை. நான் பிறர்பால் அன்பாக இருப்பது பொதுநலம் கருதி அல்ல. சுயநலம் கருதித்தான். பிறர்பால் அன்பாக இருந்தால்தான் என் மனமும் உடலும் என் மேல் அன்பாக நடந்து கொள்கின்றன. வெறுப்பை எடுத்தால் மனமும் உடலும் கெட்டுப்

போகிறது. எனவே நம் நலனைக் கருதியாவது பிறர் மேல் அன்பாக இருக்கப் பழகுவோம்.

62. சாரு, என் குழந்தைக்கு இப்பொழுது ஒன்றரை வயது. இப்போதுள்ள 'மெக்காலே' கல்வியைத் தர எனக்கு விருப்பம் இல்லை. மெக்காலே கல்வித் திட்டத்திற்கு முன் இருந்த கல்வித் திட்டம் என்ன? குருகுல கல்வியா? நம் நாட்டில் வேறு கல்வித் திட்டம் எங்கேனும் உள்ளதா?

நரேந்திரன், கோவை.

இப்போதைய கல்வி முறை மிகவும் அருவருக்கத்தக்கது. பந்தயக் குதிரைகளுக்குப் பயிற்சி கொடுப்பது போல் பிள்ளைகளை உருவாக்குகிறார்கள். கல்வியில் இருக்கும் ஏற்றத் தாழ்வு மிகவும் கொடூரமானதாக இருக்கிறது. எல்லோருக்கும் சமமான கல்வியைத் தர வேண்டியது அரசாங்கத்தின் பொறுப்பு. ஒரு மந்திரியின் பிள்ளையும் ஆட்டோ ஓட்டுநரின் பிள்ளையும் ஒரே பள்ளியில் படிக்கும் வசதி கொடுக்கப்பட்டால் இந்தச் சமூகத்தில் ஏதாவது ஒரு மாற்றத்தைப் பார்க்க முடியும். ஆனால் இங்கே ஏழைக்குப் படு மட்டமான கல்வியும் பணக்காரர்களுக்கு உயர்தரமான கல்வியும் கொடுக்கப்பட்டு வருகிறது. ஆனால் இந்த உயர்தரமும் உண்மையில் மட்டமானதே. பணம் சம்பாதிக்க மட்டுமே இந்த உயர்தரக் கல்வி உதவுகிறது. குழந்தைகளின் சிருஷ்டிகரத் தன்மையை அடியோடு அழித்து அவர்களை ரோபோக்களைப் போல் ஆக்கிக் கொண்டிருக்கிறது இன்றைய கல்வி முறை. மொழி தெரியவில்லை, கலாச்சாரம் தெரியவில்லை, பாரம்பரியம் தெரியவில்லை. இந்த இளைஞர்கள் பணம் சம்பாதிக்கும் மெஷின்கள். ஆனால் தேடினால் நல்ல கல்வி நிறுவனங்களும் இருக்கத்தான் செய்கின்றன. சென்னையில் உள்ள The School ஒரு நல்ல பள்ளி. ஜே. கிருஷ்ணமூர்த்தி ஃபவுண்டேஷன் நடத்தும் பள்ளி. அதேபோல் மிகச் சில ரெஸிடென்ஷல் பள்ளிகளும் உள்ளன. ரெஸிடென்ஷல் பள்ளிகளைப் பற்றி நாம் மிகக் கவனமாக இருக்க வேண்டும். பல ரெஸிடென்ஷல் பள்ளிகளில் நிலைமை சரியில்லை. இந்தியாவிலேயே எனக்குப் பிடித்த பள்ளி லாரன்ஸ் பள்ளி. இந்தியாவில் மூன்று ஊர்களில் உள்ளது. ஊட்டியில் உள்ள லவ்டேல் லாரன்ஸ் பள்ளி அதில் ஒன்று. என் நண்பரின் ஏழு வயது மகள் அங்கே தான் படிக்கிறாள். விடுமுறையில் வீட்டுக்கு வரும் போது கூட எப்போது பள்ளி திறக்கும் என்றே ஆர்வப்படுகிறாள். அந்தக் குழந்தைகளின் முகங்களைப் பார்த்தாலே அவர்கள்

எவ்வளவு அருமையான சூழலில் படிக்கிறார்கள் என்பது புரிந்து விடும்.

மற்றபடி விண்ணப்பப் படிவம் வாங்குவதற்கே பள்ளிக்கூட வாசலில் இரவு பூராவும் ஜமுக்காளம் விரித்துப் படுத்துக் கிடந்து எல்கேஜிக்கே ஐந்து லட்சம் கொடுத்து படிக்கும் பிள்ளைகளை தினந்தோறும் பார்த்துக் கொண்டிருக்கிறேன். அவர்கள் தங்கள் பள்ளிகளையும் பெற்றோரையும் வெறுக்கிறார்கள். கல்வியை தங்கள் மீது சுமத்தப்பட்ட பெரும் பாரமாக உணர்கிறார்கள். இந்த ட்ராஃபிக் கொடுமையில் பள்ளிக்குச் செல்வதே அவர்களுக்குப் பிரச்சினையாக இருக்கிறது. நல்ல சுற்றுப் புறச்சூழலும், விளை யாட்டும், சந்தோஷமும் நிரம்பிய கல்வி முறையை அவர்களுக்கு இந்தச் சமூகம் கொடுக்கவில்லை. பன்னிரண்டாம் வகுப்பில் அவர்கள் கிட்டத்தட்ட ஒரு மனநோயாளியைப் போல் ஆகி விடுகிறார்கள். CBSE-யில் படிக்கும் என் உறவினரின் பெண் (பத்தாம் வகுப்பு) சொன்னாள், அவர்களின் வகுப்பில் உள்ள மாணவர்கள் எல்லோருமே நீர்யானையைப் போல் குண்டாகி விட்டார்கள் என்று. விளையாட்டு என்பதே இல்லாமல், கிடைக்கும் நேரம் முழுவதும் படிக்க வேண்டியிருப்பதால் உடலில் அசைவு என்பதே இல்லாமல் இப்படி நீர்யானையாகி விட்டார்களாம்.

நான் குறிப்பிட்ட ஊட்டி பள்ளி கிட்டத்தட்ட குருகுலக் கல்வியைப் போன்றதுதான்.

63. ஜெயலலிதா பற்றி? தன் அரசியல் அதிகாரத்தின் உச்சத்தில் இருக்கையில் சிறையில் இருப்பதுதான் வாழ்க்கையின் ஒட்டு மொத்த நகை முரண் அல்லவா?

சங்கர், ஒசூர்.

கருணாநிதி பற்றிப் பேசாமல் ஜெயலலிதா பற்றிப் பேச முடியாது. கடந்த கால திமுக ஆட்சியை சமீபத்திய தமிழக வரலாற்றின் இருண்ட காலம் என்று சொல்வேன். இருண்ட காலம் என்பதை நீங்கள் இரண்டு அர்த்தத்திலும் எடுத்துக் கொள்ளலாம். மின்சாரம் இல்லாதது, இன்னொன்று, ரவுடிகளின் ராஜ்ஜியம். ஒரு ரவுடி போலீஸ் ஸ்டேஷனுக்குள் புகுந்து போலீஸ் அதிகாரியைக் கன்னத்தில் அறைந்தார். அந்த ரவுடியை யாரும் ஒன்றும் செய்ய முடியவில்லை. காரணம், கட்சியில் பெரிய ஆள். இதனால்தான் கடந்த திமுக ஆட்சியை மிகக் கடுமையாக எதிர்த்து எழுதினேன்.

முப்பது தொகுதிகளுக்குள்தான் திமுக வெல்லும் என்று எழுதினேன். 23 தொகுதிகளில் வென்றது. இப்படி எழுதியதால் பல மிரட்டல்கள் வந்தன. ஏதாவது அதிசயம் நடந்து ஒருவேளை திமுக வந்திருந்தால் ஏதாவது செட்டப் செய்து என்னை சிறையில் தள்ளியிருப்பார்கள். அதை சமாளிப்பதற்காக தரையில் படுத்து, ஏசியில்லாமல் உறங்கி, இந்திய பாணி கழிவறையில் குத்துக்காலிட்டு அமர்ந்து மலஜலம் இருந்து பயிற்சி எல்லாம் எடுத்துக் கொண்டேன். நல்லவேளை அப்படி எதுவும் நடக்கவில்லை.

ஜெயலலிதாவுக்கு மக்கள் அமோக ஆதரவு அளித்தார்கள். நிர்வாகத்தை ஓரளவுக்கு நல்ல திசைக்குக் கொண்டு வந்தார் ஜெ. மின்வெட்டும் ஓரளவுக்குக் குறைந்தது. ஆனால் பிரச்சினை என்னவென்றால், ஜெ.யின் பரம வைரியான கருணாநிதியை ஜெ. தன்னுடைய குருவாக ஏற்றதுதான். டாஸ்மாக்கை ஒழித்து விட்டு, கர்நாடகா, ஆந்திராவைப் போல் மது விநியோகத்தைத் தனியார் கையில் கொடுத்திருக்க வேண்டும். அதைச் செய்யவில்லை. இதனால் அரசு வருமானம் போய் விடும் என்று அஞ்ச வேண்டியதில்லை. வரிகள் மூலம் வசூலித்து விடலாம். திமுக ஆட்சியிலும் சரி, அதிமுக ஆட்சியிலும் சரி, மதுவை ஒரே நிறுவனத்திடமிருந்துதான் வாங்குகிறார்கள் என்றால் அதற்கு என்ன அர்த்தம்?

கள்ளுக் கடையைத் திறந்திருக்க வேண்டும். இந்த அளவுக்கு அடித்தட்டு மக்கள் மது அடிமைகளாக ஆகியிருக்க மாட்டார்கள். இலவசம் அனைத்தையும் நிறுத்தி விட்டு மக்களின் அடிப்படைத் தேவைகளை கவனித்து இருக்க வேண்டும். குடிநீர், சுகாதாரம், கல்வி ஆகிய மூன்றும் அடித்தட்டு மக்களுக்கு இன்னும் சரியாகக் கிடைக்கவில்லை. தமிழ்நாட்டில் சாலைகளே சரியாக இல்லை. எல்லா ஊர்களிலும் திறந்த சாக்கடைதான் ஓடிக் கொண்டிருக்கிறது. பாதாள சாக்கடையே இல்லை. இதையெல்லாம் செய்வதற்குப் பணம் வேண்டும். இலவசத்தை நிறுத்தி விட்டு அந்தப் பணத்தில் இதைச் செய்திருக்க வேண்டும். ஆனால் செய்யவில்லை. காரணம், கருணாநிதி. கருணாநிதி செய்ததையே ஜெ.வும் செய்ய வேண்டிய கட்டாயத்தில் இருந்தார். ஜெ.வுக்கு இருக்கும் துணிச்சலுக்கு அவர் மோடி மாடலையே கையில் எடுத்திருப்பார் என்று நினைத்தேன். அது நடக்கவில்லை.

அடுத்த பிரச்சினை ஊழல். கருணாநிதியின் ஊழல், ஜெ.வின் ஊழல் இரண்டையும் பற்றிப் பேச மக்களுக்கு அருகதை இல்லை. ஏனென்றால், ஊழல் செய்தால் தப்பு இல்லை என்ற எண்ணம்

மக்களுக்கு வந்து விட்டது. ஆண், பெண் என்ற வித்தியாசம் இல்லாமல் எல்லோருமே லஞ்சம் வாங்குகிறார்கள். இந்து நாளிதழில் மு.க.இப்ராஹீம் என்ற வாசகர், "காமராஜர் மரித்த போது அவர் வாழ்ந்த வீட்டை வீட்டின் உரிமையாளர் எடுத்துக் கொண்டார். பயன்படுத்திய காரை கட்சிக்காரர்கள் எடுத்துக் கொண்டார்கள். உடமைகளை அரசு எடுத்துக் கொண்டது. காமராஜர் என்ற பெயரை வரலாறு எடுத்துக் கொண்டது," என்று எழுதுகிறார். எந்த அளவுக்கு மக்கள் நீதியையும் நேர்மையையும் ஞாபகம் வைத்திருக்கிறார்கள் என்பதற்கு இந்தக் கடிதம் சாட்சி. காமராஜரைப் போல் அப்போது பலர் இருந்தார்கள். இப்போதும் இருக்கிறார்கள். சகாயம் ஒரு உதாரணம். மலையையே விழுங்கி ஏப்பம் விட்டவர்களைக் கண்டுபிடித்தார் சகாயம். ஆனால் சகாயத்தை மாற்றினார் ஜெயலலிதா. கோ-ஆப்டெக்ஸ் நிறுவனம் நஷ்டத்தில் இருந்தது. அதை மிகக் குறுகிய காலத்தில் லாபத்தில் இயங்கச் செய்தார் சகாயம். அங்கிருந்தும் அவரை அப்புறப்படுத்தினார் ஒரு மந்திரி. நல்ல நிர்வாகத்தில் நம்பிக்கை இருந்தால் சகாயத்தை இப்படி விரட்டி விரட்டி அடிப்பார்களா?

மைக்கேல் டி.குன்ஹாவை பெரும் ஞானிகளின் வரிசையில் வைக்கத் தோன்றுகிறது. ஏனென்றால், ஆயிரம் கோடி ரூபாயை எட்டி உதைத்திருக்கிறாரே ஒருவர். அவரை வேறு எப்படிச் சொல்வது? அவருடைய ஊதியம் ஆயிரங்களில்தான் இருக்கும். மிகச் சாதாரண கீழ்நிலை நீதிபதி அவர். அப்படிப்பட்டவர் இவ்வளவு பெரிய அதிகாரத்தையும் பண பலத்தையும் கண்டு அஞ்ச வில்லை என்பது இந்திய நீதித் துறையைப் பொறுத்தவரை ஒரு புரட்சி என்றுதான் சொல்ல வேண்டும். இந்திய அரசியலிலேயே ஒரு மாற்றத்தைக் கொண்டு வரக் கூடிய தீர்ப்பு இது. இனிமேல் அரசியல்வாதிகள் நீதிக்கு அஞ்சுவார்கள்.

ஆனாலும் அடுத்த தேர்தலிலும் அதிமுகதான் வரும். திமுகவின் கடைசி ஐந்து ஆண்டுகளை மக்கள் மறக்க வேண்டுமானால் அதற்கு இன்னும் பல ஆண்டுகள் ஆகும். ஆனால் தீர்ப்பு வெளியான அன்று அதிமுக தொண்டர்கள் செய்த அராஜகத்தைப் பார்த்தால் திமுகவுக்கு இவர்களே பெரிய வாய்ப்பை ஏற்படுத்திக் கொடுத்து விடுவார்களோ என்று நினைக்க வேண்டியிருக்கிறது. நல்லவேளை, சென்ற முறை போல் யாரையும் உயிரோடு கொளுத்தவில்லை. இதில் திமுககாரர்களின் சந்தோஷத்தைப் பார்த்தால்தான் எனக்கு ஒன்றுமே புரியவில்லை. 60 கோடிக்கே நான்கு ஆண்டுகள் என்றால்

250 கோடிக்கு எத்தனை ஆண்டுகள் கிடைக்கும்? அதுவும் மொத்த ஊழல் தொகை 10000 கோடி என்கிறார்கள். இதோ இன்னும் கொஞ்ச நாளில் தெரிந்து விடும்.

64. மெட்ராஸ் திரைப்படம் எப்படி இருக்கிறது?

சுதாகர், சென்னை

பார்க்கவில்லை. நண்பர்கள் சிபாரிசு செய்தால் மட்டுமே தமிழ்ப் படங்கள் பார்க்கிறேன். கடைசியாகப் பார்த்த படம் பார்த்திபனின் கதை திரைக்கதை வசனம் இயக்கம். நல்ல வித்தியாசமான முயற்சி. வெட்டு குத்து ரத்தம் இல்லாத ஒரு எதார்த்தமான படம். எனக்குப் பிடித்திருந்தது.

65. எக்ஸைல்-2 இல் என்ன விசேஷம்? ஏதோ ஒருவகை அலங்கார மீன் பற்றி எழுதியிருக்கிறீர்கள் என்று நண்பர்கள் சொன்னார்கள்?

சந்தோஷ், தென்காசி

ஒரு வசதிக்குத்தான் எக்ஸைல்-2 என்று சொல்கிறேனே தவிர எக்ஸைல்-1 முழுவதும் இந்த 'புதிய எக்ஸைல்'-இலும் இருக்கும். அதைத் தவிர நிறைய சேர்த்திருக்கிறேன். கிட்டத்தட்ட ஒன்றரை மடங்கு. நீங்கள் குறிப்பிடும் அலங்கார மீன் பெயர் Flowerhorn. அந்த மீன் தவிர இன்னும் பல பிராணிகளும் நாவலில் உண்டு. நாவலின் மென்பிரதியைப் படித்துக் கொண்டிருக்கும் என் நண்பர் செல்வகுமார் முகநூலில் பின்வருமாறு எழுதியிருக்கிறார். சுவாரசியமாக இருந்தது.

"எதையெல்லாம் நுகர்கிறோமோ அதிலெல்லாம் காம வேட்கையின் வேறுவேறு ரூபங்கள் திருப்தியுறுகின்றன. மிதமிஞ்சிய காம நுகர்வுதான் போர். காமவுணர்வு என்ற கடலின் சிறு துளியையே அன்பென்று அழைக்கிறோம். (காமத்துக்கு உடலும் மனமும் தயாராகும் வரை நம்மை அது அன்பின் ரூபத்தில் காப்பாற்றி வருகிறது.) காமத்துக்கு சம்பந்தமில்லாத இடத்தில் அதுவே அன்பென உருமாறி வருகிறது.

இறைவன், இயற்கை, அறம், பொருள், சமூகம், அரசு, ராணுவம், நீதி என்பனவெல்லாம் ஒவ்வொருவரின் பசியை, காமத்தைத் தீர்க்கும் வழிகளைக் காக்கவே உருவானவை. காமமே

பிரபஞ்சத்தின் ஆதாரம். காமத்துக்கு உதவாதவை மரணத்தையும் அழிவையும் தேடிச் செல்கின்றன. காமத்தின் நுண்ணிய பகுதிகளே கனிகளில் சுவையாகவும், இசையில் இனிமையாகவும், கலைகளின் சாரமாகவும், உலகின் இயக்கமாகவும் இருக்கிறது.

ஒன்றுமில்லை... எக்ஸைல் படித்து கொண்டிருக்கிறேன்.''

9

அனுஷ்காவா?
யார் அவர்?

அக்டோபர் 10, 2014

66. யோகாசனம் செய்வது உண்டா? சித்தர்களைச் சந்தித்திருக் கிறீர்களா?

மோகன், மவுலிவாக்கம்.

ஒருநாள் ஜட்டி போடும் போது கால் தடுமாறியது. உடனே விருக்ஷாசனாவைச் செய்ய ஆரம்பித்தேன். அதாவது, ஒற்றைக் காலில் நிற்கும் ஆசனம். கைகளை மேலே தூக்கி வணக்கம் சொல்வது போல் வைத்து ஒரு காலை இன்னொரு காலின் தொடையில் வைத்துக் கொள்ள வேண்டும். ஆரம்பத்தில் சில விநாடிகள் கூட நிற்க முடியவில்லை. பிறகு பக்கவாட்டில் கையை வைக்க ஒரு பிடிமானத்தை வைத்தபடி முயற்சி செய்து கொண்டே இருந்தேன். முதலில் ஒரு நிமிடம் சாத்தியமாயிற்று. இப்படி கால்களை மாற்றி மாற்றிச் செய்ய வேண்டும். இப்போது ஒரு காலில் ஏழெட்டு நிமிடங்கள் நிற்க முடிகிறது. இரண்டு காலுக்கும் சேர்த்து பதினைந்து நிமிடங்கள். ஆனால் கண்களை மூடினால் இந்த ஆசனத்தைச் செய்ய முடியவில்லை. இன்னொன்று, முதல் நாள் குடித்திருந்தாலும் மறுநாள் கால் தடுமாறி விடுகிறது. எனவே வாரம் ஒருநாள் யோகாசனப் பயிற்சிக்கு விடுமுறை.

ஆனால், சூர்ய நமஸ்காரத்துக்கு இணையானது எதுவுமே இல்லை என்பது என் ஆய்வு முடிவு. சமீபத்தில்தான் ஆரம்பித்திருக்கிறேன். இப்போதைய மனிதர்களால் ஒரு சூர்ய நமஸ்காரம் செய்வது கூட கடினம். நான் வாரம் ஆறு நாள் என்ற கணக்கில் தொடர்ந்து பயிற்சி செய்து இப்போது பனிரண்டு சூர்ய நமஸ்காரம் செய்கிறேன்.

மொத்த இலக்கு, 108. இதைச் செய்து முடித்தால் வேறு எந்தப் பயிற்சியும் தேவையில்லை. நான் சர்வ சாதாரணமாக ஒரு இளைஞனைப் போல் மலை ஏறுவதற்கு இந்த யோகாசனங்களே காரணம்.

சித்தர்களை மட்டுமல்ல, ஸூஃபிகளையும் சந்தித்திருக்கிறேன். நாகூர் வஹாப் சாஹிப் அவர்களில் ஒருவர். வஹாப் சாஹிப் பற்றி நாகூர் ரூமி எழுதியிருக்கிறார். கடப்பாவில் உள்ள பெட்டா தர்ஹாவிலும் இரண்டு ஸூஃபிகளை சந்தித்த அனுபவம் உண்டு. இந்த ஸூஃபிகளை ஏ.ஆர்.ரஹ்மானும் சந்தித்திருக்கிறார். மற்றபடி என் குருநாதர் ஹெரால்ட் க்ளெம்ப். மின்னஸோட்டாவில் வசிக்கிறார்.

67. மீன்களில் உங்கள் அனுபவத்தில் எந்த மீன் ருசியானது?

68. அதே போல் சைவ உணவில் உங்களுக்குப் பிரியமானது எது?

லக்ஷ்மணன், குவைத்.

எல்லோருக்கும் பிடித்த வஞ்சிரம் எனக்குப் பிடிக்கவே பிடிக்காது. விரால், நெத்திலி, கெண்டை பிடிக்கும். மீன்களில் அதிருசியானது Trout. இது காஷ்மீரில் கிடைக்கும். ஏனென்றால், குளிர்ப் பிரதேசங்களில் உள்ள நன்னீர் ஓடைகளில் மட்டுமே இது வளரும். இங்கே ஊட்டியில் கிடைக்கும். சொல்லி வைத்து தான் வாங்க வேண்டும். மேலும் ஊட்டியில் இந்த மீன் தடை செய்யப்பட்டதா என்று எனக்குத் தெரியவில்லை. ஹிமாசல், காஷ்மீர் பக்கம் போனால் நான் செய்யும் முதல் வேலை ட்ராட் மீன் சாப்பிடுவதுதான். எம்ஜியாருக்கு ஊட்டியிலிருந்து ட்ராட் மீன் போகும் என்று கேள்விப்பட்டிருக்கிறேன்.

உடும்பு தடை செய்யப்பட்டிராத கால கட்டத்தில் - அதாவது, 40 ஆண்டுகளுக்கு முன்பு - நாகூரில் எங்கள் வீட்டில் வாரம் ஒரு முறை உடும்பு சமைப்போம். குறவர்கள் எங்கள் வீட்டுக்குக் கொண்டு வந்து கொடுப்பார்கள். அது என் நினைவில் தங்கிப் போன ஒரு விஷயமாகி விட்டது. பிறகு ஏழெட்டு ஆண்டுகளுக்கு முன்பு கேரளத்தில் ஒரு கள்ளுக் கடையில் உடும்புக் கறி கிடைத்தது. அதிக அளவில் எலும்பு எலும்பாக இருந்ததால் அவ்வளவாக ரசிக்கவில்லை.

தாய்லாந்தில் ஒரு ஃபேன்ஸிக்காக தவளை, கரப்பான் பூச்சி, தேள் எல்லாம் நானும் ஒரு நண்பரும் சாப்பிட்டோம். தவளையின் கால்

செம டேஸ்ட். கோழியை விட நன்றாக இருந்தது. ஆடு, மாடு இரண்டும் சாப்பிடுவதில்லை. இலங்கைத் தமிழர்கள் செய்யும் ஒடியங்கூழ் அட்டகாசமாக இருக்கும். இங்கே யாரும் சாப்பிட்டு இருப்பார்களா என்று தெரியவில்லை. ஒருமுறை ஷோபா சக்தி செய்து கொடுத்தார். பிரமாதமாக இருந்தது. இலங்கை போனால் சாப்பிட வேண்டும் என்று இருக்கிறேன்.

அசைவத்தில் இன்னொரு அற்புதம் மாசிக் கருவாடு. அது இந்தியாவில் கிடைக்காது. மொரீஷியஸ், இலங்கை மற்றும் வளைகுடா நாடுகளில் மட்டுமே கிடைக்கும். அந்தக் கருவாடு இரும்பு மாதிரி இருக்கிறது. அதை திப்பி திப்பியாக அவர்களே இடித்து விற்கிறார்கள். அதை நாம் மிக்ஸியில் போட்டு ரெண்டு ஓட்டு ஓட்டி, அதில் மிளகாய்த் தூள், மஞ்சள் தூள், உப்பு போட்டு லேசாகத் தண்ணீர் தெளித்து சிறிது நேரம் ஊற வைத்து பின்னர் கடுகு, சின்ன வெங்காயம், பச்சை மிளகாய் போட்டுத் தாளித்து, அதில் இதைக் கலந்து அடுப்பை ஸிம்மில் வைத்து, ஐந்து நிமிடம் கழித்து கொத்துமல்லித் தழை போட்டு எலுமிச்சை பிழிந்து மூடி வைக்க வேண்டும். உலக டேஸ்ட். எதுவும் இதற்கு இணையில்லை. இதை எனக்கு அறிமுகப்படுத்தி, மாசிக் கருவாட்டையும் கத்தரி லிருந்து அனுப்பி வைத்தவர் நிர்மல். இலங்கையிலிருந்து தருவித்துக் கொடுப்பவர் மதுரை மருது.

சைவத்தில் அக்கார அடிசில் ரொம்பப் பிடிக்கும். ஸ்ரீவைஷ்ணவ குலத்தின் பிரதான உணவு. என் மனைவி ஸ்ரீவைஷ்ணவ குலம் என்றாலும் இதுவரை ஒருமுறை கூட செய்து தரவில்லை. மீன் சந்தைக்குப் போய் மீன் வாங்கி வந்து தானே கருவாடு போட்டு கருவாட்டுக் குழம்பெல்லாம் வைத்துத் தருகிறாய், என் அம்மை ஆண்டாள் உண்ட அக்கார அடிசிலை சமைக்க உனக்கு என்ன பிணி என்று கேட்டேன். அட போ சாரு என்று சொல்லி விட்டாள். ஏனென்றால், இன்றைய தினம் யாருக்குமே அக்கார அடிசில் சமைக்கத் தெரியவில்லை. ஸ்ரீரங்கத்தில் அதை உண்டு திளைத்திருக்கிறேன்.

இளையராஜாவின் இல்லத்தில் நவராத்திரி கொலுவின் போது விருந்து கொடுப்பார். சில ஆண்டுகளுக்கு முன்பு அந்த விருந்தில் கலந்து கொண்ட போது (அவருக்கு அப்போது என்னைத் தெரியாது) அக்கார அடிசில் பரிமாறப்பட்டது. சென்னையின் பிரதான நிறுவனம்தான் சமையல். ஆனாலும் சொதப்பி விட்டார்கள். அக்கார அடிசிலை எவ்வளவு மோசமாகச் செய்ய முடியுமோ

அவ்வளவு மோசமாகச் செய்திருந்தார்கள். அக்கார அடிசில் என்றால் நெய் இலையில் ஓட வேண்டும். ம்ஹூம். அரங்கனிடம் சென்றால்தான் சரியான அக்கார அடிசிலைக் காண முடியும்.

இந்த விஷயத்தில் நான் ஒரு முழுப் புத்தகம் எழுதினால்தான் உங்கள் கேள்விக்கு நியாயமான பதிலைத் தர முடியும். இப்போது தமிழர்கள் சாப்பிடும் இட்லிக்குப் பெயர் இட்லியா? கொடுமை. ஆவி பறக்கும் இட்லியில் செக்கில் ஆட்டிய நல்லெண்ணெய்யை ஊற்றி மிளகாய்ப் பொடியைத் தொட்டுக் கொண்டு சாப்பிட்டால் பதினைந்து இட்லி காலி ஆகி விடும். அதோடு பச்சை மிளகாய் சட்னி அல்லது வரமிளகாய் சட்னி. இரண்டுமே ரொம்ப சுலபம். பதினைந்து வரமிளகாய். ஆறு பல் பூண்டு (தோலோடு). கொஞ்சமாய்க் கொஞ்சம் புளி. கல் உப்பு. சிறிதளவு நீர். எல்லா வற்றையும் மிக்ஸியில் போட்டு நைஸாக அரைத்தால் வரமிளகாய் சட்னி தயார். தாளிக்கக் கூடாது. சட்னியில் நல்லெண்ணெய் விடாமல் இட்லியில் ஊற்றிக் கொண்டு சட்னியைத் தொட்டுக் கொண்டு சாப்பிட்டால் அது.

தமிழர் உணவில் எனக்கு மிகவும் பிடித்தது அரைத்து விட்ட சாம்பார் மற்றும் ரசம். 20 வகை ரசம் உண்டு. பூசணி போட்ட மோர்க் குழம்பு. இன்னொரு அழிந்து போன உணவுப் பண்டம் உள்ளது. வேப்பிலைக் கட்டி. பிராமணர்கள் சாப்பிட்டது. பெயரில் வேப்பிலை இருந்தாலும் அதற்கும் வேப்பிலைக்கும் சம்பந்தம் இல்லை. நார்த்தங்காய் இலையில் செய்வது இது. இதை நான் சுஸ்வாத் என்ற கடையில் தான் வாங்கிச் சாப்பிடுவது வழக்கம். ஆனால் அங்கே உப்பு அதிகம் சேர்த்து விடுகிறார்கள். எனவே இப்போது நானே செய்து விடலாமா என்று பார்க்கிறேன். ஆவி பறக்கும் சோற்றில் இந்த வேப்பிலைக் கட்டியைப் போட்டுப் பிசைந்து கொஞ்சமாய் நல்லெண்ணெய் (செக்கில் ஆட்டியது) விட்டுப் பிசைந்து சாப்பிட்டால் அட அடா.

வேப்பிலைக் கட்டி செய்யும் முறை (வழங்கியது 'அறுசுவை'):

காம்பு, நரம்பு நீக்கிய தளிர் இலைகள்
நாரத்தை இலை   - 3 கைப்பிடி
எலுமிச்சை இலை   - 1 கைப்பிடி
மிளகாய் வற்றல்   - 8
ஓமம்   - 1 டேபிள் ஸ்பூன்
பெருங்காயத் தூள்   - 1/2 டீஸ்பூன்
உப்பு   - தேவையான அளவு

மிளகாய் வற்றல், உப்பு இரண்டையும் லேசாக வறுத்து ஓமம், பெருங்காயத்தூள் சேர்த்து மிக்சியில் ஒரு சுற்று சுற்றவும். இலைகளையும் சேர்த்து அரைத்து உருட்டி காற்று புகாத பாட்டில்களில் போட்டு வைக்கவும். நான் கடந்த பத்து ஆண்டுகளாக எந்த நோயும் அண்டாமல் இருப்பதற்கு இந்த உணவு முறையும் ஒரு காரணம். பசு நெய்யினால் நமக்கு எந்தப் பாதகமும் இல்லை. அதை நான் ஸ்ரீவில்லிபுத்தூரிலிருந்து தருவித்துக் கொள்கிறேன்.

69. அனுஷ்கா, லட்சுமி ராய், ஆண்ட்ரியா, சமந்தா, லட்சுமி மேனன், ஸ்ருதி ஹாசன் இவர்களில் உங்கள் கனவில் வரும் நடிகை யார்? (கோச்சிக்காதீங்க சாரு, என் பிரியமான எழுத்தாளரிடம் உரிமையுடன் கேட்பது).

ஜேம்ஸ், ராமநாதபுரம்.

நீங்கள் என்னிடம் உரிமையாகக் கேட்டது பற்றி சந்தோஷம். எந்தக் காலத்திலும் ஒருவரை அணுகும் போது தயக்கமோ பயமோ இருக்கக் கூடாது என்பது என் கருத்து. ஆனால் என் பதில்தான் உங்களுக்கு ஏமாற்றம் அளிப்பதாக இருக்கும். நீங்கள் சொல்லியிருக்கும் நடிகைகளில் பலருடைய பெயரை நான் கேள்விப்பட்டதே இல்லை. என்னுடைய உலகம் அப்படிப்பட்டது. நான் தமிழ் சினிமா சம்பந்தமான செய்திகள் எதையுமே படிப்பதில்லை. தமிழ் சினிமாவும் மிக அரிதாகவே பார்க்கிறேன். உங்கள் கேள்வியைப் பார்த்த பிறகுதான் அந்த நடிகைகளைப் பற்றி ஆராய்ச்சி செய்தேன். தமிழ் நடிகைகள் பாவம். இந்த இணைப்பைப் பார்க்கும் யாருக்கும் பரிதாப உணர்ச்சிதானே வரும்?

<https://www.youtube.com/watch?v=kcvqeyMf1LA&hd=1>

இவர்தான் அனுஷ்கா என்று தெரிந்தது. லட்சுமி ராய் இதுவரை சுமார் 45 படங்களில் நடித்திருப்பதாகத் தெரிகிறது. ஆனாலும் இவர் படம் ஒன்று கூட நான் பார்த்ததில்லை. ஆண்ட்ரியாவின் குரல் எனக்கு ரொம்பவும் பிடிக்கும். மற்றபடி சொல்ல எதுவும் இல்லை. சமந்தாவை அஞ்சானில் பார்த்து நொந்து விட்டேன். கும்கி, ஜிகிர்தண்டா ஆகிய படங்களில் லட்சுமி மேனனைப் பிடித்திருந்தது. ஸ்ருதிஹாசன் கமல்ஹாசனின் மகள் என்று தெரியும். ஆனால் அவர் சினிமாவில் நடிக்கிறாரா என்ன?

பொதுவாக தமிழ் சினிமாவில் ஹீரோயின்கள் வெறுமனே கவர்ச்சி அம்சத்துக்காக மட்டுமே பயன்படுத்தப்படுகிறார்கள்

என்பது யாவரும் அறிந்த உண்மை. ஒரு உதாரணம் சொல்கிறேன். ஆடுகளம் எனக்குப் பிடித்த படம். ஆனால் அதில் வரும் கதாநாயகிக்கு அந்தப் படத்தில் ஏதாவது சம்பந்தம் இருக்கிறதா? ஹீரோயின் இல்லாத படம் என்றால் விநியோகஸ்தர்கள் வாங்க மாட்டார்கள் என்பதால்தான் பல படங்களில் ஹீரோயின்களே சேர்க்கப்படுகிறார்கள்.

ஆனால் இந்திப் படங்கள் அப்படி இல்லை. தேவ் டியில் வரும் கல்கி கோச்லினின் பாத்திரத்தை ஒருவர் வாழ்நாள் முழுவதும் மறக்க முடியாது. அதேபோல் எனக்குப் பிடித்த நடிகை ப்ரியங்கா சோப்ரா. பேரழகி என்பதால் அல்ல. படு முட்டாள் பேரழகிகளை நான் சந்தித்திருக்கிறேன். ஆனால் ப்ரியங்கா வெறும் கவர்ச்சி காட்டி நடிப்பவர் அல்ல. கமீனே ஒரு உதாரணம். ஆனால் ப்ரியங்காவை விட எனக்குப் பிடித்த நடிகை கங்கனா ரெனாவத். கங்கனா ப்ரியங்காவை விட அழகி அல்ல. சொல்லப் போனால் அழகியே அல்ல. ஆனால் தன்னுடைய நடிப்பால் மிகப் பெரிய உச்சத்தை அடைந்து விட்டார். 2013-இல் க்ரிஷ் என்ற படம் வெளிவந்தது. எந்திரன் என்ற குப்பையையும் க்ரிஷ்ஷையும் நீங்கள் ஒப்பிட்டுப் பார்க்க வேண்டும். ராகேஷ் ரோஷன் தன்னுடைய மகன் ரித்திக் ரோஷனை வைத்து எடுத்த படம். மெகா பட்ஜெட்டில் எடுக்கப்பட்ட சயன்ஸ் ஃபிக்ஷன் படம். எந்திரனுக்கும் இந்தப் படத்துக்கும்தான் எப்பேர்ப்பட்ட வித்தியாசம்! இந்தப் படத்தின் வில்லி கங்கனா ரெனாவத். ரித்திக் ரோஷனை விடவும் பெரிதாகப் பேசப்பட்டார் கங்கனா. அப்படியிருந்தது அவர் நடிப்பு. முக்கிய மான விஷயம், அப்படிப்பட்ட நடிப்புக்கு உரிய பாத்திரம் அவருக்கு வழங்கப்பட்டிருந்தது. அதிலும் தயாரிப்பாளரும் இயக்குனரும் அந்தப் படத்தின் ஹீரோவான ரித்திக் ரோஷனின் தந்தையான ராகேஷ் ரோஷன்.

க்ரிஷ்ஷில் வில்லியாக நடித்த கங்கனா அடுத்த ஆண்டிலேயே க்வீன் என்ற படத்தில் நடித்தார். க்ரிஷ்ஷையும் க்வீனையும் நீங்கள் பார்த்தால், இந்த இரண்டு படங்களின் கதாநாயகி ஒருவர்தான் என்று சொன்னால் நம்ப மாட்டீர்கள். அந்த அளவுக்கு க்ரிஷ்ஷில் வில்லியாக வந்து சண்டையெல்லாம் போட்டு அதகளம் பண்ணியவர் க்வீனில் ஒன்றும் தெரியாத வெகுளிப் பெண்ணாக பட்டையைக் கிளப்பி இருப்பார். க்வீனில் ஹீரோவே இல்லை. எல்லாமே கங்கனாதான். பிரச்சினை என்னவென்றால், இப்படிப்பட்ட படங்கள் தமிழில் வருவதே இல்லை.

ஸ்மிதா பாட்டில், ஷபானா ஆஸ்மிக்கு நிகராக ஒரு தமிழ் நடிகையைச் சொல்லுங்கள் பார்ப்போம். ஆனால் நான் நடிகைகளை மட்டும் குற்றம் சொல்ல மாட்டேன். இங்கே அப்படிப்பட்ட நடிகைகள் உருவாவதற்கான கலாச்சார சூழலே இல்லை. பெண்ணின் உடலை பாலுணர்வுத் தூண்டுதலுக்கான பொம்மைகளாகக் காண்பிக்கும் தமிழ் சினிமாவில்தான் ரோகினி போன்ற ஓரிரு நடிகைகளும் வந்தார்கள். ஆனால் அவர்கள் ஒரு ஆளுமையாகப் பரிணாமம் கொள்வதற்கான சூழல் இங்கே இல்லை. ஆனால் முன்பு இருந்தது. எம்ஜியார், சிவாஜி என்ற இமாலய ஹீரோக்கள் இருந்த போதே அவர்கள் அளவுக்கு சம அந்தஸ்துடன் இருந்தவர் பானுமதி. எழுத்தாளரும் கூட. அறுபதுகளில் டைட்டிலில் ஷர்மிளா டாகூர் பெயரைப் போட்டு விட்டுத்தான் ராஜேஷ் கன்னா பெயரையே போடுவார்கள். ஆனால் இன்றைய தமிழ் சினிமா ஹீரோவைச் சுற்றி ஓடிக் கொண்டிருக்கிறது.

பழைய சினிமாவில் எனக்குப் பிடித்த நடிகை தேவிகா. ஆஹா என்ன அழகு! அதேபோல் இன்னொரு பேரழகி டி.ஆர்.ராஜகுமாரி. ஹரிதாஸ் படத்தில் மன்மத லீலையை வென்றார் உண்டோ என்ற பாடலில் ராஜகுமாரி தியாகராஜ பாகவதருக்குக் கொடுக்கும் ஃப்ளையிங் கிஸ் அப்போது பெரிய புரட்சி. 1944-இல் வெளியான படம் அது.

தேவிகாவுக்கும் ப்ரியங்கா சோப்ராவுக்கும் ஒரு ஒற்றுமை இருப்பதை கவனித்திருக்கிறீர்களா? பெண்களுக்கு முகத்தில்தானே உதடு இருக்கும். ஆனால் இந்த இருவருக்கும் முகமே உதடாக இருக்கும். அதிலும் ப்ரியங்காவுக்கு அடேங்கப்பா. ரகளை ரகளை. போதாக்குறைக்கு பல்லழகிகள் வேறு. இப்பேர்ப்பட்ட அழகுக்கு அடிமையாக இருக்கலாம். இடையில் என் கனவுக் கன்னியாக இருந்தவர் மாதுரி தீட்சித். (மூவருக்கும் உள்ள ஒற்றுமையை கவனியுங்கள்.)

(அதெல்லாம் இருக்கட்டும் சாரு.... அனுஷ்காவுக்கு நீங்கள் கொடுத்திருக்கும் இணைப்பில் இருப்பது அனுஷ்கா சர்மா அல்லவா? அவர் இந்தி நடிகை. விராத் கோலியின் தோழி. அவருக்கும் நம்ம அனுஷ்காவுக்கும் என்ன சம்பந்தம்? இருந்தாலும் இவ்ளோவ்வ் அப்பாவியாக நீங்க இருக்கக்கூடாது - ஆசிரியர், அந்திமழை)

70. மரணத்திற்கு முந்தைய நிமிடம் எடுக்கப்படும் புகைப்படம் முக்கியமானதா? புகைப்படம் எடுக்கும் நிமிடத்தில் அவர்களைக் காப்பாற்றும் முயற்சியில் ஈடுபடலாமே?

ஜோ.எமிமா, சென்னை

அவர் பெயர் கெவின் கார்ட்டர். தென்னாஃப்ரிக்காவில் பிறந்த வெள்ளைக்காரர். வெள்ளையர்களுக்கு என்று இருந்த பகுதியில் வாழ்ந்தவர். அப்போது கறுப்பின மக்கள் வெள்ளையர்கள் வசிக்கும் பகுதிக்கு வரக் கூடாது. கறுப்பின மக்களுக்கு இழைக்கப்படும் கொடுமைகளை சிறுவயதிலேயே நேரில் பார்த்ததால் கார்ட்டர் இளம் வயதிலேயே மனித உரிமைகளைப் பற்றிச் சிந்திக்கத் தொடங்கினார். ராணுவத்தில் இருந்த போது ஒரு கறுப்பனை வெள்ளையர் கிண்டல் செய்வதைப் பார்த்து, எதிர்த்துக் கேட்ட போது அவர்களால் கார்ட்டர் தாக்கப்பட்டார். இது போன்ற சம்பவங்களால் பாதிக்கப்பட்டு பத்திரிகை புகைப்படக்காரராக மாறினார். 1993-இல் சூடானில் ஏற்பட்ட கொடும் பஞ்சத்தின் போது அவர் எடுத்த புகைப்படம் இது:

இந்தப் படத்தை எடுத்த அடுத்த ஆண்டே அவர் மன உளைச்சல் தாங்க முடியாமல் தற்கொலை செய்து கொண்டார். இந்தப் புகைப்படத்துக்கு விளக்கம் தேவையில்லை. உலகம் பூராவுக்கும் செய்தி சுமப்பவர்களுக்கு நம்முடைய சராசரி வாழ்வின் தர்ம நியாயங்கள் பொருந்தாது. இந்த ஒரு குழந்தையை அவர் காப்பாற்றி இருந்தால் இந்தப் பஞ்சம் எவ்வளவு கொடூரமானது என்று உலகுக்குத் தெரிய வந்திருக்காது.

71. சத்தம் எழுப்பும் பேருந்துகளில் ஊரிலிருந்து புறப்பட்டால் ஊர் ஊராக, கிராமம் கிராமமாக நுழைந்து, மண் மணத்தோடு அன்று பெற்ற சுகானுபாவத்தை புறவழிச்சாலைகளின் வரவு முற்றிலுமாக மறைந்து விட்டது. இப்போதெல்லாம் குளிர்பதனப் பேருந்துகளில் விரையும் பயணங்களின் மத்தியில் எந்த ஊரில் இருக்கிறோம் என்பதை அறியவே முடிவதில்லை. விஸ்தாரமாய், பளிங்குத் தரையாய் மாறி நிற்கும் இன்றைய சாலைகளைப் பார்க்கும்போது உங்களுக்கு என்ன தோன்றுகிறது?

ஆர்.எஸ்.பிரபு, சென்னை- 90

சமீபத்தில் திருவாரூரிலிருந்து சென்னைக்கு அரசாங்க பஸ்ஸில் பகலில் வர நேர்ந்தது. பல ஆண்டுகளுக்குப் பிறகு இப்படி ஒரு பயணம். நீங்கள் குறிப்பிடுவதைப் போலவேதான் அந்த பஸ் ஊர் ஊராக, கிராமம் கிராமமாக நுழைந்து மண் மணத்தோடு சென்னை வந்து சேர்ந்தது. ஆனால் அதை ரசிக்க முடியவில்லை. நரகத்தை எப்படி ரசிக்க முடியும்? ஆனால் நரகம் எப்படி இருக்கும் என்று தெரிந்து கொண்ட அளவில் அது எனக்கு ஒரு நல்ல அனுபவமாக அமைந்தது. நாம் இன்னமும் காட்டுமிராண்டிகளின் காலத்தில் வாழ்கிறோம் என்பதை அந்தப் பயணத்தில் நான் தெரிந்து கொண்டேன். சாலை பல இடங்களில் குண்டு குழியுமாக இருந்தது. குளிர்சாதன வசதி இல்லாததால் ஒரே புழுக்கம், வியர்வை. ஜன்னல் வழியே தூசு. காலை பத்து மணிக்குக் கிளம்பி மூன்றரை மணிக்கு விக்கிரவாண்டி என்ற ஊருக்கு வெளியே உள்ள ஒரு ஓட்டலில் நின்றது பஸ். அதுவரை சாப்பாட்டுக்காக எந்த இடத்திலும் நிற்கவில்லை. ஓட்டுநருக்கும் கடும் பசிதான் போல. சிதம்பரம் பஸ் ஸ்டாண்டில் விற்ற வெள்ளரிப் பிஞ்சை வாங்கி சாப்பிட்டார். எனக்கும் கொலைப் பசி. நானும் வெள்ளரிப் பிஞ்சையே சாப்பிட்டேன். யானைப் பசிக்கு சோளப் பொரி.

துன்பம் அதோடு தீரவில்லை. பஸ் ஒவ்வொரு ஊர் பஸ் ஸ்டாண்டிலும் நிற்கும் இல்லையா? ஒரு ஊரின் பஸ் ஸ்டாண்டுக்கு ஒரு நாளில் மொத்தம் எத்தனை ஜனம் வரும்? அத்தனை ஜனமும் அடிக்கும் சிறுநீர் தண்ணீரே ஊற்றப்படாமல் ஒரு நாற்றம் நாறுகிறது பாருங்கள்... உண்மையிலேயே ஏண்டா சாமி இந்தியாவில் வாழ்கிறோம் என்று இருந்தது. இந்தியர்களுக்கு இன்னும் எப்படிக் கழிவறையைப் பயன்படுத்துவது என்று கூடத் தெரியவில்லை. சிதம்பரம் பஸ் ஸ்டாண்டில் பஸ்ஸை ஒரு ஓரத்தில் நிறுத்தி கீழே இறங்கினார் ஓட்டுநர். பக்கத்திலேயே ஒரு கழிவறை. அறை எல்லாம் பெயருக்குத்தான். இரண்டு அடி உயரத்துக்கு ஒரு சுவர் (!) இருந்தது. அதில் எல்லோரும் சிறுநீர் அடித்தார்கள். தண்ணீர் என்ற பேச்சுக்கே இடம் இல்லை. இதே நிலைதான் ஒவ்வொரு ஊர் பஸ் ஸ்டாண்டிலும்.

விக்கிரவாண்டி ஓட்டலில் ஒரு பரோட்டா கொடுத்தார்கள் பாருங்கள்... அதைச் சாப்பிட நீங்கள் போன ஜென்மத்தில் பெரும் பாவம் செய்திருக்க வேண்டும். அந்தப் பரோட்டாவைத்தான் எல்லோரும் மாங்கு மாங்கு என்று சாப்பிட்டுக் கொண்டிருந்தார்கள். தமிழர்களை நினைத்தால் மிகவும் பரிதாபமாக இருக்கிறது.

சில ஆண்டுகளுக்கு முன் சிங்கப்பூருக்கு அருகில் உள்ள ஜொஹர் பஹருவிலிருந்து கோலாலம்பூர் வரை பஸ்ஸில் போனேன். ஆஹா... சொர்க்கம். இவ்வளவுக்கும் மலேஷியர்கள் கொஞ்சம் மந்தமானவர்கள் என்று கிழக்கு ஆசிய நாடுகளில் பெயர் எடுத்தவர்கள். அங்கே அப்படி இருக்கிறது வாழ்க்கை. ஜனத்தொகையைக் காரணம் காட்டக் கூடாது. சீனாவின் ஜனக்கூட்டம் இந்தியாவை விட அதிகம். ஆனால் அது மலேஷியாவை விட பிரமாதமாக இருக்கிறது.

எனவே உங்களுடைய கனவுப் பயணத்தை பாரதிராஜாவின் படங்களில்தான் பார்க்க முடியும் போல் இருக்கிறது.

72. கடைசியில் மரணம்தானே?

அருண் பிரசாத்

யார் சொன்னது? சட்டை கிழிந்து விட்டால் மாற்றுச் சட்டை போட்டுக் கொள்வது போல் ஆத்மா இந்தக் கூட்டை விட்டு விலகி இன்னொரு கூட்டுக்குள் நுழைந்து விடுகிறது. இந்த ஜனன மரண சுழற்சியில்தான் பாவம் புண்ணியம் என்பதும் சேர்கிறது.

சாண்டோக்ய உபநிஷதம் மரணம் பற்றிப் பேசுகிறது. சமீபத்தில் தான் அதற்கு ஆதி சங்கரர் எழுதிய பாஷ்யத்தைப் படித்துக் கொண்டிருந்தேன். கர்மவினையின் காரணமாக, உயிரானது சந்திரலோகத்தை அடைந்து அங்கிருந்து வாயு ரூபமாக மாறிப் பின் புகையாக மாறுகிறது. புகை மேகத்துடன் சேர்ந்து மேகம் மழையாகப் பெய்து கோதுமை, சோளம், எள் போன்ற தான்யங் களாகவோ விருட்சங்களாகவோ மாறுகிறது. ஆனால் இந்த சுலோகத்தை அடுத்து வருவதுதான் பயங்கரம். நல்வினை செய்தவன் பிராமணனாகவும் க்ஷத்திரியனாகவும் வைஸ்யனாகவும் பிறக்கிறான். தீவினை செய்தவர்கள் நாயாகவும், பன்றியாகவும், சண்டாளனாகவும் (இதே சொல்தான் பயன்படுத்தப் பட்டுள்ளது) பிறக்கிறார்கள். இதைப் படித்ததும் எனக்கு அருமையான விருந்தின் நடுவே திடீரென்று கழுதை விட்டை கிடந்தது போல் ஆகியது. இவ்வளவுக்கும் இந்த உபநிஷதம் கி.மு. எட்டாம் நூற்றாண்டில் இயற்றப்பட்டது!

ஆனால் கலைஞனுக்கும் ஞானிக்கும் என்றுமே மரணம் இல்லை.

10

எனக்குப் பிடித்த பத்து பாடல்கள்

அக்டோபர் 17, 2014

73. கலைகளில் Originality தற்படைப்பாற்றல்/ தனித்தன்மை என்பது உண்மையில் இருக்கிறதா? நாம் பிறந்ததே இன்னொருவரின் வழி. உலகின் முதல் மனிதனின் டிஎன்ஏ மூலக்கூறின் வாய்ப்பாடு இன்னமும் நம்முள்ளே வரி போல ஓடிக் கொண்டுதான் இருக்கிறது என்பது அறிவியல் உண்மை. அத்தனை கலைகளும், அதை உருவாக்குவதற்கான தூண்டுதல்களும் வெளியிலிருந்துதானே கிடைக்கின்றன. ஒரு செயலுக்கு எதிர்ப்பதமாக செய்தல் கூட 'போலச் செய்தல்' என்றே கூறப்படுகிறது. எனில் ஒன்றிலிருந்து வந்ததை அந்த ஒன்றைப் போல் அல்லாமல் இன்னொன்று போலக் காட்டி விடுதலே கலையா?

சின்னப்பயல்

நான் சிந்திக்கும் மொழி என்பது வரலாற்றின் மூலமாக எனக்குக் கொடுக்கப்பட்டதே என்றாலும் புரிந்து கொள்ளுதல், அறிந்து கொள்ளுதல், உணர்தல் போன்ற செயல்பாடுகளின் மூலம் அகம், புறம் இரண்டையும் என் மனதின் பல்வேறு அடுக்குகளுக்குக் கொண்டு செல்கிறேன். இந்த அனுபவத்தோடு பல்லாயிரம் மனிதத் தாதுக்களின் மகரந்தத் துகள்களினால் உருவாக்கப்பட்ட நான், பல நூறு ஆண்டுகளாகப் பாய்ந்து கொண்டிருக்கும் இந்த மொழியின் கரையில் அமர்ந்திருக்கிறேன். கனவு, நனவு, நனவில் கனவு, கனவில் நனவு ஆகிய திசைகளின் வழியே காற்றில் மிதந்து என் மூதாதையரின் பாடலைக் கேட்கப் பயணிக்கிறேன்.

இந்தப் பயணத்தில் உருவாகும் பித்தநிலையையே எழுத்து எனப் பெயரிட்டு சக மனிதனுக்கு வழங்குகிறேன்.

74. வணக்கம் சாரு, நண்பன் ஒருவன் சொன்னது. முகலிவாக்கம் கட்டிட விபத்தில் இடிபாடுகளுக்கு இடையே மீட்கப்பட்ட ஒருவன் கேட்ட கேள்வி: என் செருப்பு எங்கே?

மனிதன் எப்பொழுதும் புதிர் நிறைந்தவனாக இருக்கிறான், ஏன்?

ராஜ்குமார், சென்னை 40.

புதிராவது வெங்காயமாவது. வெறும் தொலைக்காட்சி சீரியல்களிலும், fetish தமிழ் சினிமாவிலும், ஊழல் அரசியலிலும் திளைத்து பிம்பங்களையே புணர்ந்து வாழும் இந்த சராசரி மனிதனிடம் புதிர் என்ற அற்புதமெல்லாம் உண்டா என்ன? இலக்கியம் அறியாதவன் மிருகத்துக்குச் சமானம் என்றார் பர்த்ருஹரி. இலக்கியம், நல்ல சினிமா, நல்ல இசை போன்ற எதையுமே அறியாமல், பணம் ஒன்றே பிரதானம் என வாழும் அற்பப் பதர்களுக்கு செருப்பையும் செருப்பில் ஒட்டியிருக்கும் சாணியையும் தவிர வேறு எதைத் தெரியும் என்று நினைக்கிறீர்கள்? இந்தியா இன்று தனது ஆன்மீகத்தை முற்றாக இழந்து நிற்கிறது. ஒரு விபத்து நடந்தால் விபத்துக்குள்ளானவரின் உடலில் இருக்கும் ஒரு தங்க நகை கூட மிஞ்சுவதில்லை. அடித்துக் கொண்டு போய் விடுகிறார்கள். அவரது சொந்தத்துக்கு ஃபோன் செய்து அழைக்கலாம் என்று பார்த்தால் அலைபேசியையும் காணோம். எப்பேர்ப்பட்ட மனிதர்கள்! பிணம் தின்னும் கழுகு கூட பசித்துத் தான் உண்கிறது. ஆனால் இந்த நாட்டில்...

75. கர்மவினை பற்றிய உங்கள் பதிலைப் படித்தேன். அது பற்றிய என் சந்தேகம். என் கடந்த வாழ்வில் நான் செய்த நல்வினையால் எனக்கு இந்த வாழ்வு நல்லபடியாக அமைந்திருக்கிறது. என் நண்பன் செய்த தீவினையால் அவனுக்கு மோசமான வாழ்வு கிடைத்திருக்கிறது. இப்படியே பின்னால் போய் நம்முடைய முதல் பிறவிக்குப் போனால், நான் நல்வினை செய்ய என்னைத் தூண்டியது எது? என் நண்பன் தீவினை செய்ய அவனைத் தூண்டியது எது? ஏன் என் நண்பனுக்கு மட்டும் கடவுள் அப்படித் தீவினை செய்யும் சூழ்நிலையை உருவாக்கினார்?

ராஜ்

சூழ்நிலையை கடவுள் உருவாக்குவதில்லை. நாம் தான் உருவாக்கிக் கொள்கிறோம். ஆதிநிலையில் ஒரு தீவினையைச் செய்யத் தூண்டுவதும் நாம்தானே ஒழிய கடவுள் இல்லை. நீங்கள் நல்வினையே புரிந்தவராக இருந்தால் இனி உங்களுக்குப் பிறவியே இல்லை. மட்டும் அல்லாமல் நல்வினை, தீவினை என்பது பற்றிய பிரக்ஞையும் நீங்க வேண்டும். இல்லாவிட்டால் அந்த அகங்காரமே இன்னொரு வினையாகி விடும். அப்படிப்பட்ட நிலையை அடைந்து விட்டால் நீங்கள் கடவுளின் இதயத்தில் இருப்பீர்கள். ஆனால் பல சமயங்களில் நம்மைப் பற்றி நம்முடைய அவதானம் தவறாக இருக்க வாய்ப்பு இருக்கிறது. ஏனென்றால் நான் மிகவும் நல்லவன் என்று தாமே நம்பிக் கொண்டிருக்கும் பல நல்ல மனிதர்களைப் பார்த்திருக்கிறேன். ஆனால் அவர்களால் அவர்களைச் சுற்றியிருப்பவர்கள் படும் சொல்லொணாத் துன்பத்தையும் கண்டிருக்கிறேன்.

எனவே நான் கண்டறிந்த உண்மை, யாருக்கும் எந்தத் தீங்கும் செய்யாதிருத்தலே நல்வினையின் முதல் படி. அதை முடிந்த வரை இந்த வயதிலிருந்தாவது கடைப் பிடிக்க முயற்சி செய்து வருகிறேன்.

76. சமீபத்தில் நான் ராயர் கஃபேவுக்குப் போயிருந்தேன். டிஃபனும் காஃபியும் பிரமாதம். உங்கள் மூலமாகத்தான் ராயர் கஃபே எனக்குத் தெரிந்தது. இன்னும் இது போல் உங்களுக்குத் தெரிந்த மெஸ்களைப் பற்றிச் சொல்லுங்கள்.

ராம் பிரசாந்த், திருநெல்வேலி.

ராயர் கஃபேவின் தரம் முன்பு இருந்ததைப் போல் இப்போது இல்லை. பல படிகள் கீழே இறங்கி விட்டது. ஆனாலும் மற்ற உணவு விடுதிகளைப் போல் இட்லி என்றால் அரிசி நொய்யைப் போட்டு இட்லி செய்யாமல், அரிசியையும் உளுந்தையும் குடக்கல்லில் போட்டு அரைத்தே இட்லி செய்கிறார்கள். இப்போதைய என் சிபாரிசு, நாரத கான சபாவுக்கு எதிரே உள்ள சாயி மெஸ். ஆனால் அங்கே என்ன பிரச்சினை என்றால், காலையில் ஏழரை மணிக்குப் போனால் கூட ஆறின இட்லிதான் கிடைக்கிறது. ஆறு மணிக்கே போட்டு எடுத்து ஹாட் பேக்கில் வைத்து விடுகிறார்கள். ஆனால் மற்ற ஐட்டங்கள் - தோசையில் ஐந்து வகை, பூரி கிழங்கு, காஃபி எல்லாமே அற்புதம். ஆனால் அங்கே உள்ள சிப்பந்திகள் முதல் முதலாளியம்மாள் வரை யாருமே சிரிக்க மாட்டார்கள். அதைப் பற்றி நமக்கென்ன?

நான் ஆறின பண்டம் எதுவுமே சாப்பிடுவதில்லை என்பதால் அங்கேயும் செல்வதை நிறுத்திவிட்டு நானே வீட்டுக்கு வந்து இட்லி போட்டு சாப்பிடுகிறேன். எனக்கு இட்லிப் பானையிலிருந்து துணியோடு இட்லியைத் தட்டில் கவிழ்த்து ஆவி பறக்க சாப்பிட வேண்டும். ஒரு நிமிடம் தாமதமானாலும் தொட மாட்டேன்.

நாம் மதுரையில் வாழாமல் போய் விட்டோமே என்று அடிக்கடி வருத்தப்பட வைக்கும் இடம் குமார் மெஸ். அட அடா அங்கே அயிரை மீன் குழம்பு சாப்பிட வேண்டும். அள்ளிக் கொண்டு போகும். கோனார் மெஸ்ஸும் அப்படியே. திருநெல்வேலியில் ரயில்வே ஸ்டேஷனிலிருந்து பஸ் ஸ்டாண்டு போகும் வழியில் ஒரு ஆச்சி கடை உள்ளது. யாராவது போயிருக்கிறீர்களா? மாலை ஏழு மணிக்கு மேல் கடை தொடங்கும். நான் சொன்ன மாதிரி இட்லித் தட்டைக் கவிழ்த்துப் போட்டு தட்டை மட்டும் எடுத்து விட்டு, துணியில் லேசாகத் தண்ணீர் தெளித்து துணியை எடுத்து விட்டால் ஆவி பறக்கும் இட்லி. அந்த இட்லி மேலே நல்லெண்ணெய் விட்டு கொடுப்பார் ஆச்சி. சட்னியும் மைய அரைக்காமல் திப்பி திப்பியாக இருக்கும். அஞ்சு வகை சட்னி! மிளகாய்ப் பொடியிலும் நல்லெண்ணெய் விடுவார் ஆச்சி. சின்ன வெங்காய சாம்பார் வேறு அதகளம்.

தமிழ்நாடு முழுவதும் இப்படி ஒவ்வொரு ஊரிலும் நல்ல சாப்பாட்டுக் கடைகள் உண்டு. சென்னையில்தான் ஒரு மண்ணையும் காணோம்.

77. போன தலைமுறையில் வீட்டிற்கு ஒரு தாத்தாவோ பாட்டியோ குழந்தைகளுக்கு கதைகள், நாட்டுப்புறப் பாடல்கள், பழமொழிகள் என்று பலவாறாக சொல்லித் தந்த வண்ணம் இருந்தார்கள். ஆனால் இன்றைய தலைமுறை தாத்தா பாட்டிகள் அவ்வாறு இருப்பதில்லை. வாய் மொழிக் கதைகளைக் கேட்டு வளராத குழந்தைகளும் அவர்களது கற்பனைத் திறனும் நாளை எப்படி இருக்கும் என்று நினைக்கிறீர்கள்?

ஆர்.எஸ். பிரபு, சென்னை-90.

இவ்வளவு நல்ல கேள்விகளைத் தொடர்ந்து கேட்டு வரும் ஆர்.எஸ்.பிரபு அவர்களே, நீங்கள் ஒருமுறை என் வாசகர் வட்டச் சந்திப்புக்கு வந்து கலந்து கொள்ளுங்கள்.

இன்றைய தாத்தா பாட்டிகள் இளைஞர்களை விட மோசமான வர்களாக இருக்கிறார்கள். எந்நேரமும் டிவிதான். சீரியல்தான்.

இன்றைய இந்திய இளைஞர்களை நினைத்தால் எனக்குப் பயமாகத்தான் இருக்கிறது. ஏனென்றால், மற்ற வளர்ச்சி அடைந்த நாடுகளில் சிறார்களை மிகுந்த அக்கறையோடு கவனித்துக் கொள்கிறார்கள். அந்த அக்கறை இந்தியாவில் இல்லை. எனவே இவர்கள் நாளை அல்ல, இன்றே என்ன ஆவார்கள் என்று எனக்குத் தெரியவில்லை. நான் லௌகீக வாழ்விலிருந்து ஒதுங்கி விட்டேன். இரண்டு விஷயங்களின் மீதுதான் இன்னமும் தொற்றிக் கொண்டிருக்கிறது பற்று. பேட் அவ்ர் பேட் கே நீச்சே என்று இந்தியில் சொல்வார்கள்.

78. நீங்கள் ஒரு நாளைக்கு எவ்வளவு படிப்பீர்கள்? புதிதாக வர்சிக்க வருபவர்களுக்கு உங்கள் அறிவுரை என்ன?

எஸ். அருண் பிரசாத், திண்டுக்கல்.

நான் அதிகம் எழுதாததற்குக் காரணம் அதிகம் படிப்பதுதான். எவ்வளவு நேரம் என்ற கணக்கு இல்லை. எந்த ராஜா எந்தப் பட்டிணத்துக்குப் போனாலும் இரவு பதினோரு மணிக்கு உறங்கச் சென்று விடுவேன். காலை நான்கு மணிக்கு விழித்து விடுவேன். மற்ற நேரத்தில் ஒன்றிரண்டு மணி நேரம் நடை, யோகா. ஒரு மணி நேரம் சமையல் அறை. மீதி நேரம் எல்லாம் எழுத்து, படிப்பு, இசை. எனக்கு ஃபோன் அழைப்புகளே வராது. நானாக யாருக்காவது ஃபோன் செய்தால்தான் உண்டு. இன்றைய தினம் நான் ஃபோனில் பேசிய ஒரே ஒரு நண்பர் ஜெயமோகன். அவ்வளவுதான். தொலைக்காட்சியும் பார்க்க மாட்டேன். இதையே அறிவுரையாகவும் எடுத்துக் கொள்ளலாம்...

79. அன்புள்ள சாரு, தமிழ் சினிமாவில் உங்களுக்குப் பிடித்த பாடலாசிரியர் யார்? பிடித்த பாடல் வரிகள் எது? படத்தின் வெற்றிக்கு பாடல்களின் பங்களிப்பு உண்டா?

இலியாஸ், கடையநல்லூர்.

பலரும் கண்ணதாசன் என்று சொல்வார்கள். ஆனால் எனக்குப் பிடித்த பாடலாசிரியர் வரிசையில் முதலில் வருபவர் பாபநாசம் சிவன். சம்ஸ்கிருதத்திலும் தமிழிலுமாக 2000 அற்புதமான பாடல்களை எழுதியிருக்கிறார். எல்லாமே கர்நாடக இசை. உதாரணத்துக்கு இரண்டு பாடல். படம் சகுந்தலை. பாடியவர்கள்:

ஜி.என்.பாலசுப்ரமணியன், எம்.எஸ்.சுப்புலட்சுமி. படம் வெளிவந்த ஆண்டு: 1945. இசை: எஸ்.வி.வெங்கட்ராமன். பாடலை இயற்றியவர்: பாபநாசம் சிவன்.

1944-இல் வெளிவந்து மூன்று ஆண்டுகள் தொடர்ந்து ஓடிய படம் ஹரிதாஸ். எம்.கே.டி.பாகவதரும், டி.ஆர்.ராஜகுமாரியும், எம்.ஆர்.வசந்த கோகிலமும் நடித்த படம். அதன் பாடல்களும் பாபநாசம் சிவன் இயற்றியவை. குறிப்பாக மன்மத லீலையை வென்றார் உண்டோ.

பாபநாசம் சிவனுக்கு அடுத்தபடியாக என்னைக் கவர்ந்த பாடலாசிரியர்கள் கண்ணதாசன், வாலி. இன்றைய சினிமாவில் என்னைக் கவர்ந்தவர்கள் பலர் உள்ளனர். முதலில் வருபவர் வைரமுத்து (இருவர், ஆய்த எழுத்து). அடுத்து அறிவுமதி, தாமரை.

பிடித்த பாடல் வரிகள் பல உள்ளன. கண்ணதாசன் இயற்றி, சிவாஜி நடித்த எல்லா பாடல் வரிகளுமே பிடிக்கும். இதில் ஒரு பிரச்சினை என்னவென்றால், பல நல்ல பாடல்களை கண்ணதாசன் எழுதியது என்று நினைத்துக் கொண்டிருப்போம். ஆனால் அதை வாலி எழுதியிருப்பார். எனக்குத் தெரிந்து ஹே ராம் படத்தில் வந்த எல்லா பாடல்களும் எனக்குப் பிடித்தவை. நீ பார்த்த பார்வைக்கு ஒரு நன்றி. பியானோ. சிறுமலையில் ஒருமுறை எங்கள் வாசகர் வட்ட சந்திப்பு நடந்தது. குளிர்காலம். இரவு பனிரண்டு மணி அளவில் campfire போட்டிருந்தார்கள். நீ பார்த்த பார்வைக்கு ஒரு நன்றி என்ற பாடல் ஸ்பீக்கரில் ஒலித்தது. நான் வேஷ்டி சட்டையில். ரெமி மார்ட்டின் ஐந்து பெக் போயிருக்கும். ஆறாகவும் இருக்கலாம். ஒரு நடனம். மறுநாள் இப்படி ஒரு நடனத்தைப் பார்த்ததில்லை என்று நண்பர்கள் சொன்னார்கள். வீடியோவிலும் பார்த்தேன். இங்கே பகிர்ந்து கொள்ள கூச்சமாக இருக்கிறது.

படத்தின் வெற்றிக்கும் பாடல்களுக்கும் சம்பந்தம் இல்லை என்று கடல் படத்தைப் பார்த்துத்தான் தெரிந்து கொண்டேன்.

எனக்குப் பிடித்த பத்து பாடல்களைச் சொல்கிறேன். இந்தப் பாடல்களை குறைந்த பட்சம் 2000 தடவை கேட்டிருக்கிறேன்.

1.) உன்னை நான் பார்த்தது வெண்ணிலா வேளையில். பட்டிக் காட்டு ராஜா. ஷங்கர் கணேஷ்.

2.) நான் தேடும் செவ்வந்திப் பூவிது. தர்ம பத்தினி. இளைய ராஜா.

3.) மூங்கில் தோட்டம். கடல். ரஹ்மான்.

4.) பொய்யிலே பிறந்து பொய்யிலே வளர்ந்த புலவர் பெருமானே. ஆனந்த ஜோதி. விஸ்வநாதன், ராமமூர்த்தி.

5.) மலரே மௌனமா. கர்ணா. வித்யாசாகர்.

6.) மாமா மாமா ஏம்மா - நடனம்: கள்ளபார்ட் நடராஜன் மற்றும் எம்.ஆர். ராதா. குமுதம். கே.வி. மகாதேவன்.

7.) வீடு வரை உறவு. படம்: பாத காணிக்கை. விஸ்வநாதன், ராமமூர்த்தி.

8.) உங்க பொன்னான கைகள் புண்ணாகலாமா உதவிக்கு வரலாமா? - காதலிக்க நேரமில்லை. விஸ்வநாதன், ராமமூர்த்தி.

9.) பார்த்த ஞாபகம் இல்லையோ. புதிய பறவை. விஸ்வநாதன்.

10.) நீ பார்த்த பார்வைக்கு ஒரு நன்றி - ஹே ராம். இளையராஜா.

80. அன்புள்ள சாருவுக்கு, சிறு வயதில் தந்தையை இழந்த நான் வாழ்க்கையில் பலத்த எதிர் நீச்சல் போட்டு முன்னுக்கு வந்தவன். ஒவ்வொரு நொடியையும் ஆனந்தமாகவும் அர்த்தமுள்ளதாகவும் மாற்றிக் கொண்டு வாழ ஆசைப்படுகின்ற சராசரி ஆள். ஆனால் என்னால் அப்படி வாழ முடியவில்லை. கோபமும் சகிப்புத்தன்மையும் பொறுமையும் குறைந்து கொண்டே வருகிறது. எனக்குத் தகுந்த ஆலோசனைகள் வழங்கி என்னை நான் மீட்டெடுக்க உதவி புரியுங்கள்.

பரமேஸ்வரன்.

மை டியர் பரமேஸ்வரன், மரண கானா விஜி என்னுடைய பழைய நண்பர். கால்கள் போலியோவினால் பாதிக்கப்பட்டவர். மூன்று சக்கர வண்டிதான். அப்பா அம்மா பெயர் தெரியாது. நினைவு தெரிந்த நாளிலிருந்தே விஜி என்ற பாலியல் தொழிலாளிதான் வளர்த்தவர். அந்தப் பெண்ணின் நினைவாகவே தன் பெயரையும்

விஜி என்று வைத்துக் கொண்டார். அபாரமாக கானாப் பாட்டு பாடுவார். மரண கானா என்ற பட்டப் பெயர் எப்படி என்றால் அவர் வளர்ந்ததெல்லாம் சுடுகாட்டில்தான். சுடுகாட்டில் பாடிப் பாடி மரண கானா என்ற பெயர் எடுத்தவர். படிக்காதவர். ஆனால் பெரும் படிப்பு படித்தவர்களையெல்லாம் விட அற்புதமான ஞானம் வாய்க்கப் பெற்றவர். இந்த உலகத்திலேயே சந்தோஷமான மனிதன் யார் என்று கேட்டால் அது நான் தான் என்று சொல்வேன். இது என் நண்பர்கள் அனைவருக்கும் தெரியும். என்னை விட சந்தோஷமான மனிதன் இந்த மரண கானா விஜி. சந்தோஷம், கொண்டாட்டம் ஆகியவற்றின் கடவுள் இவர். நான் என்ன சொல்ல வருகிறேன் என்று புரிகிறதா?

81. பாட்ரிக் மோடியானோ?

ராஜேஷ்.

பத்ரிக் மோதியானோ என்பதே சரியான உச்சரிப்பு. சில தினங்களுக்கு முன்னால் நாகேஸ்வர ராவ் பூங்காவில் இரண்டு மரங்களுக்கு இடையே சுவாரசியமாக எட்டு போட்டுக் கொண்டிருந்த போது ரவிக்குமாரின் (விடுதலைச் சிறுத்தை) அழைப்பு. ''பத்ரிக் மோதியானோவைப் படித்திருக்கிறீர்களா?'' ''யார் அவர்'' என்பதே என் பதிலாக இருந்தது. நோபல் பரிசு கொடுத்திருக்கிறார்கள் என்றார். ஃப்ரெஞ்சு எழுத்தாளர் என்பதால் என்னை அழைத்துக் கேட்டிருக்கிறார். அநேகமாக ஆங்கிலத்தில் மொழிபெயர்க்கப்பட்ட முக்கியமான ஃப்ரெஞ்சு எழுத்தாளர்கள் அனைவரையும் படித்திருக்கிறேன். ஆங்கிலத்தில் மொழிபெயர்க்கப்படாத Serge Doubrovsky என்பவரின் எழுத்திலும் ஓரளவு பரிச்சயம் உண்டு. ஆனாலும் நான் பத்ரிக் மோதியானோவைக் கேள்விப்பட்டதில்லை. காரணம், நோபல் பரிசு பெரும்பாலும் சராசரி எழுத்தாளர்களுக்கே கொடுக்கப்பட்டு வருகிறது.

ஒவ்வொரு வருடமும் மிக ஆர்வத்துடன் காத்திருந்து நோபல் பரிசு பெற்ற எழுத்தாளரின் புத்தகங்களை வாங்கிப் படிக்கும் போதெல்லாம் பெரும் ஏமாற்றமும் கோபமும்தான் மிஞ்சுகிறது. இதை விட நன்றாக எழுதும் ஒரு டஜன் எழுத்தாளர்கள் தமிழில் இருக்கிறார்களே என்பதால் ஏற்படும் கோபம் அது. சில ஆண்டுகளுக்கு முன்பு ஒரு மலையாள எழுத்தாளர் என்னிடம் சொன்னார், உங்களைப் போல் எழுதும் Elfriede Jelinek என்ற ஆஸ்திரிய எழுத்தாளர் நோபல் பரிசு வாங்கியிருக்கிறார் என்று.

உடனே அவருடைய நான்கு நாவல்களை வாங்கிப் படித்தேன். அவ்வளவு ஒன்றும் மோசமில்லை. ஆனால் அவரை விட என் எழுத்து பல மடங்கு மேலானது. இதைத் தெரிந்து கொள்ள இவ்வளவு நேரத்தை விரயம் செய்ய வேண்டுமா என்று எரிச்சல் அடைந்தேன்.

அதனால் இப்போதெல்லாம் எனக்கு நோபல் பரிசு குறித்த செய்திகளை அறிந்து கொள்ளும் ஆர்வமே போய் விட்டது. என் கல்லூரிப் பருவத்தில் இர்விங் வாலஸ் நோபல் பரிசு குறித்து எழுதிய The Prize என்ற நாவலைப் படித்திருக்கிறேன். நோபல் பரிசில் உள்ள ஊழல்களைப் பற்றிய நாவல் என்று மேகமூட்டமாக இப்போது ஞாபகம் வருகிறது. படித்து நாற்பது ஆண்டுகள் இருக்கும். மற்ற நண்பர்களும் தோழிகளும் ஆர்தர் ஹெய்லி, ஹெரால்ட் ராபின்ஸ் என்று படிக்கும் போது நான் இர்விங் வாலஸ் படிக்கிறேன் என்பதில் அப்போது எனக்கு ஒரு பெருமை. அப்புறம் இலக்கியத்தின் பக்கம் நகர்ந்த பிறகு இர்விங் வாலஸ் மீது இருந்த பிரமிப்பு அகன்று விட்டது. ஆனால் அவர் எழுதிய Seven Minutes என்ற நாவலை மட்டும் இன்னும் மறக்க முடியவில்லை. ஆண் பெண் கலவியில், ஒரு பெண் ஏழு நிமிடங்கள் உச்சம் அனுபவிக்கிறாள் என்பதுதான் தலைப்பின் விளக்கம். போர்னோ எழுத்தின் விளைவுகளை விவரிக்கும் நாவல். பரிசு மறந்து விட்டது; ஏழு நிமிடங்கள் ஞாபகம் இருக்கிறது. Very bad.

நோபல் பரிசு சராசரி எழுத்தாளர்களுக்குத்தான் கொடுக்கப்படுகிறது என்று சொன்னேன் அல்லவா? அந்த வகையில் நம் தாகூருமே ஒரு சராசரி எழுத்தாளர்தான். அவருடைய கீதாஞ்சலிக்கு ஆங்கிலக் கவிஞர் W.B.Yeats முன்னுரை கொடுத்ததும் அந்த நூலை எடுத்துக் கொண்டு சுமார் முப்பது நாடுகளுக்குப் போய் அங்கே உள்ள முக்கியமான எழுத்தாளர்களையெல்லாம் நேரில் சந்தித்துத் தான் ஆங்கிலத்தில் மொழிபெயர்த்த அந்தப் புத்தகத்தைக் கொடுத்தார் தாகூர். எப்பேர்ப்பட்ட பி.ஆர். வேலை பாருங்கள். இதை நம் பாரதி செய்திருந்தால் அவருக்கு நோபல் கிடைத்திருக்கலாம்.

நோபல் பற்றி இவ்வாறாக யோசித்துக் கொண்டிருந்த போது ஜெயமோகனின் தளத்தில் அருணேந்திரன் எழுதிய கடிதத்தைப் படிக்க நேர்ந்தது. இது விஷயத்தில் என் கருத்து எதுவோ அதை அப்படியே எழுதியிருந்தார்.

அதில் தெரஸா பற்றி அருணேந்திரன் குறிப்பிட்டிருப்பதைப் பாருங்கள். ''காந்திக்கு நோபல் பரிசு மறுக்கப்பட்டிருக்கிறது.''

''இந்த ஆண்டு பரிந்துரைக்கப்பட்ட சல்மான் ருஷ்டி, முரகாமி போன்றவர்கள் சராசரி எழுத்தாளர்கள்.'' இந்தப் பட்டியலில் இந்த ஆண்டு நோபல் கிடைத்து விடும் என்று எதிர்பார்க்கப்பட்ட அமெரிக்க சூப்பர் ஸ்டார் எழுத்தாளர் Philip Roth-ஐயும் சேர்த்துக் கொள்ளலாம். என்னைப் பொறுத்தவரை அவர் கூட சராசரி எழுத்தாளர்தான்.

சுருக்கமாகச் சொன்னால், ஒரு தீவிரமான வாசகனுக்கும் நோபல் பரிசுக்கும் சம்பந்தமே இல்லை. கார்ஸியா மார்க்கேஸ், மரியோ பர்கஸ் யோசா போன்றவர்கள் நோபல் பரிசுக்கு முன்பே உலகப் புகழ் பெற்றவர்கள். ஆனால் இவர்களையும் விட முக்கியமான எழுத்தாளர்கள் உலக அளவில் அதிகம் அறியப் படாதவர்களாக இருக்கிறார்கள். உதாரணமாக, செர்பிய எழுத்தாளர் மிலோராத் பாவிச். இவருடைய கஸார்களின் அகராதி என்ற நாவல் தமிழ் எழுத்தாளர்களிடையே மிகப் பிரபலம். என்னுடைய ஆசான் எனக் கருதும் எழுத்தாளர்களில் இவர் ஒருவர். அடுத்து, மெக்ஸிகோவின் Carlos Fuentes. இருவரின் பெயரும் பலமுறை நோபல் பரிசுக்குப் பரிந்துரைக்கப்பட்டும் கொடுக்கப்படவில்லை. இந்தப் பட்டியல் மிக நீண்டது என்பதால் நிறுத்திக் கொள்கிறேன்.

இதை எழுதும் போது எனக்கு ஃப்ரான்ஸ் கொடுக்கும் ஷெவாலியே விருது ஞாபகம் வருகிறது. தமிழ்நாட்டில் பல பள்ளிகளிலும் கல்லூரிகளிலும் ஃப்ரெஞ்ச் கற்பிக்கப்படுகிறது. அதற்கான பாட நூல்களும் நோட்ஸூம் (கோனார் நோட்ஸ் மாதிரி) தயாரிக்கும் கல்லூரி ஆசிரியர்களுக்குக் கூட ஷெவாலியே விருது கொடுக்கப்படுகிறது. கலாச்சாரத் துறையில் சாதனை புரிந்தவர்களுக்குக் கொடுக்கப்படும் விருது ஷெவாலியே!

11

ஓர் அரிய வாய்ப்பை இழந்துவிட்டேன்!

அக்டோபர் 31, 2014

82. தொலைக்காட்சி நிகழ்ச்சிகளுக்கு நீங்கள் ஏன் அழைக்கப்படுவதில்லை?

கே.சி.கட்டிமுத்து, சிவகாசி.

அழைக்கப்படுவதில்லை என்பது தவறு. நான் தான் மறுதலித்து விடுகிறேன். ஏனென்றால், அதில் ஒரு முழுநாள் வீணாகி விடுகிறது. பணமும் கொடுப்பதில்லை. ஒரு முழுநாளை ஏன் வீணடிக்க வேண்டும்? தொலைக்காட்சி நிகழ்ச்சிகள் கோடிக் கணக்கான மக்களைச் சென்றடைவது உண்மைதான். ஆனால் ஒரு எழுத்தாளன் என்பவன் அவனுடைய எழுத்தால் மட்டுமே அறியப்பட வேண்டும். "உன் எழுத்தைக் காசு கொடுத்து வாங்கிப் படிக்கத் தயாராக இல்லை; தொலைக்காட்சியில் நீ ஓசியில் பேசினால் நாங்களும் ஓசியில் கேட்டுக் கொள்கிறோம்,'' என்று சொல்லும் சூழலிலிருந்து நான் ஒதுங்கிக் கொள்ள நினைக்கிறேன். காசு கொடுத்தோ, நூலகத்திலோ என் புத்தகங்களை வாங்கிப் படிக்கும் வாசகர்கள் மட்டுமே எனக்குப் போதும்.

உதாரணமாக, நீங்கள் ரஜினியையோ கமலையோ ரசிக்கிறீர்கள் என்று வைத்துக் கொள்வோம். அவர்களுடைய துறை நடிப்பு. அதை விட்டு விட்டு அவர்கள் கிரிக்கெட் ஆடினால் ரசிப்பீர்களா? ஏதோ தமாஷுக்கு ஒரு நாள் பார்க்கலாம். அதையே தொழிலாகக் கொண்டு வாரம் ஒருமுறை ஆடினால் பார்க்க முடியுமா? அதேதான் என் கதையும். சரி, ஒருநாளை செலவழித்து கேமராவுக்கு முன்னால் அமரலாம் என்றால் ஒரு பைசா தர மாட்டேன் என்கிறார்களே,

அப்புறம் அந்த வேதனை எதற்கு? நான் ஒரு சினிமா நடிகனாக இருந்து 20 கோடி, 30 கோடி என்று சம்பளம் வாங்கினால் தொலைக்காட்சியில் போய் ஓசியில் முகத்தைக் காண்பித்து ஏதோ பேசி வைக்கலாம். நானோ எழுத்தாளன். எழுத்தாளனுக்கு இங்கே போதுமான ஊதியம் கிடையாது. பல பத்திரிகைகளில் காசே கொடுப்பதில்லை. புத்தகமும் ஆயிரமோ ரெண்டாயிரமோ தான் போகிறது. ராயல்டி பணத்தில் டூத் பேஸ்ட் வாங்கலாம்.

எழுத்தாளனை இந்த ஊடகங்கள் எப்படி மதிக்கின்றன என்பதற்கு ஒரு உதாரணம் சொல்கிறேன்.ஒரு தொலைக்காட்சியிலிருந்து எனக்கு அழைப்பு. காலையில் ஏழரை மணிக்கு நேரடி ஒளிபரப்பு. அன்றைய தினசரிகளைப் படித்து அதை அரை மணி நேரம் அலசி விமர்சிக்க வேண்டும். இதற்கு நான் காலை நான்கு மணிக்கு எழுந்து தயாராக வேண்டும். வண்டி ஐந்தரைக்கு வரும். தொலை தூரத்தில் இருக்கும் தொலைக்காட்சி நிலையத்துக்கு ஆறரைக்கு வந்து செய்தித்தாள்களைப் படித்து ஏழரைக்கு நிகழ்ச்சி. வீட்டுக்கு வந்து சேர ஒன்பதரை பத்து ஆகும். இடையில் பசி வந்து உயிர் போய் விடும். இப்படி இரண்டு வாரம் வர முடியுமா என்று கேட்டார்கள். ஆஹா, நம்முடைய பணப் பிரச்சினைக்கு ஒரு தீர்வு கிடைத்தது என்று எண்ணி அகமகிழ்ந்து எவ்வளவு தருவீர்கள் என்று கேட்டேன். என் கேள்வியே அவர்களுக்குப் புரியவில்லை. அப்புறம்தான் விளக்கிக் கேட்ட பிறகு அப்படியெல்லாம் தருவதில்லை என்று சொன்னார்கள். இப்படி அழைத்தால் ஓடிப் போய் நிகழ்ச்சி செய்வதற்குப் பலரும் தயாராக இருப்பதாகப் பின்னர் கேள்விப்பட்டேன். எனக்கு அப்படிப்பட்ட புகழ் தேவையில்லை.

இந்தக் காரணத்தினால்தான் தொலைக்காட்சி நிகழ்ச்சிகளை மறுதலித்து வருகிறேன். இருந்தாலும் அவ்வளவாகப் பிரபலமாகாத சேனல்களில் கலந்து கொள்ளத்தான் செய்கிறேன். அங்கேயும் காசு கிடையாதுதான். ஆனாலும் கலந்து கொள்கிறேன். சமீபத்தில் அப்படி ஒரு சேனலின் நிகழ்ச்சிக்கு அழைப்பு வந்தது. மதியம் ஒரு மணிக்கு படப்பிடிப்பு. 12 மணிக்கு வீட்டுக்குக் கார் வரும் என்றார் நிகழ்ச்சித் தயாரிப்பாளர். அவந்திகாவிடம் மதிய உணவு வேண்டாம் என்று சொல்லி விட்டேன். ஒரு மணி வரை சத்தமே இல்லை. நானே ஃபோன் செய்தேன். இதோ அனுப்புகிறோம் என்றனர். ஒன்றரைக்கு வந்தது. இரண்டுக்கு அங்கே இருந்தேன். அவர் பெயர் வினோத். (பெயர் மாற்றப்பட்டுள்ளது.) போய்ச் சேர்ந்ததும் டீ

சாப்பிடுகிறீர்களா சார் என்றார். எனக்கோ கொலைப்பசி. அந்தப் பசியில் டீ சாப்பிட்டால் வாந்தி வந்து விடும். வேண்டாம் என்று சொல்லி விட்டு பக்கத்தில் அமர்ந்திருந்த மனுஷ்ய புத்திரனிடம் பசிக் கொடுமை பற்றிச் சொன்னேன். அட, இவ்வளவுதானா என்று சொன்னவர், வினோதை அழைத்து கொஞ்சம் அதிகார தொனியில் சாருவுக்கு லஞ்ச் ஏற்பாடு செய்யுங்கள் என்றார். போய்ப் பார்த்தால் ஒரு ஹாலில் மீன், மட்டன், கோழி, சாம்பார், ரசம், கீரை, பொரியல் என்று ஏக தடபுடலாக விருந்து நடந்து கொண்டிருந்தது. அன்றைக்கு மனுஷ்ய புத்திரன் மட்டும் ஆபத்பாந்தவனாக வந்து என்னைக் காப்பாற்றியிருக்காவிட்டால் படப்பிடிப்புத் தளத்திலேயே சுருண்டு விழுந்திருப்பேன். படப்பிடிப்பு முடிவடைய இரவு ஒன்பது ஆகியிருந்தது.

விஷயம் அதோடு நிற்கவில்லை. அடுத்த வாரம் வினோதிடமிருந்து ஃபோன். சார், அழகிய பெரியவனின் நம்பர் தர முடியுமா? கொடுத்தேன். இரண்டு நாள் கழித்து மீண்டும் அவரிடமிருந்து. சார், ஜெயமோகன் நம்பர் உங்களிடம் இருக்கா? கொடுத்தேன். அடுத்த வாரமும் ஃபோன். சார், கிராமப்புறக் கலைஞர்களின் நலிவடைந்த வாழ்க்கை பற்றி ஒரு நிகழ்ச்சி. உங்களுக்கு அப்படி யாரையாவது தெரியுமா?

நான் அப்போது சாண்டோக்ய உபநிஷதத்தை சம்ஸ்கிருதத்திலும் ஆங்கிலத்திலுமாகப் படித்து மண்டையை உடைத்துக் கொண்டிருந்தேன். ஆதி சங்கரரின் பாஷ்யம் வேறு. நான்கு தினங்களாக அந்தப் படிப்பு ஓடிக் கொண்டிருந்தது. ஃபோனை எடுத்து அப்புறம் பண்ணுகிறேன் என்று சொல்லி வைத்து விட்டேன். இரண்டு மணி நேரம் கழித்து அவரே அழைத்தார். நான் எடுக்கவில்லை. அதோடு விடாமல் மறுநாளும் அழைத்தார். எடுத்தேன். மீண்டும் சொன்னார், நலிவடைந்த கிராமீயக் கலைஞர்களின் நம்பர்?

என் உடம்பில் உள்ள குருதி அவ்வளவும் மண்டைக்குப் போய் மண்டை வெடித்து விடும் போல் ஆகி விட்டது. கை கால்கள் நடுங்க ஆரம்பித்து விட்டன. வந்த கோபத்தில் செத்தே போயிருப்பேன். கெட்ட வார்த்தை பயன்படுத்தவில்லை. ஒரே ஒரு கேள்விதான் நெருப்பைக் கக்குவது போன்ற தொனியில் கேட்டேன். ரஜினி, கமலிடம் இப்படிக் கேட்பீர்களா?

எழுத்தாளனை இந்தச் சமூகம் எவ்வளவு கேவலமாக நடத்துகிறது என்பதற்கு இந்தச் சம்பவங்கள் உதாரணம்.

83. **குழந்தைப்பிராயம், குட்டிப்பையன், வாலிபன், இளங்கணவன், தந்தை, மாம்ஸு, பெருசு... இவற்றில் கேட்டதும் உடனே உங்கள் மனதிற்குள் மேலோங்கி வந்து கொண்டாட்டத்தைத் தரும் பிராயம் எது?**

ஆர்.எஸ்.பிரபு, சென்னை- 90.

இதில் எதுவுமே இல்லை. ஒவ்வொரு கணத்தையும் ஒரு எழுத்தாளனாகவே வாழ்ந்து கொண்டிருப்பதை மட்டுமே கொண்டாட்டமாகக் கருதுகிறேன்.

84. **இந்தியாவை குப்பைக் கூளங்கள் இல்லாத நாடாக ஆக்க முடியுமா? சாத்தியம் உள்ளதா?**

முகுந்தன், கோவை.

பொதுவாக வெளிநாடு சென்று வருபவர்களுக்கு நம் விமான நிலையத்தில் வந்து இறங்கிய மறுகணமே தோன்றும் எண்ணத்தைத்தான் மோடியும் பிரதிபலித்திருக்கிறார். ஆனால் பாவம், புற்று நோய்க்கு ஷாம்பூ மருந்தாக முடியுமா?

ஒரு அலுவலகத்தை எடுத்துக் கொள்வோம். காலை எட்டு மணியிலிருந்து மாலை ஆறு மணி வரை அதை சுத்தம் செய்ய வேண்டிய துப்புரவுப் பணியாளர்களின் மாத ஊதியம் 6000 ரூ. பணி நிரந்தரம் கிடையாது. ஒரே நொடியில் பணியிலிருந்து நீக்கி விடலாம். இந்த வேலைக்காக அந்தப் பணிப்பெண்கள் வெகுதொலைவிலிருந்து வர வேண்டும். என் நண்பர் ஒருவர் ஒரு மேட்ரிமனி நிறுவனத்தில் பணி புரிகிறார். மாத சம்பளம் நாலு லட்சம். இவ்வளவுக்கும் அவர் தன்னை மிடில் க்ளாஸ் என்றுதான் சொல்லிக் கொள்கிறார். சமீபத்தில் ஒரு கோடி ரூபாயில் ஒரு ஃப்ளாட் வாங்கினார். இப்படிப்பட்ட ஏற்றத்தாழ்வை நீங்கள் வளர்ச்சி அடைந்த எந்த நாட்டிலும் பார்க்க முடியாது. இதை ஓரளவாவது சரி செய்யாமல் இங்கே ஒரு மாற்றத்தையும் கொண்டு வர முடியாது.

நாட்டில் நெடுஞ்சாலைகளைத் தவிர வேறு எங்குமே சரியான சாலைப் போக்குவரத்து கிடையாது. இந்தியா முழுவதிலுமே சாலைகள் சரியாக இல்லை. கற்காலத்தில் வாழ்கிறோமோ என்ற கவலையை உண்டாக்குவதாக இருக்கின்றன சாலைகள். ஒரு அடி ஆழத்துக்குப் பள்ளம் இருப்பதெல்லாம் சர்வ சாதாரணம்.

சென்னையில் எங்கே பார்த்தாலும் சேரிகள். சாக்கடையாக ஓடிக் கொண்டிருக்கும் கூவத்தைச் சுற்றிலும் ஆஸ்பெஸ்டாஸ் கூரை போட்ட குடிசைகள். பத்துக்குப் பத்து அடிதான் ஒரு குடும்பத்துக்கே வாழ்விடம். இவர்களிடம் போய் நீங்கள் குப்பை போடாதீர்கள் என்று சொன்னால் எப்படிப் போடாமல் இருப்பார்கள்?

பிறந்த குழந்தைக்கு என்ன தெரியும்? மேலே சொன்ன சேரியில் பிறக்கும் ஒரு குழந்தைக்கு நல்ல கல்வியை இந்தச் சமூகம் தருகிறதா? கல்வியில் சமத்துவம் செய்யாமல் குப்பை போடாதே என்றால் என்ன அராஜகம் இது? பணக்காரனின் குழந்தைக்கு எல்கேஜியில் சேர்க்க ஐந்து லட்சம். அந்தக் குழந்தை அஞ்சு வயதிலேயே பிரிட்டிஷ்காரன் மாதிரி இங்க்லீஷ் பேசுகிறது. என் வீட்டில் பணிபுரியும் பணிப்பெண்ணின் குழந்தைக்கு இந்தக் கல்வி கிடைக்கிறதா?

நான் தினமும் என் வீட்டு வாசலில் காணும் காட்சி இது: சென்னையின் மேட்டுக்குடியினர் படிக்கும் பிரபலமான ஒரு பள்ளி என் வீட்டுக்கு எதிரே உள்ளது. அதைப் பார்க்கும் போதெல்லாம் எனக்கு முதுமலை யானைகள் சரணாலயம்தான் ஞாபகம் வருகிறது. ஒவ்வொரு குழந்தையும் அப்படித்தான் யானை யானையாக இருக்கின்றன. அதே சமயம் என் வீட்டைச் சுற்றிலும் பல ஏழைப் பள்ளிகள் இருக்கின்றன. அங்கே படிக்கும் பனிரண்டாம் வகுப்பு மாணவி கூட சவலைப் பிள்ளை மாதிரி இருக்கிறாள். அந்தக் குழந்தைகளின் கால்களில் நான் செருப்பையே பார்த்ததில்லை.

கல்வி என்பது எப்போது எல்லா குழந்தைகளுக்கும் சமமாக அளிக்கப்படுகிறதோ அப்போதுதான் இந்தியாவில் ஒரு கடுகு அளவு மாற்றமாவது வரும். அதுவரை குப்பை போடாதே, சிகரெட் குடிக்காதே என்று சொல்வதெல்லாம் வெறும் ஏமாற்று வேலை.

இன்னொரு பிரச்சினை, ஊழல். ஊழலைச் சொல்லி பதவிக்கு வந்த மோடி தில்லிக்குப் போனதும் மன்மோகன் சிங்காக மாறி விட்டார். மிகப் பின் தங்கிக் கிடந்த குஜராத்தை இந்தியாவின் முதன்மை மாநிலங்களில் ஒன்றாக மாற்றிய அதே மோடி தில்லிக்குப் போனதும் அர்விந்த் கெஜ்ரிவாலாக மாறி துடைப்பத்தைப் பிடிக்கிறார். அதனால்தான் புற்றுநோய்க்கு மருந்து ஷாம்பூவா என்று கேட்கிறேன். வெளிநாட்டில் பணத்தைப் பதுக்கியவர்களின் பட்டியலைக் கொடு என்று உச்ச நீதிமன்றம் கேட்ட போது கொடுப்பது கஷ்டம் என்று மோடி அரசு பதுங்கியதைப் பார்த்து நாடே வியந்தது.

இப்போது கூட பாருங்கள், பால் விலை லிட்டருக்குப் பத்து ரூபாய் ஏறி விட்டது. ஒரே காரணம், அந்த நிர்வாகத்தில் நிலவும் ஊழல். தினக்கூலியாக வேலைக்குச் சேர்ந்த ஒரு ஆள், கட்சியின் பலத்தில் அந்த நிர்வாகத்துக்கே தலைமைப் பீடத்தில் அமர்ந்து ஊழல் செய்து அதன் பலனை (நஷ்டத்தை) இப்போது மக்கள் அனுபவிக்கிறார்கள்.

கோ-ஆப்டெக்ஸ் நிறுவனம் பல கோடி ரூபாய் நஷ்டத்தில் நடந்தது. அங்கே மாற்றப்பட்டார் சகாயம். ஒரே ஆண்டில் அந்த நிறுவனம் லாபம் சம்பாதிக்கிறது. காரணம், ஊழலை ஒழித்தார். உடனே ஒரே இரவில் வேறு இடத்துக்குத் தூக்கியடிக்கப்பட்டார். இப்படி இந்தியா முழுவதுமே ஊழலில் தத்தளிக்கிறது. இதைச் சொல்லித்தான் மோடி ஆட்சிக்கு வந்தார். ஆனால் அவரால் இதை எதிர்த்து ஒரு விரலைக் கூட அசைக்க முடியவில்லை. காரணம், சமீபத்தில் ராமச்சந்திர குஹா எழுதியது போல் இந்தியாவுக்கு நல்ல முதல்வர்களே தேவை. மோடி மிகச் சிறந்த முதல்வர்களில் ஒருவராக இருந்தார். நல்ல முதலமைச்சர்களால்தான் மாநிலத்துக்கு ஏதாவது நல்லது செய்ய முடியும்.

இப்படிப்பட்ட ஆதாரமான பிரச்சினைகள் இருந்தாலும் குப்பையை ஒழிக்க ஒரு எளிமையான குறுக்கு வழி உள்ளது. குழந்தைகளுக்கு மிகச் சிறிய வயதிலேயே குப்பையைக் கண்டபடி போடுவது குற்றம் என்று கற்பிக்கப்பட வேண்டும்.

85. ராணுவ ஒழுங்குடன் வாழும் உங்களுக்கு எப்படி இதயத்தில் பிரச்சினை?

கஜலட்சுமி ஸ்ரீதர், ஈரோடு.

அலோபதி மருத்துவத்தின் மீதான வெறுப்பில் கடந்த இரண்டு ஆண்டுகளாக நான் எடுத்துக் கொண்டிருக்க வேண்டிய ஆஸ்ப்ரின் மாத்திரையை உட்கொள்ளவில்லை. என்னுடைய கட்டுப்பாடான உணவுப் பழக்கமும், மூலிகைகளும் போதும் என்று நினைத்தேன். ஆனால் என் ரத்தம் மிகவும் அடர்த்தியானது என்றபடியால் ஆஸ்ப்ரினை நிறுத்தியிருக்கக் கூடாது என்று இப்போது தெரிந்து கொண்டேன். கொடுத்த விலைதான் அதிகம். உடல்நலம் மட்டும் அல்ல; நவம்பர் இரண்டாம் தேதி உத்தர்காண்டில் உள்ள தானாச்சூலி என்ற ஊரில் Literature Studio என்ற அமைப்பின் மூலம் நடக்க இருந்த, ஒரு முக்கியமான ஐந்து நாள் இலக்கியக் கருத்தரங்கில் கலந்து

கொள்ள தென்னிந்தியாவிலிருந்து தேர்ந்தெடுக்கப்பட்டிருந்த ஒரே எழுத்தாளன் நானாக இருந்தேன். இஸ்ரேலிலிருந்து Amir Or கலந்து கொள்கிறார். எத்தனையோ விவாதங்களுக்குப் பிறகு இந்தத் தேர்வு நடந்திருக்கிறது. ஆங்கில மொழிபெயர்ப்பில் என் எழுத்தைப் படித்து விட்டு என்னைத் தேர்ந்தெடுத்திருக்கிறார்கள். நைனிட்டால் பக்கத்தில் இமயமலை அடிவாரத்தில் Te Aroha என்ற அற்புதமான இடத்தில் ஐந்து நாள் தங்கி இலக்கியம் பேசும் அரிய வாய்ப்பை இழந்து விட்டேன்.

12

ஜெயமோகனுக்கு ஞானபீடம் உறுதி!

நவம்பர் 7, 2014

86. வெண்முரசு பற்றி? (செம கேள்வி மாம்ஸ். வசமாக மாட்டினீர்களா?)

எஸ்.சீனிவாசன், திருவல்லிக்கேணி.

முப்பது ஆண்டுகளுக்கு முன்னால் நிலைமை வேறு மாதிரி இருந்தது. அப்போது வாசகர்கள் என்றே யாரும் கிடையாது. சுமார் முன்னூறு பேர் எழுத்தாளர்கள். அவர்களேதான் வாசகர்கள். அவர்களேதான் விமர்சகர்கள். அவர்களேதான் பத்திரிகை ஆசிரியர்களும் பதிப்பாளர்களும் கூட. ஞானக் கூத்தனை அசோகமித்திரன் திட்டுவார். அசோகமித்திரனை முத்துசாமி திட்டுவார். முத்துசாமியை கந்தசாமி திட்டுவார். கந்தசாமியை சுந்தர ராமசாமி திட்டுவார். சுந்தர ராமசாமியை தர்மு சிவராமு திட்டுவார். இவர்கள் எல்லோரையும் வெங்கட் சாமிநாதன் திட்டுவார்.

அடுத்து நாங்கள் வந்தோம். கோணங்கியை தமிழவன் விமர்சிப்பார். (ஆமாம், திட்டு என்பதற்கு பின்நவீனத்துவ கால கட்டத்தில் விமர்சனம் என்ற நாமகரணம் சூட்டப்பட்டு விட்டது.) தமிழவனை ராஜ் கௌதமன் விமர்சிப்பார். ராஜ் கௌதமனை நாகார்ச்சுனன் விமர்சிப்பார். நாகார்ச்சுனனை நான் விமர்சிப்பேன். என்னை எல்லோரும் விமர்சிப்பார்கள். இந்த நிலைமை இப்போது இல்லை. லட்சக் கணக்கில் வாசகர்கள் இல்லை என்றாலும் ஒவ்வொரு எழுத்தாளருக்கும் ஆயிரக் கணக்கான வாசகர்கள் இருக்கிறார்கள்.

உலகில் வேறு எங்கேயும் ஒரு எழுத்தாளரின் நாவலுக்கு இன்னொரு எழுத்தாளர் விமர்சகராக இருப்பதில்லை. அந்த வேலையை யார் செய்ய வேண்டும்? எத்தனை கல்லூரிகளில் தமிழ் கற்பிக்கப்பட்டு வருகிறது? அந்தக் கல்லூரிப் பேராசிரியர்களும், பல்கலைக்கழகத் துணைவேந்தர்களும், சூர்யா, அஜித், சிம்பு, த்ரிஷா போன்ற நடிக நடிகைகளும், இயக்குனர்களும், மருத்துவர்களும், பொறியியலாளர்களும், நீதிபதிகளும், வக்கீல்களும், கருணாநிதி, ஜெயலலிதா, திருச்சி சிவா, பொன்.ராதாகிருஷ்ணன், தமிழருவி மணியன், தமிழிசை சௌந்தர்ராஜன், வாசன், ப.சிதம்பரம் போன்ற அரசியல்வாதிகளும், சன் டிவி, விஜய் டிவி, ஜெயா டிவி போன்ற தொலைக்காட்சி சேனல்களும்தான் வெண்முரசு பற்றிக் கருத்து சொல்ல வேண்டும். விகடன், குமுதம் போன்ற பத்திரிகைகளில் நாலு நாள் மட்டுமே ஓடக் கூடிய டப்பா படங்களுக்கெல்லாம் நாலு பக்கத்துக்கு கவரேஜ் கொடுக்கிறார்கள் அல்லவா? அந்தப் பத்திரிகைகள்தான் வெண்முரசுவுக்கு நாலு பக்கம் கவரேஜ் கொடுத்து ஜெயமோகனின் படத்தை அட்டையில் போட வேண்டும். வெண்முரசு பற்றி ஒரு ஞாயிற்றுக் கிழமை நீயா நானா நிகழ்ச்சி நடத்த வேண்டும். அதில் சிறப்பு அழைப்பாளர்களாக சமந்தா (அவருக்கு நன்றாகத் தமிழ் தெரியும். மெட்ராஸ் பொண்ணு), தமன்னா, ஜெனிலியா, காஜல், ஹன்ஸிகா போன்றவர்கள் வர வேண்டும். தமிழ் தெரியாத நடிகைகளுக்கு வெண்முரசுவின் Summary-ஐ அரங்கா, அவர்களுக்கு சொல்லித் தருவார்.

இப்படியெல்லாம் நடந்தால்தான் இதை ஒரு சுரணையுள்ள நாடு என்று சொல்ல முடியும். ஐரோப்பாவில் இப்படித்தான் நடந்து கொண்டிருக்கிறது. எனவே வெண்முரசு பற்றி நான் கருத்து சொல்லக் கூடாது. எவ்வளவு கருத்து வேறுபாடுகள் இருப்பினும் ஜெயமோகன், மனுஷ்ய புத்திரன், எஸ்.ராமகிருஷ்ணன், சாரு நிவேதிதா எல்லோரும் ஒரே ஜாதி. எழுத்தாளர் ஜாதி. ஆங்கிலத்தில் Clan என்று சொல்லலாம். என் சகோதரனைப் பற்றி நான் கருத்து சொல்வதை விட ஊர் என்ன சொல்கிறது என்பதைக் கேட்பதே எனக்குப் பெருமை; என் சகோதரனுக்கும் பெருமை.

இப்படியெல்லாம் இங்கே நடக்காவிட்டாலும் இன்னும் பத்து ஆண்டுகளில் ஜெயமோகனுக்கு பாரதீய ஞானபீடப் பரிசு கிடைக்கும் என்பது உறுதி. என் வாக்கு இதுவரை பொய்த்ததில்லை.

இது ஒருபுறம் இருக்க, தமிழ்ச் சூழலில் நான் எங்கே இருக்கிறேன் என்பதையும் நீங்கள் தெரிந்து கொள்ள வேண்டும். Transgressive writing என்று ஒரு பிரிவு இருக்கிறது. துரதிர்ஷ்டவசமாகவோ அதிர்ஷ்டவசமாகவோ என் இளம் பிராயத்திலிருந்தே நான் அந்த வகையில்தான் எழுதிக் கொண்டிருக்கிறேன். இந்தப் பாணி இலக்கியத்தை எழுதுபவர்கள் உலகிலேயே நான்கைந்து பேர்தான் இருக்கிறார்கள். அவர்களில் அடியேனும் ஒருவன்.

சரி, ட்ரான்ஸ்கிரெஸிவ் எழுத்து என்றால் என்ன? இதற்கு எனக்குத் தமிழ் வார்த்தை தெரியவில்லை. இவ்வகை எழுத்தில் வரும் கதாபாத்திரம் சமூகத்தால் விலக்கப்பட்ட, கூடாத சமாச்சாரங்களை செய்பவனாக இருப்பான். உதாரணம், ட்ரக் அடிக்ட். வில்லியம் பர்ரோஸ் ஒரு ட்ரான்ஸ்கிரஸெவ் எழுத்தாளர். அவருடைய நேகட் லஞ்ச் என்ற நாவலில் வரும் நாயகன் ட்ரக் அடிக்ட். இதை பர்ரோஸ் எப்படி எழுதினார்? அவரே ட்ரக் அடிக்டாக இருந்தவர். தினமும் போதை ஊசியை தன் உடம்பில் தானே போட்டுக் கொண்டு வாரம் ஒருமுறை சாப்பிட்டுக் கொண்டு வாழ்ந்தார். அப்படி வாழ்ந்த போது தன் மனதில் என்னென்ன தோன்றியதோ அதையெல்லாம் எழுதினார். அதுதான் அந்த நாவல். அந்த நாவலை நீங்கள் எந்தப் பக்கத்திலிருந்தும் படிக்கலாம். ஒரு கட்டத்தில் ஊசி போடுவதற்குத் தன் உடம்பில் இடமே இல்லாமல் கஷ்டப்பட்டேன் என்றும் எழுதினார். ஏன் இப்படி? அமெரிக்க அரசாங்கம் உலக நாடுகளில் செய்யும் ராணுவ அட்டூழியங்களை எதிர்த்தே இதைச் செய்தேன் என்று சொன்னார். நான் போட்டுக் கொள்ளும் ஒவ்வொரு போதை ஊசியும் அமெரிக்க ராணுவம் பிற நாடுகளில் போடும் ஒவ்வொரு குண்டுக்கு சமம் என்றார். நேகட் லஞ்சை ஆங்கிலத்தில் எழுதப்பட்ட நூறு சிறந்த நாவல்களில் ஒன்றாக டைம் பத்திரிகை பட்டியல் இட்டிருக்கிறது. ஆனால் எழுதப்பட்ட காலத்தில் இது அமெரிக்காவில் வெளிவர முடியவில்லை. அப்போது அங்கே ஆபாச எழுத்துத் தடைச் சட்டம் அமலில் இருந்ததால் பாரிஸில்தான் வெளியாயிற்று. பிறகு நான்கு ஆண்டுகள் சென்றே அமெரிக்காவில் வெளியானது.

எல்லா புனிதங்களுக்கும் எதிரான ட்ரான்ஸ்கிரெஸிவ் எழுத்தின் நாயகர்கள் சமூக விரோதிகளாக இருப்பார்கள். மனநோயாளிகளாக இருப்பார்கள். இன்செஸ்டிலும், பல்வேறு குற்றச் செயல்களிலும் ஈடுபடுபவர்களாக இருப்பார்கள். இன்செஸ்ட் என்றால் உங்களுக்குப் புரியும் என்று நினைக்கிறேன். என்னுடைய காமரூப கதைகளின் கரு இன்செஸ்ட்தான். ஆதவனின் காகித மலர்கள் நாவலில் ஒரு இடத்தில் அதன் நாயகன் தன் தாய் புடவை மாற்றிக்

கொள்வதைப் பார்த்துக் காம எழுச்சி கொள்வதாக எழுதியிருக்கிறார். இன்செஸ்ட் உதாரணத்துக்காக இதைச் சொன்னேன். மற்றபடி ஆதவன் ட்ரான்ஸ்கிரெஸிவ் எழுத்தாளர் அல்ல.

இப்படிப்பட்ட ட்ரான்ஸ்கிரெஸிவ் எழுத்தை எழுதும் என்னையும் சமூக மதிப்பீடுகளுக்கு எந்தப் பங்கமும் வராமல் எழுதும் மற்ற எழுத்தாளர்களையும் இந்த சமூகம் எப்படி எதிர்கொள்கிறது? ஜெயமோகன் தன்னுடைய ஒரு நாவலை தன் மாமனாருக்கு சமர்ப்பணம் செய்திருக்கிறார். நான் அப்படிச் செய்ய முடியுமா? செய்தால் அந்த நாவலைப் படித்து விட்டு என் மாமனார் என்னை அவர் வீட்டுக்குள்ளேயே அனுமதிக்க மாட்டார். ஒரு காட்சியைக் கற்பனை செய்து பாருங்கள். உங்கள் அலுவலக மேஜையில் ஒரு பக்கம் ஜெயமோகனின் மகாபாரதத் தொகுதிகளும், விஷ்ணுபுரமும் பக்கத்திலேயே என்னுடைய ராஸ லீலாவும், காமரூப கதைகளும் இருந்தால் இரண்டுக்கும் அந்த இடத்தில் எப்படிப்பட்ட மரியாதை கிடைக்கும்? யோசியுங்கள்.

என் வீட்டில் வாராவாரம் அவந்திகா நடத்தும் ஆன்மீக வகுப்பு களுக்கு 30 பேர் வருகிறார்கள். மொத்தம் 200 பேர். அவர்களில் ஒரு வகுப்பில் ஆஜராவது 30. இந்த 200 பேருக்கும் ஜனவரியில் நடக்க இருக்கும் என்னுடைய 'புதிய எக்ஸைல்' நாவலின் வெளியீட்டு விழாவுக்கு என்னால் அழைப்பிதழ் கொடுக்க முடியுமா? நாவலில் எடுத்த எடுப்பிலேயே கூடாக் காமம். திருமணமான ஒரு பெண் தன் கள்ளக் காதலனோடு கலவியில் ஈடுபட்டுக் கொண்டிருக்கிறாள். அதுவும் தன் கணவனோடு ஃபோனில் பேசியபடி! என்ன செய்வது? நான் இந்த சமூகத்தை எழுதுகிறேன். தினசரியைப் புரட்டினால் அதுதான் செய்தியாகக் கிடைக்கிறது!

ஒருவரை நான் என்னுடைய ஆசான்களுள் ஒருவராகக் கருதுகிறேன். எழுத்தாளர். என் நெருங்கிய நண்பரும் கூட. 25 ஆண்டுப் பழக்கம். எனக்கு எத்தனையோ உதவிகள் செய்திருக்கிறார். ஆனால் இந்த 25 ஆண்டுகளில் அவர் என் எழுத்தைப் பற்றி என்ன நினைக்கிறார் என்று எனக்கு எதுவுமே தெரியாது. அவரும் சொன்னதில்லை. நானும் கேட்டதில்லை. சென்ற ஆண்டு ஸீரோ டிகிரி '50 சிறந்த இந்தியப் புத்தகங்களில் ஒன்றாகத்' தேர்ந்தெடுக்கப்பட்ட விஷயத்தை என்னிடம் தொலைபேசியில் தெரிவித்த அவர் அதற்கு மேலும் ஒன்று சொன்னார். "சாரு, உங்களுடைய எழுத்தில் என்னால் உள்ளே நுழைய முடியவில்லை." ஓ, 25 ஆண்டுகளாக அவர் என் எழுத்தைப் பற்றி என்னிடம் எதுவுமே பேசாமல் இருந்ததற்கு

இதுதான் காரணம் என்று அப்போதுதான் தெரிந்து கொண்டேன். "அதனால் ஒன்றும் பாதகமில்லை சார்," என்று பணிவுடன் பதில் சொன்னேன். ஆனால் அதே நண்பர் ஜெயமோகனின் முதல் நாவலுக்கு - வெளிவந்து 25 ஆண்டுகள் இருக்கலாம் - வாசகர் கடிதம் எழுதியிருக்கிறார். அசோகமித்திரன், வெண்முரசு தன் மனைவிக்குப் புரியவில்லை என்று சொல்கிறார். ஆனால் என் நாவல்களில் ஒரு அட்சரத்தைக் கூட அசோகமித்திரன் படித்திருக்க மாட்டார். ஒரு ட்ரான்ஸ்கிரெஸிவ் எழுத்தாளனுக்குக் கிடைப்பது விமர்சனம் கூட அல்ல; முழுமையான புறக்கணிப்பு.

ஜெயமோகனுக்குக் கடிதம் எழுதும் ஒரு இளைஞர் வெண்முரசுவை தானும் தன் தாயாரும் சேர்ந்து வாசிப்பதாக எழுதுகிறார். இதையெல்லாம் காமரூப கதைகள் எழுதிய நான் எதிர்பார்க்க முடியுமா? வீட்டில் என் நாவலை தாயாருக்கும் மனைவிக்கும் தெரியாமல் ஒளித்து ஒளித்துத்தானே படிக்க முடியும்? நீலப்படங்களை ஒத்த தமிழ் சினிமாவை குடும்பமே உட்கார்ந்து பார்க்கும். ஆனால் புத்தகம் என்று வந்து விட்டால் ஒளித்துதான் படிக்க வேண்டும்.

மிஷ்கின் வெண்முரசுவைப் பாராட்டி பேட்டி கொடுத்திருக்கிறார். இதே மிஷ்கின் என்னுடைய 'தேகம்' பற்றி சரோஜாதேவி நாவல் என்று அந்த நாவலின் வெளியீட்டு விழா மேடையிலேயே குறிப்பிட்டார். ஆக, இதுதான் ஒரு ட்ரான்ஸ்கிரெஸிவ் எழுத்தாளனின் நிலை.

ஒரு ஆண்டுக்கு முன்பு நடந்தது இந்தச் சம்பவம். அவர் ஒரு ஓய்வு பெற்ற அதிகாரி. சொந்த வேலைக்கு அலுவலக காரைக் கூட பயன்படுத்த மாட்டார். நேர்மையில் நெருப்பு. நம் சகாயம் மாதிரி. மேலும் ஒரு தகுதி, அவர் எழுத்தாளரும் கூட. அவருடைய சமூக நீதிக் கட்டுரைகளை நான் தொடர்ந்து வாசிப்பவன். அவரை ஒரு கூட்டத்தில் சந்தித்த போது நானாக வலியச் சென்று, "உங்கள் எழுத்துக்கள் எனக்குப் பிடிக்கும் சார்," என்று சொல்லி அன்புடன் கை கொடுத்தேன். நூறு ஆண்டுகளுக்கு முன் ஒரு பிராமணனை ஒரு தலித் தொட்டு விட்டால் அந்த பிராமணன் எப்படிப் பதறுவானோ அதேபோல் பதறித் தன் கையை உதறி விலக்கினார் அந்த முன்னாள் அதிகாரி. எனக்கு ஒருக்கணம் ஒன்றும் புரியவில்லை. எப்பேர்ப்பட்ட மனிதர்! என்ன ஆயிற்று? நாம் சொன்னது கேட்கவில்லையோ என்று நினைத்து, அல்லது

நடந்ததை நம்ப முடியாமல் முன்பு சொன்னதையே மீண்டும் சொல்லி அன்புடன் அவர் கைகளை மறுபடியும் குலுக்க முயன்றேன். இப்போது அவர் என் கையை உதறியபடி அந்த இடத்திலிருந்தே நகர்ந்து போய் விட்டார். அப்போதுதான் எனக்குப் புரிந்தது. ஒரு கொலைகாரனைக் கூட தூக்கில் போடுவதற்கு முன் அவன் பக்கத்து நியாயத்தைக் கேட்பார்கள். ஆனால் கனம் அதிகாரியோ அவராகவே அந்தக் கணத்தில் நீதி வழங்கி விட்டார். எனக்குக் கிடைத்த நீதி: நான் தீண்டத் தகாதவன்.

இதேபோல்தான் சமீபத்தில் கமல்ஹாசனிடம் கை கொடுத்த போதும் நடந்தது. பொது இடத்தில் பலர் முன்னிலையில் ஒருவனை அவமானப்படுத்துவதில் இவர்களுக்கு எந்தத் தயக்கமோ கூச்சமோ இல்லாதது என்னை மிகவும் ஆச்சரியப்படுத்துகிறது. ஆனால் இதுதான் சமூகத்தில் ஒரு ட்ரான்ஸ்கிரெஸெவ் எழுத்தாளனுக்குக் கிடைக்கும் மரியாதை. இருந்தாலும் ஒரு விஷயத்துக்காக நான் சந்தோஷப்பட்டுக் கொள்ளலாம். லத்தீன் அமெரிக்க நாடுகளில் இப்படிப்பட்ட எழுத்தாளர்கள் கொல்லப் படுவார்கள்; அல்லது, நாடு கடத்தப்படுவார்கள். அப்படி எதுவும் எனக்கு நடக்கவில்லை.

தம்புடு, பதில் எப்படி? வசமாக மாட்டியது நீங்களா, நானா?

87. பின்நவீனத்துவம் என்பதை இலகுவாய் எனக்கு எவ்வாறு விளங்கப்படுத்துவீர்? (கத்தியில் கம்யூனிசத்துக்குக் கொடுக்கப்படும் விளக்கம் போல் என்றாலும் சரியே.)

கேயெல். நப்லி, இலங்கை.

பழைய வகை எழுத்து Fast Food. ஆற்றுக்குப் போய் தூண்டிலில் மீன் பிடித்து நாமே சமைத்துச் சாப்பிடுவது பின்நவீனத்துவம். புரிகிறதா? ஃபாஸ்ட் ஃபூட் வகையில் நமக்கு எந்த வேலையும் இல்லை. எல்லாம் அவர்களே. நாம் வெறுமனே அதை வாயில் போட்டு மெல்ல வேண்டியதுதான். கிட்டத்தட்ட எருமையும் நாமும் ஒன்று. ஆனால் பின் நவீனத்துவம் உங்கள் கற்பனையைக் கோருகிறது. எழுத்தாளன் கொடுக்கும் பிரதியை நீங்கள் வாசித்து, அதிலிருந்து உங்களுக்கான பிரதியை உருவாக்க வேண்டும். அதற்கான திறப்பும் அந்தப் பிரதியில் இருக்க வேண்டும். கட்டாந்தரையில் மீன் பிடிக்க முடியாதே?

88. நீங்கள் கூறுவதைப் பார்த்தால் எழுத்தாளராக இருப்பது மிகவும் கஷ்டமானதா? எழுத்தை ஒரு தொழிலாகச் செய்ய முடியாதா?

ஜோ.எமிமா, சென்னை.

எழுத்து என்பது தொழில் அல்ல. தவம்.

59. மீண்டும் தமாகா, மீண்டும் ஈவிகேஎஸ் இளங்கோவன், மீண்டும் திமுக தலைமையில் மெகா கூட்டணி? இதெல்லாம் எதைக் காட்டுகிறது சாரு?

சுந்தர். டி, கேகே நகர்.

தமிழனின் தலையெழுத்து சரியில்லை என்பதையே காட்டு கிறது.

90. வைக்கம் விஜயலட்சுமி பாடல்களைக் கேட்டிருக்கிறீர்களா?

யூனுஸ்.

கேட்டிருக்கிறேன். இவர் பற்றி நண்பர் சீனு.ராமசாமி குறிப் பிட்டிருந்தது பிடித்திருந்தது. ''பாடகி வைக்கம் விஜய லட்சுமியின் பாடும் திறனை கொச்சின் ஸ்டூடியோவில் நேரில் பார்த்து வியந்தேன். தெய்வம் செய்த பிழைக்கு இப்பெண்ணிடம் குரலாக வந்து மன்னிப்பு கேட்பது போலவே தோன்றியது.'' சீனு.ராமசாமியின் இடம் பொருள் ஏவலில் இவர் பாடியிருக் கிறார்.

91. என் அன்புள்ள ஆசான் சாரு, நம் சமுதாயத்தில் ஏன் ஒரு படைப்பாளியின் படைப்பை விமர்சனம் செய்யாமல் படைப்பாளியை விமர்சனம் செய்கிறார்கள்? தன் வாழ்க்கையில் தான் கடைப்பிடிக்காத அறத்தை ஏன் மற்றவர் வாழ்வில் எதிர்பார்க்கிறார்கள்? சமீபத்தில் உங்கள் சிபாரிசின் பேரில் தருண் தேஜ்பாலின் The Alchemy of Desire படித்து சிலிர்த்தேன். நண்பர்களுக்குப் பரிந்துரை செய்ய முனைந்த பொழுது எனக்கு நேர்ந்த அனுபவத்தால் எழுந்த கேள்வி இது.

செழியன், தஞ்சாவூர்.

''சிறையில் தள்ளப்படாமல் சமூகத்தில் 'வெளியே' உலவிக் கொண்டிருப்பவர்களில் பெரும்பான்மையானவர்கள் சந்தர்ப்பம்

கிடைக்காதவர்கள்; அல்லது, இன்னும் மாட்டிக் கொள்ளாதவர்கள்.'' இதை என்னிடம் சொன்னவர் சமூகத்தின் மேல்தட்டில் இருப்பவர். அவர் சொன்னது அப்பட்டமான உண்மை. ஆனால் தருணை நான் தனிப்பட்ட முறையில் அறிவேன். அவர் பிற பெண்களிடம் வம்பு செய்யும் மனிதர் அல்ல. அப்படி இருந்திருந்தால் அவருடைய மகள்களே அவருக்கு ஆதரவாக இருந்திருக்க மாட்டார்கள். அவருடைய மகள் டியா நடந்த விஷயத்தைப் பற்றி விலாவாரியாக என்னிடம் சொன்னார். அதிர்ச்சியாக இருந்தது. தனிப்பட்ட பழிவாங்குதலாக ஆரம்பித்த ஒரு காரியம், தருணால் அரசியல்ரீதியாக பாதிக்கப் பட்டவர்களின் சதியாக பின்னர் மாறியது.

ஆனால் எழுத்து என்றாலே காத தூரம் ஓடும் மௌடீக இந்திய சமூகத்துக்கு எழுத்தாளனைப் பற்றிப் பேச எந்த அருகதையும் இல்லை. 1977-ஆம் ஆண்டு போலந்துக்காரரான ரோமன் பொலான்ஸ்கி அமெரிக்காவில் சமந்தா என்ற 13 வயதுப் பெண்ணைக் கெடுத்து விட்டதாகக் கைது செய்யப்பட்டார். முதலில் மறுத்தவர் பின்னர் குற்றத்தை ஒப்புக் கொண்டார். வழக்கு நடந்தது. பெயிலில் வெளியில் இருந்தார் பொலான்ஸ்கி. மன்னிப்பு இல்லை; சிறைத் தண்டனைதான் தீர்ப்பாக வரப் போகிறது என்பதைத் தெரிந்து கொண்ட அவர் ஃப்ரான்ஸுக்குத் தப்பி ஓடி விட்டார். அதற்குப் பிறகு அவர் அமெரிக்கா பக்கமே போகவில்லை. தன்னைக் கைது செய்யக் கூடிய மற்ற நாடுகளுக்கும் போகவில்லை. குறிப்பாக இங்கிலாந்துப் பக்கம் அவர் தலை வைத்தும் படுக்கவில்லை. அவர் ஃப்ரான்ஸுக்குப் போனதன் காரணம், அவரிடம் ஃப்ரெஞ்ச் குடியுரிமை இருந்தது. ஃப்ரான்ஸ் தேசம் தன் குடிமக்களை எந்தக் காரணத்துக்காகவும் பிற நாடு களிடம் ஒப்படைப்பதில்லை.

பிறகு நீதிமன்றத்துக்கு வெளியே நடந்த பேச்சு வார்த்தையில் சமந்தாவுக்கு ஐந்து லட்சம் டாலர் பணம் கொடுத்தார் பொலான்ஸ்கி. 2000- ஆம் ஆண்டு சமந்தா, ''நான் விருப்பப்பட்டுத்தான் அவரோடு படுத்தேன். அவர் ஒன்றும் என்னை பலாத்காரம் செய்யவில்லை. வீணாகப் பத்திரிகைகள்தான் இந்த விஷயத்தைப் பெரிது படுத்தி விட்டன,'' என்று பேட்டி கொடுத்தார். பொலான்ஸ்கிக்கு இப்போது 81 வயது ஆகிறது. இந்த இடைக்காலத்தில் அவரை யாரும் ரேப்பிஸ்ட் என்று அழைக்கவில்லை; கருதவில்லை. மாபெரும் திரைப்படக் கலைஞர்களில் ஒருவராகவே ஐரோப்பிய

சமூகம் அவரைக் கொண்டாடியது. அவருடைய சைனா டவுன், பியானிஸ்ட் போன்ற படங்கள் கிளாஸிக் என்று சொல்லத் தகுந்தவை. சினிமாவை நேசிக்கும் ஒவ்வொரு மனிதனும் பார்க்க வேண்டியவை.

13

அஜித் விஜய் நீங்கள் எந்த கட்சி?

நவம்பர் 14, 2014

92. வண்ணங்களில் உங்களுக்கு பிடித்த நிறம் எது? ஏன்?

ஆர்.எஸ் பிரபு, சென்னை- 90.

வட இந்தியாவில் பெண்கள் பலவித வண்ணங்களில் சுடிதார் அணிவதைப் பார்த்து வியந்திருக்கிறேன். ஆனால் தமிழகத்தில் பெண்களுக்கு வண்ணம் பற்றிய ரசனை போதாது. எனக்கு எல்லா வண்ணங்களுமே பிடிக்கும். பச்சை அதிகம் பிடிக்கும். அதேபோல் மஞ்சளும். நான் விரும்பி அணிவது வெள்ளை வேஷ்டி, சட்டை.

93. தமிழின் ஒரே Transgressive எழுத்தாளரான நீங்கள் சென்ற இதழில், தமிழில் இதைச் சொல்வது எப்படி என்பதாக எழுதியிருந்தீர்கள். கொஞ்சம் உங்கள் நேரத்தைச் செலவிட்டால் தமிழில் Transgressive Writer என்பதற்கான பதத்தை உங்களால் உருவாக்கிவிட முடியும். வேறு எந்தத் தமிழறிஞர்களும் Transgressive Writer என்பதை சர்வ நிச்சயமாய் இன்னும் இருநூறு ஆண்டுகளுக்குத் தமிழ்ப்படுத்த மாட்டார்கள்.

மாமூலன்.

Transgressive என்ற சொல்லுக்கு சட்டம், மரபு, நியதி, ஒழுக்கக் கோட்பாடுகள் போன்றவற்றை மீறுதல் என்று பொருள் கொள்ளலாம். அத்துமீறல் என்பது அதன் தமிழ் வார்த்தை. ஆனால் Transgressive fiction என்பதை அத்துமீறல் எழுத்து என்று மொழிபெயர்ப்பது எனக்கு சரியாகப்படவில்லை. மொழியியல்

வல்லுனர்கள்தான் ஏதாவது செய்ய வேண்டும். ஆனால் தமிழில் மொழியியல் வல்லுனர்கள் ட்ரான்ஸ்க்ரெஸிவ் எழுத்து என்பதைக் கேள்விப்பட்டிருக்க மாட்டார்கள். தமிழ்நாட்டில் பல சர்வகலா சாலைகளில் தத்துவத் துறை என்பது மதம் சார்ந்ததாக உள்ளது. சங்கரரையும் ஸ்ரீராமானுஜரையும் சார்வாகரையும் மட்டுமே தத்துவம் என்று கற்பிக்கிறார்கள். நிகழ்காலத்துக்கு வரவே இல்லை. இதே நிலை தான் இலக்கியம், மொழியியல் போன்ற துறைகளிலும் நிலவுகிறது.

94. அஜீத், விஜய்- நீங்கள் எந்த கட்சி? முன்னொரு காலத்தில் ரஜினி - கமல் பிளவு இருந்த போது நீங்கள் யார் பக்கம் இருந்தீர்கள்?

எஸ்.எஸ்., கே.கே. நகர்.

அந்திமழை ஆசிரியர் கேள்வி பதில் ஆரம்பிக்கலாமா என்று என்னைக் கேட்ட போது இப்படிப்பட்ட விபரீதமான கேள்விகள் எல்லாம் வரும் என்று கனவில் கூட நினைக்கவில்லை. தமிழில் எனக்குப் பிடித்த நடிகர்கள் பலர் இருக்கிறார்கள். டி.எஸ்.பாலையா, எம்.ஆர்.ராதா, காக்கா ராதாகிருஷ்ணன், என்.எஸ்.கிருஷ்ணன், வீரப்பா, சந்திரபாபு, நாகேஷ், கவுண்டமணி - செந்தில். தற்போதைய நடிகர்களில் சம்பத், பாபி சிம்ஹா என்று சிலர். இந்தப் பட்டியலில் அஜித், விஜய் இல்லை. மற்றபடி ரஜினியின் நடிப்பு பிடிக்கும். கமலின் நகைச்சுவைப் படங்களையும் விரும்பிப் பார்ப்பேன். உ-ம். சதிலீலாவதி.

95. சத்திஸ்காரில் குடும்பக்கட்டுப்பாடு அறுவைசிகிச்சை முகாமில் 11 பெண்கள் தவறான முறையில் அறுவை சிகிச்சை செய்யப்பட்டு இறந்து விட்டார்களே சாரு?

குமார் கம்பன், கோவை.

அதெல்லாம் இங்கே அன்றாட சம்பவங்கள். இந்தியா, மனிதர்கள் வாழ லாயக்கில்லாத தேசமாக மாறி எத்தனையோ ஆண்டுகள் ஆகி விட்டன. இங்கே மனிதர்களைக் கொல்ல தீவிரவாதிகளே தேவையில்லை. அரசாங்கமே அந்த வேலையைத்தான் செய்து கொண்டிருக்கிறது. மோடியால் இந்த தேசத்தில் எந்த மாற்றத்தையும் கொண்டு வர முடியாது என்று தோன்றுகிறது. இங்கே தேவை காமராஜர் போன்ற நல்ல முதலமைச்சர்கள். நல்ல முதலமைச் சர்களால்தான் இந்த தேசத்தில் ஏதேனும் சிறிதளவு மாற்றத்தையாவது

கொண்டு வர முடியும். மோடி ஒரு தேர்ந்த முதலமைச்சராக இருந்தார்.

96. அயன் ராண்ட் (Ayn Rand) நாவல்களைப் பற்றி உங்கள் கருத்து என்ன?

ரியாஸ், கடையநல்லூர்.

அயன் ராண்ட் பற்றி என் நண்பர் ஸ்ரீவில்லிபுத்தூர் ராகவன் என்னிடம் பேசாத நாள் இல்லை. அவர் அயன் ராண்டின் தீவிர ரசிகர். அயன் ராண்டின் Atlas Shrugged என்ற நாவலைப் பற்றி மணிக்கணக்கில் பேசியிருக்கிறார். அதிலும் குறிப்பாக நான் ஏதாவது ஒரு விஷயத்தைப் பற்றிப் பேசினால் அதேபோல் அயன் ராண்ட் எழுதியிருக்கிறார் என்பார். ஒருநாள் நானும் ராகவனும் காலை நடைப் பயிற்சியை முடித்து விட்டு மஹாமுத்ரா உணவு விடுதியில் காஃபிக்காக அமர்ந்திருந்தோம். அங்கே ஒரு காஃபி விலை 50 ரூ. ஆனால் அந்த சூழல் இருக்கிறதே, அது விலை மதிப்பில்லாதது. சத்தம் இருக்காது. கூட்டம் இருக்காது. மிக மெல்லிய இசை காற்றில் தவழ்ந்து கொண்டிருக்கும். சுற்றி வர பலா மரம், மா மரம். மணிக் கணக்கில் அமர்ந்து பேசிக் கொண்டிருக்கலாம். யாரும் எதுவும் கேட்க மாட்டார்கள். ஒருநாள் காஃபி குடித்துக் கொண்டிருக்கும் போது, அதன் விலை பற்றிக் குறிப்பிட்டு, எனக்கு பணத்தின் மீது ஆர்வம் கிடையாது; ஆனாலும் எனக்குப் பணம் தேவையாக இருக்கிறது. பணம் இல்லாமல் இந்தக் காஃபிக்கு நான் எப்படி 50 ரூ. கொடுக்க முடியும்? வெறும் அன்பினாலா? எனக்கு ப்ரஸீல் போய் வர வேண்டுமானால் ஐந்து லட்சம் வேண்டும். 25 ஆண்டுகளாக நிறைவேறாத என் கனவு அது. பணம் இல்லாமல் அது எப்படி சாத்தியம்? உங்களுக்கு இது போன்ற ஆசைகள் இல்லாவிட்டால் பணம் தேவையில்லை. ஆனால் என்னைப் போன்ற ஒரு எழுத்தாளனுக்குப் பணம் தேவை. எனவே இனிமேல் என் புத்தகங்களில் கையெழுத்துப் போட்டுக் கொடுக்க 5000 ரூ. கட்டணம் வாங்கப் போகிறேன் என்றும் இன்னும் பலவாறாகவும் பேசினேன். உடனே ராகவன் Atlas Shrugged நாவலில் ஃப்ரான்ஸிஸ்கோ என்ன பேசுகிறானோ அதையே நீங்கள் அட்சரம் பிசகாமல் பேசுகிறீர்கள் என்றும் ஃப்ரான்ஸிஸ்கோவின் பணம் பற்றிய அந்தப் பேச்சு உலகப் புகழ் பெற்றது என்றும் சொன்னார். ஆனால் நான் இன்னும் அயன் ராண்டைப் படித்ததில்லை. இலக்கியம் சாராத எந்த நாவலையும்

படிப்பதில்லை என்ற கொள்கையே காரணம். இலக்கியத்திலேயே இன்னும் படிப்பதற்கு ஏராளமான விஷயங்கள் இருக்கின்றன.

97. ஆமிர்கானின் 'சத்ய மேவ ஜெயதே' பார்க்கிறீர்களா?

ராமசாமி. கே.

நான் தொலைக்காட்சி நிகழ்ச்சிகள் எதையும் பார்ப்பதில்லை. செய்வதற்கு அதை விட முக்கியமான காரியங்கள் எவ்வளவோ காத்துக் கிடக்கின்றன.

98. நீங்கள் எதற்காவது அடிக்ட்-ஆக இருந்ததுண்டா?

கே. கார்த்திக், சென்னை.

20 ஆண்டுகளுக்கு முன்பு வாரம் ஒரு நாள் ஒரு நண்பரை சந்தித்துக் கொண்டிருந்தேன். சுமார் மூன்று ஆண்டுகள். அவர் கஞ்சா புகைப்பார். அடிக்ட் அல்ல. எப்போதாவது. வாரா வாரம் அவரைச் சந்திக்கும் போது நானும் புகைப்பேன். ஒருவிதமான அதீத நிலை அது. அந்த நண்பர் அமெரிக்கா போனதும் கஞ்சாவும் என்னை விட்டுப் போய் விட்டது. அதற்கப்புறம் அதைப் பற்றி நினைத்தது கூட இல்லை. இவ்வளவுக்கும் கஞ்சாவுக்கு அடிக்ஷன் தன்மை அதிகம். என்னுடைய மனக் கட்டுப்பாடு மிகவும் உறுதியானது. இப்போது மதுவும் அருந்துவதில்லை. அதைப் பற்றி நினைவு கூட வர மாட்டேன் என்கிறது. ஆனால் இரண்டு விஷயங்களுக்கு அடிக்ட் ஆக இருக்கிறேன் என்று சமீபத்தில் தெரிந்தது. மருத்துவமனையில் ஆஞ்சியோகிராம் முடிந்து ஆபரேஷன் தியேட்டரிலிருந்து ஸ்ட்ரெச்சரில் வெளியே கொண்டு வரப் பட்டதும், "நீங்கள் ஏதாவது சாப்பிடலாம்," என்றார் நர்ஸ். உடனே நான் சீனி கம்மியாக ஒரு ஃபில்டர் காஃபி என்றேன். காஃபிக்கு நான் அடிக்ட். இன்னொன்றும் உண்டு. அது ரகசியம்.

99. சாரு, உங்களிடமிருந்துதான் ரசனையைக் கற்றுக் கொண்டோம். ஆனால் பொதுவாக மக்களிடம் ரசனை மனப்பான்மையே இல்லையே? உணவைக் கூட யாரும் விரும்பி ரசித்துச் சாப்பிடுவதில்லையே, ஏன்?

ராம்.

சிறு வயதிலிருந்தே படிக்கும் பழக்கம் இல்லாதது ஒரு காரணம். சிறு வயதிலிருந்தே தொலைக்காட்சிக்கு அடிமையாவது இன்னொரு

காரணம். நான் மருத்துவமனையில் ஐந்து நாட்கள் கடுமையான மாத்திரைகளைச் சாப்பிட்டுக் கொண்டு படுக்கையில் இருந்த போது கிடைத்த ஓய்வில் நிறைய படிக்கலாம் என்று பல புத்தகங்களைக் கொண்டு வரச் சொல்லியிருந்தேன். ஆனால் மிகப் பெரிய ஆச்சரியம். அந்தப் புத்தகங்களில் என்னால் ஒரு வாக்கியத்தைக் கூட படிக்க முடியவில்லை. ஹிண்டு பேப்பரைப் படிப்பது கூட கடினமாக இருந்தது. மாத்திரைகளால் மனம் ஒருவித மயக்கநிலையில் (dizziness) இருந்ததுதான் காரணம் என்று தெரிந்து கொண்டேன். ஆனால் கொலை, கொள்ளை, கற்பழிப்பு செய்திகளைத் தாங்கியிருந்த ஜூ.வி., ரிப்போர்ட்டர் போன்ற பத்திரிகைகளை ஆர்வத்துடன் படிக்க முடிந்தது. அந்தப் பத்திரிகைகள் வாரம் இரண்டு முறைதானா, தினமும் வருவதில்லையா என்று ஆதங்கத்துடன் கேட்டேன். அப்போதுதான் எனக்கு ஒரு மிகப் பெரிய புதிருக்கு விடை கிடைத்தது. தமிழர்கள் எப்போதுமே ஒரு cultural dizziness-இல் இருக்கிறார்கள். அதனால்தான் அவர்களால் எந்த கனமான விஷயத்தையும் படிக்கவோ பார்க்கவோ முடிவதில்லை. இப்படி அவர்களை ஒருவித 'கலாச்சார மயக்கத்தில்' வைத்திருப்பது தொலைக்காட்சியும் சினிமாவும்தான். இதிலிருந்து விடுபடாத வரை அவர்களிடம் எந்த ரசனை உணர்வையும் நாம் பார்க்க முடியாது.

100. இந்தப் பின்நவீனத்துவ உலகில் இன்னமும் அன்புக்கு இடம் இருக்கிறதா?

க்றிஸ்டோஃபர் நோலனின் Interstellar பாருங்கள், புரியும்.

101. உங்கள் இளமையின் ரகசியம் என்ன?

(இந்தக் கேள்வியை பொதுவாக நடிகைகளிடம்தான் கேட்பார்கள். அவர்களின் ரகசியம் எல்லோருக்கும் தெரியும். ஆனால் உங்களை நேரில் பார்க்கும் ஒவ்வொரு முறையும் கேட்க முடியாமல் போனதால் இங்கே கேட்கிறேன்)

வெங்கடேசன் அழகர்சாமி, செங்கம்.

இதில் எந்த ரகசியமும் இல்லை. பலமுறை இதற்குப் பதிலும் சொல்லியிருக்கிறேன். இளமைக்கு ஆதாரமான இரண்டு விஷயங்கள் உடல், மனம். எனக்கு எதைப் பற்றியும் கவலை ஏற்பட்டதில்லை. மனிதன் அதிகம் அச்சம் கொள்ளும் இரண்டு விஷயங்கள் பணமும், மரணமும். பணம் வராவிட்டால் கவலை அடைகிறான். மரணம்

வந்தால் கவலை அடைகிறான். எனக்கு இந்த இரண்டைப் பற்றியும் எப்போதுமே கவலை இருந்ததில்லை.

என்னால் வெறும் அருகம்புல் சாறைக் குடித்துக் கொண்டே பிச்சைக் காரனாக வாழ முடியும். அதேபோல் Giordano பிராண்டு லினன் சட்டையும் அடிடாஸ் ஷூவும் பாஸ்மதி அரிசியுமாகவும் வாழ முடியும். தினமும் என்னைத் திட்டி கன்னாபின்னா என்று மின்னஞ்சல் வரும். அது என்னைச் சிறிதும் சலனப்படுத்துவதில்லை.

தாடையில் கடும் வலி, சட்டை நனையும் அளவுக்கு வியர்வை - ஹார்ட் அட்டாக்கின் அறிகுறி. மருத்துவமனைக்குக் காரில் செல்லும் போது இறந்து விடுவோமோ என்று நினைத்தேன். அந்தக் கணம் சந்தோஷமாக இருந்தது. அற்புதமான வாழ்க்கையை வாழ்ந்தோம். ஆனால் என்ன, ராஸ லீலாவும் எக்ஸைலும் ஆங்கிலத்தில் மொழிபெயர்க்கப்பட்டிருந்தால் இன்னும் நிறைவாக இருந்திருக்கும் என்று மட்டுமே எண்ணினேன். மற்றபடி துளிக் கூட பயமோ அச்சமோ இல்லை. இப்படி மனம் எப்போதுமே, எந்த நிலையிலுமே சலனமற்று இருப்பதால் அது நமக்கு ஒரு பரவச த்தைக் கொடுக்கிறது. அந்தப் பரவசம் நம் தேகத்தில் பரவுவதால் தேகம் ஒளிர்கிறது. இந்த ஒளி முதுமையின் இருளை விரட்டித் தள்ளி விடுகிறது. வேறு எந்தப் பசையும் ஃபேஷியலும் இந்த ஒளியைத் தருவதில்லை.

ஸ்ரீதேவியின் இப்போதைய முகத்தைப் பாருங்கள். பயந்து விடுவீர்கள். பிளாஸ்டிக் சர்ஜரி செய்து கொண்ட மைக்கேல் ஜாக்ஸனின் முகத்தைப் போல் இருக்கிறது. முகச் சுருக்கத்தை எண்ணிப் பயந்து இப்போது பெரும் பணக்காரப் பெண்கள் Botox injection என்ற சிகிச்சையை செய்து கொள்கிறார்கள். முகச் சுருக்கம் போய் விடுகிறது. ஆனால் அதோடு முகத்தின் இயற்கையான அழகும் தொலைந்து விடுகிறது. பெண்கள் Botox party வைத்துக் கூட்டமாகக் கூடி இதைச் செய்து கொள்கிறார்கள். மேல் தட்டுப் பெண்களிடையே Botox party மிகவும் பிரபலம்.

நமக்கு இதெல்லாம் தேவையில்லை. எப்போதும் சலனமற்ற மனம். தேகத்துக்கு தினமும் இஞ்சி, சுக்கு, கடுக்காய். அதோடு ABC (ஆப்பிள், பீட்ரூட், கேரட்) ஜூஸ். தினசரி உடற்பயிற்சி. தியானம். தெருவோரத்து டீக்கடையில் டீ குடிப்பதில்லை. அவ்வளவுதான் இளமையின் ரகசியம்.

102. Zorba the Greek-*ஐத் தமிழில் படமாக்கினால் - ஜோர்பாவாக நடிக்க சரியான ஆள் யார்?*

நிர்மல் சி.போஸ், தோஹா, கத்தர்.

ரஜினி அல்லது சம்பத்.

103. வாரிசுகள் பற்றி உங்கள் கருத்து என்ன?

மாணிக்கம், ஈரோடு.

இளையராஜா, சுந்தர ராமசாமி, ஜெயமோகன், கமல்ஹாசன், ஞாநி போன்றவர்களைப் பற்றி நினைக்கும் போது மரபு அணு பற்றிய ஞாபகம் வரும். அந்த ஆளுமைகளின் சிருஷ்டிகரத்தன்மை அவர்களின் வாரிசுகளுக்கும் அப்படியே சென்று சேர்ந்திருக்கிறது. பலருடைய வாரிசுகள் உருவத் தோற்றத்தில் தங்கள் பெற்றோரை அச்சில் வார்த்தது போல் வாங்கிக் கொண்டு வருகிறார்கள்.

நான் அவ்வப்போது மரபு அணு வாரிசு இல்லையே என்று நினைப்பதுண்டு. ஆனாலும் காந்தி பற்றியும் கருணாநிதி பற்றியும் யோசித்து மனதைத் தேற்றிக் கொள்வேன்.

சமீபத்தில் அண்ணா பல்கலைக்கழகத்திலிருந்து ராம் பிரசாந்த் என்ற மாணவர் என்னைப் பார்க்க வந்தார். உருவம்தான் வேறு; மற்றபடி அவர் ஒரு குட்டி சாரு நிவேதிதாவாக இருந்தார். என்னுடைய சிந்தனைப் பள்ளியின் அத்தனை அம்சங்களையும் உள்வாங்கிக் கொண்டிருந்தார். கேட்கும் இசை கூட ஃப்ரெஞ்சுப் பாடகர்கள்தான். அவர் எனக்கு அறிமுகப் படுத்திய பாடகி Sarah Riani. இப்படி எனக்குத் தெரிந்து நூறு பேர் இருக்கிறார்கள்.

கணேஷ் அன்பு, நிர்மல் சி.போஸ், செல்வகுமார், பூர்ண சந்திரன், பிரபு காளிதாஸ், அருணாசலம், பிச்சைக்காரன், ராஜேஷ் என்று ஏராளமான பேர் என்னுடைய நுண்ணுணர்வை வாங்கிக் கொண்டு எழுதுகிறார்கள். என் எழுத்திலிருந்து உருவானவர்கள் இவர்கள். இது போதும். ரத்த வாரிசு வேண்டாம்.

14

முட்டை ஆம்லேட் போடுவது நல்லதா? அவித்து சாப்பிடுவது நல்லதா?

நவம்பர் 21, 2014

104. தமிழகத்துக்கு வெளியே இலங்கை, மலேசியா, ஐரோப்பா, வட அமெரிக்கா போன்ற இடங்களில் எங்கே தமிழ் இலக்கியம் செறிவாக வளர்கிறது? குறிப்பிடத்தக்க எழுத்தாளர்களைச் சுட்ட இயலுமா?

கண்மணி, விருத்தாசலம்.

இலங்கைத் தமிழ் எழுத்து பற்றி எனக்கு அதிகம் தெரியாது. படித்துப் பார்த்த ஒருசிலரின் எழுத்தும் சராசரியாக இருந்தன. எஸ்.பொ.வின் ஆரம்ப கால எழுத்துக்கள் எனக்கு மிகவும் பிடிக்கும். மலேசியா, சிங்கப்பூரில் நிறைய பேர் எழுதுகிறார்கள். சராசரிக்கும் கீழே. சிங்கப்பூரில் வசிக்கும் இளங்கோவன் மட்டுமே குறிப்பிடத்தக்கவர். ஆங்கிலத்திலும் தமிழிலும் பிரமாதமாக எழுதுகிறார். ஆனால் அவரை மற்ற எழுத்தாளர்களுக்குப் பிடிக்காது. வட அமெரிக்கத் தமிழர்களின் எழுத்து எனக்குப் பரிச்சயம் இல்லை.

ஐரோப்பாவில் வசிக்கும் ஏராளமான கவிஞர்கள் நன்றாக எழுதுகிறார்கள். புலம் பெயர்ந்தவர்கள். பெரிய பட்டியல் போட வேண்டும். சிறுகதைகளில் உலகத் தரத்தை எட்டியவர்கள் கலாமோகனும் ஷோபா சக்தியும். பாரிஸில் வசிக்கிறார்கள். அவர்களைத் தமிழ் உலகம் கொண்டாடி இருக்க வேண்டும்.

ஐரோப்பியத் தமிழர்கள் மிகச் செறிவான இலக்கியப் பத்திரிகைகளும் நடத்தி வருகிறார்கள். ஆனாலும் அவர்கள் மீது எனக்கு ஒரு வருத்தமும் குற்றச்சாட்டும் உண்டு. அவர்களின் இலக்கு தமிழ்நாட்டை நோக்கியதாகவே உள்ளது. தாங்கள் வாழும்

கலாச்சாரத்தினூடே அவர்கள் குறுக்கீடு செய்யவில்லை. உதாரண மாக, ஃப்ரான்ஸில் வாழும் மொராக்கோ, அல்ஜீரிய தேசத்து எழுத்தாளர்கள் உலகப் புகழ் பெற்றிருக்கிறார்கள். அவர்களின் படைப்பு ஃப்ரெஞ்ச்சில் மொழிபெயர்க்கப்பட்ட காரணத்தால் அது சாத்தியமானது. ஆனால் ஐரோப்பிய தேசங்களில் வாழும் தமிழ் எழுத்தாளர்கள் இதைச் செய்யத் தவறி விட்டார்கள்.

105. அழுகை, சோகம், காதல், தியாகம், வீரம் போன்ற எல்லா வற்றையும் நகைச்சுவையாக மாற்றுவது பின்நவீனத்துவத்தின் ஒரு முக்கியமான அம்சம் என்று ஜிகர்தண்டா பற்றி விமர்சிக்கும் போது கூறி இருந்தீர்கள். இதற்கு ஏதேனும் வரைமுறை இருக்கிறதா? தியாகத்தையும் வீரத்தையும் எள்ளி நகையாடுவது எவ்விதத்தில் சரியானதாக இருக்கும்?

சக்தி கணபதி.

தேவ்.டி என்ற இந்தி சினிமா, இம்சை அரசன் 23-ஆம் புலிகேசி, அரு.ராமநாதன் எழுதிய வீர பாண்டியன் மனைவி, அராத்து எழுதிய தற்கொலைக் குறுங்கதைகள் ஆகியவற்றை உங்களுக்கு சிபாரிசு செய்கிறேன். அதில் உங்களுக்கான பதில் கிடைக்கும்.

106. உங்களிடம் வாசகர்கள் நல்ல நல்ல கேள்விகளைக் கேட்பதாக நீங்களே ஒத்துக் கொள்கிறீர்கள். அப்படி இருக்க, உங்களிடம் சிறந்த கேள்வி கேட்கும் வாசகர்களுக்கு உங்கள் புத்தகங்களைப் பாிசளிக்கலாமே?

எஸ், சசிகலா, சென்னை.

சச்சின் புத்தகம் எழுதினால் அது ஒரே வாரத்தில் பத்து லட்சம் விற்பனையை எட்டுகிறது. அவர் கிரிக்கெட் வீரர். அப்துல் கலாம் எழுதினாலும் அப்படியே. அவர் ராக்கெட் செய்பவர். ஆனால் ஒரு எழுத்தாளனின் புத்தகம் தமிழில் ஆயிரம் பிரதிதான் விற்கிறது. ராயல்டியாகக் கிடைக்கும் தொகையில் ஒரு நாள் மீன் மார்க்கெட்டுக்குப் போய் வஞ்சிரம் மீன் கூட வாங்க முடியாது. எழுத்தாளர்கள் இங்கே பிச்சைக்காரர்களைப் போல் வாழ்கிறார்கள். ஒரு நடிகருக்குச் சம்பளம் 20 கோடி. ஆனால் எழுத்தாளனின் சம்பளம் 500 ரூபாய். அவனிடம் போய் இனாமாகக் கேட்கிறீர்களே? என் புத்தகம் ஒரு லட்சம் பிரதி விற்கட்டும். நீங்கள் சொல்வதைச் செய்கிறேன்.

இருப்பினும் அந்திமழை பதிப்பகத்தார் தங்கள் நூல்களில் ஒன்றை ஒவ்வொரு வாரமும் ஒரு சிறந்த கேள்விக்குப் பரிசாகத் தருவதாக முன்வந்துள்ளனர். இந்த வாரத்தின் சிறந்த கேள்வியாக எஸ்.சசிகலா, சென்னை அவர்களின் கேள்வியையே தெரிவு செய்கிறேன்.

107. எக்ஸைல்-2 வெளிவரப் போவதாக அறிந்தேன். எக்ஸைல் -1 ஐப் படித்தவர்கள் இதை எப்படிப் படிப்பது என்று சொல்லுங்களேன்.

தாரணீஷ்வர், புதுதில்லி 23.

பழைய எக்ஸைலும் இந்தப் 'புதிய எக்ஸைல்'-இல் இருக்கும். ஜனவரி 5-ஆம் தேதி சென்னை தேனாம்பேட்டை காமராஜ் அரங்கத்தில் வெளியீட்டு விழா இருக்கிறது. தருண் தேஜ்பால் வெளியிடுகிறார். அதற்கு முன்னால் டிசம்பர் முதல் தேதியிலிருந்து ஏழு தேதி வரை, 1000 ரூ விலையுள்ள அந்த நாவல் 500 ரூபாய்க்கு முன்பதிவுத் திட்டத்தில் (Pre-order), சலுகை விலையில் முன் பதிவு செய்து கொள்ளும் வசதி செய்யப்பட்டுள்ளது. அப்படி முன்பதிவு செய்து கொள்பவர்களுக்கு ஜனவரி 3-ஆம் தேதிக்குள், புத்தகம் தபாலில் அனுப்பி வைக்கப்படும். அதாவது, ஜனவரி 5-க்கு முன்னரே புத்தகம் உங்கள் கைக்குக் கிடைக்கும். 1000 ரூ விலையுள்ள புத்தகம் 500-க்குக் கிடைப்பதும் இது போன்ற முன்பதிவுத் திட்டமும் தமிழுக்கு இதுவே முதல் முறை. இதற்கு முன்னாலும் முன்பதிவுத் திட்டங்கள் வந்துள்ளன. ஆனால் 250 ரூ. புத்தகம் 200-க்குக் கிடைக்கும். அதையெல்லாம் முன்பதிவுத் திட்டம் என்று சொல்ல முடியாது. முன்பதிவுத் திட்டம் என்றால் அதில் பெரிய சலுகை இருக்க வேண்டும். ஆக, 1000 ரூ புத்தகம் 500-க்குக் கிடைப்பது போல். நாவல் தோராயமாக 900 பக்கம் வரும்.

108. கோழி முட்டையை அவித்து சாப்பிடுவது நல்லதா? ஆம்லேட் போட்டு சாப்பிடுவது சிறந்ததா? தங்கள் அனுபவம்?

வின்சண்ட் ராஜ், மும்பை.

முட்டை எனக்கு மிகப் பிடித்த உணவு. பத்து வயதிலிருந்து இருபது வயது வரை தினமும் நாகூர் ஈச்சந்தோட்டத்தில் நானும் என் தம்பியும் பத்து சுற்றுகள் ஓடுவோம். பத்து சுற்று பத்து கிலோமீட்டர் இருக்கும். அதற்கு முன்னால் ஆளுக்கு ஐந்து கோழிமுட்டையை விழுங்கி விட்டு சுற்றுவது வழக்கம். முதல் இரண்டு முட்டைகளை

காய்ச்சி ஆற வைத்த பாலில் கலக்கிக் குடித்து விட்டு மீதி மூன்று முட்டையை உடைத்து அப்படியே வாயில் போட்டுக் கொள்வோம். எல்லாம் நாட்டுக் கோழி முட்டை. அப்போதெல்லாம் ப்ராய்லர் என்ற கண்றாவி வரவில்லை. அதிலும் எங்கள் அம்மா தன் பிள்ளைகளுக்காகவே கோழி வளர்த்தார்கள். மக்காச் சோளம், அரிசிக் குருணை, தவிடு, புண்ணாக்கு, மீன், கிளிஞ்சல் எல்லாவற்றையும் சேர்த்து அவர்களே கோழித் தீவனம் தயார் செய்து கோழிகளுக்குக் கொடுப்பார்கள்.

பிறகு நான் தில்லி போன பிறகு - அங்கே வட இந்தியாவிலும் அசைவர்கள் பெரும் முட்டைப் பிரியர்கள். நானும் பிரமாதமாக ஆம்லெட் போடுவேன். இரண்டு முட்டையை உடைத்து, வெங்காயம், ஒரு பச்சை மிளகாய், துளியூண்டு தக்காளி, கொஞ்சூண்டு இஞ்சி நான்கையும் எவ்வளவு பொடியாக நறுக்க முடியுமோ அவ்வளவு பொடியாக நறுக்கி முட்டையில் போட்டு லேசாக உப்பு சேர்த்து அடித்து தோசைக் கல்லில் போட்டு லேசாக எண்ணெய் விட்டு பொன் வறுவலாக வரும் போது திருப்பிப் போட்டு எடுக்க வேண்டும். இந்த ஸ்டைலில் நான் போடும் ஆம்லெட்டைப் போல் எங்கேயுமே சாப்பிட்டதில்லை.

பொதுவாக, மக்கள் செய்யும் தவறு, உப்பை அள்ளிக் கொட்டி விடுவார்கள். பசலைக் கீரையைப் போல் முட்டையிலேயே கொஞ்சம் உப்பு இருக்கும். எனவே உப்பை ரொம்ப கவனமாகப் போட வேண்டும்.

இன்னொரு தவறு, தீயைப் பெரிதாக வைத்துக் கருக்கி விடுவார்கள். ஆம்லெட் கசக்கும். இல்லாவிட்டால் குறுக்கு வழியில் செய்ய நினைத்து எண்ணையைக் கொட்டி விடுவார்கள். அந்த ஆம்லெட்டும் நன்றாக இருக்காது.

கடைசியாக ஒரு சோதனை இருக்கிறது. தோசைக் கரண்டியால் எடுக்கும் போது ஆம்லெட்டை உடைத்து விடுவார்கள். இந்த நான்கு தப்பும் இல்லாமல் செய்ய வேண்டும். மனைவியிடம் இதை செய்யச் சொல்லி அடி வாங்காதீர்கள். நீங்களே செய்து பாருங்கள்.

இன்னொரு விதமாக முட்டை சாப்பிடுவதும் பிடிக்கும். அதன் பெயர், Bull's Eye. முட்டையின் மஞ்சள் கரு உடைந்து விடாமல் முட்டையை தோசைக் கல்லில் போட்டு மேலே லேசாக உப்பும் மிளகுத் தூளும் போட்டு லேசாக வெந்ததும் மஞ்சள் கரு உடைந்து

விடாமல் எடுக்க வேண்டும். எடுத்து, சூடாக இருக்கும் போதே ஒரு ஸ்பூனால் மஞ்சள் கருவை மட்டும் எடுத்து வாயில் போட்டால் ஆஹா ஆஹா என்று இருக்கும். அப்புறம் வெள்ளைக் கருவை உண்ண வேண்டும். புல்ஸ் ஐ போடும் போது மஞ்சள் கருவை உடைப்பவர்களை நான் வாழ்நாளில் மன்னித்ததே இல்லை. அதேபோல் ஸ்பூனால் எடுத்துச் சாப்பிடும் போது மஞ்சள் கருவை உடைத்து விடுபவர்களின் முகத்திலேயே விழிக்கக் கூடாது என்று சபதம் எடுத்திருக்கிறேன். இப்படியாக ஏழெட்டு புல்ஸ் ஐக்களை விழுங்குவது என் வழக்கம்.

என் பிரியத்துக்குரிய மேற்கு ஐரோப்பிய நாடுகளில் முட்டை என்றால் அவ்வளவு பிரியமாக சாப்பிடுவார்கள். முட்டை சைஸிலேயே ஒரு அரைக் குடுவை இருக்கும். அதில் அவித்த முட்டை தோலோடு இருக்கும். அதை மேல் புறத்தில் உடைத்து விட்டு ஸ்பூனை விட்டுக் குடைந்து குடைந்து சாப்பிடுவது அவர்கள் வழக்கம். முட்டை பாதி தான் வெந்து இருக்கும். அதுவும் எனக்குப் பிடிக்கும்.

மழைக் காலத்தில் கிராமங்களில் சாலை ஓரங்களில் ஆவி பறக்க அவித்த முட்டை விற்கும். அதை வாங்கி இரண்டாக அறுத்து மிளகுப் பொடியும் லேசாக உப்பும் தடவி சாப்பிட்டால் ஆறேழு முட்டை சாப்பிடலாம்.

முட்டை தோசை, முட்டைப் பரோட்டா, முட்டைக் குழம்பு என்று ஏராளமான வகைகளில் முட்டையைச் சமைக்கலாம். ஆனால் சமீப காலமாக நான் மஞ்சள் கரு சாப்பிடுவதில்லை. வெறும் வெள்ளைக் கருவைத்தான் பயன்படுத்துகிறேன்.

எங்கள் ஊரில் முட்டையை வேறு விதமாகச் சாப்பிடுவார்கள். சொன்னால் வக்கிரம் பிடித்தவனே என்று அடிக்க வருவீர்கள். வேண்டாம் அந்த வம்பு.

109. நீங்கள் சந்தித்த ஒரு ஆச்சரியமான சம்பவம்?

ஆனந்த், மதுரை.

அவர் பெயரைச் சொல்ல எனக்கு அனுமதி இல்லை. இன்னும் இரண்டு ஆண்டுகளில் தமிழ்நாட்டில் மிகவும் அதிர்ச்சிதரத்தக்க, யாருமே எதிர்பார்த்து இருக்காத ஒரு மரணம் (அரசியல் துறை அல்ல) நிகழும் என்று கணித்த ஒரு ஜோதிடரைப் பற்றி இந்தக்

கேள்வி பதிலில் முன்பு ஒரு முறை குறிப்பிட்டிருக்கிறேன். அவர் என்னுடைய வாழ்க்கையையும் கணிக்க வேண்டும் என்று விரும்பினேன். பொதுவாக சோதிடர்கள் கெட்டதைச் சொல்ல மாட்டார்கள். ஆனால் இந்த சோதிடர் நல்லது கெட்டது இரண்டையும் சொல்லி விடுவார். அதுவும் அப்பட்டமாக. அதனாலேயே அவரிடம் யாரும் சோதிடம் பார்ப்பதில்லை. அவரும் யாருக்கும் சோதிடம் பார்ப்பதில்லை. அவருக்கு இஷ்டம் இருந்தால் மட்டுமே பார்ப்பார். வயது 75. கண்ணதாசன் மற்றும் மொரார்ஜி தேசாயின் வாழ்நாள் நண்பர். கை பார்த்தும் முகத்தைப் பார்த்தும் சொல்லுவார். ஜாதகமும் தெரியும். ஒருமுறை இந்திரா காந்திக்குப் பார்த்திருக்கிறார். You will be assassinated (நீங்கள் படுகொலை செய்யப்படுவீர்கள்) என்று சொல்லியிருக்கிறார். அதற்கு இந்திரா சிரித்துக் கொண்டே, ''அது எனக்கு ஏற்கனவே தெரியும்,'' என்று சொன்னாராம்.

அது உண்மைதான். இந்திராவுக்கு அது தெரிந்துதான் இருக்க வேண்டும். சீக்கியர்களை பாதுகாவலராக வைத்துக் கொள்ளாதீர்கள்; அது உங்கள் உயிருக்கு ஆபத்து என்று அரசு உளவுத்துறையினர் இந்திராவிடம் கடுமையாக எச்சரிக்கை செய்தும் அதைப் பற்றி எனக்குக் கவலையில்லை என்று சொன்னவர் இந்திரா. அதனால்தான் அவர் இந்தத் தமிழ் சோதிடரிடம் அப்படிச் சொல்லியிருக்கலாம் என்று தோன்றுகிறது.

என் கையைப் பார்க்க சம்மதித்தார். என்னை பற்றி அரை மணி நேரமும் அவருடைய அனுபவங்களைப் பற்றி இரண்டு மணி நேரமும் பேசிக் கொண்டிருந்தார். இன்னும் எத்தனை ஜென்மம் எடுத்தாலும் மறக்க முடியாத அனுபவம் அது. சிவாஜி, கண்ணதாசன், மொரார்ஜி தேசாய், விகடன் முன்னாள் ஆசிரியர் பாலசுப்ரமணியன் என்று அவருடைய நண்பர்களைப் பற்றிய பல கதைகளைச் சொன்னார். மும்மூர்த்திகள் பற்றி என்னை எழுதச் சொன்னார். மும்மூர்த்திகளில் தீட்சிதர் தான் ஆகச் சிறந்தவர் என்ற என் கருத்தை மாற்றி, தியாகைய்யருக்கு ஈடு இணை இல்லை என்று உணர வைத்தார். இப்படி நிறைய.

கெட்டதையும் சொல்வார் இல்லையா? நாம் இழப்பதுதானே கெட்டது? உறவை, சுற்றத்தை, பொருளை, வேலையை இழக்கிறோம். இதெல்லாம்தான் கெட்டது என்று கருதுகிறோம். எல்லாவற்றிலும் பெரிய இழப்பு நம்மை இழப்பது. அதாவது, நம்முடைய மரணம். ஆகவே என் மரணத்தைப் பற்றி என்ன

சொல்லுவார்? ஓரிரு நாட்கள்தான் உயிரோடு இருப்பாய் என்றால் என்ன செய்யலாம் என்று திட்டமிட்டேன். ஒரே நிமிடம்தான். முடிவு செய்து விட்டேன். நாலைந்து ரெமி மார்ட்டினை வரவழைத்து சாகும் வரை குடித்துக் கொண்டாடுவது. நம் நல்வாழ்வுக்காகவும் ஆரோக்கியத்துக்காகவும்தானே குடியை நிறுத்தியிருக்கிறோம். ஓரிரு நாள்தான் உயிர் வாழப் போகிறேன் என்றால் அப்புறம் என்ன? சாகும் வரை குடி.

சரி, ஒரு ஆண்டுதான் உனக்கு என்று சொன்னால் என்ன செய்யலாம்? அது என் மொழிபெயர்ப்பாளர்களுக்குத்தான் சோதனை. எனக்கு அல்ல. ஆறே மாதத்தில் மொழிபெயர்ப்பை முடியுங்கள் என்று அவர்களுக்கு டார்ச்சர் கொடுத்து அதை வாங்கி ஆங்கிலத்தில் வெளியிட்டு, அந்தக் கொண்டாட்டத்தைப் பார்த்து விட்டு நிம்மதியாக சாகலாம்.

சரி, என்னதான் சொல்கிறார் பார்ப்போம். பார்த்து விட்டு, ''உங்கள் கையைப் பார்த்தால் எனக்கு மயக்கம் வருகிறதே?'' என்றார். எனக்குப் புரியவில்லை. ''என்ன படித்திருக்கிறீர்கள்?'' என்றார். ''காலேஜ் ட்ராப் அவ்ட்.'' ''என்னது? காலேஜ் ட்ராப் அவ்ட்டா? நம்பவே முடியலியே? மயக்கம் வர்ற மாதிரில்ல இருக்கு?'' ''புரியலியே சார்.'' ''எனக்கும்தான் புரியலே. சரி, நீங்க என்ன வேலை பார்க்கறீங்க?'' ''எழுத்தாளர்.'' ''ஓஹோ புரிஞ்சுடுத்து. புரிஞ்சுடுத்து. எழுத்தாளர்னா படிச்சிண்டேதானே இருக்கணும்? இப்படி ஒரு அபூர்வமான கையை இப்போதான் முதல் முதலா பார்க்கிறேன். கை பூரா புத்தகமான்னா தெரியறது.''

''ஆமாம் சார், இப்போதும் படித்துக் கொண்டே தான் இருக்கிறேன். படிப்பதுதானே வேலை?''

''சரிதான் சரிதான்'' என்றவர் மேலும் சொல்ல ஆரம்பித்தார். நிறையவே சொன்னார். நடந்ததையும் நடக்கப் போவதையும் சொன்னார். ஆயுள்? அதைக் கடைசியாகச் சொன்னார். இதற்கு முன்னே பார்த்த மூன்று சோதிடர்களும் சொன்ன அதே வயது. கவலையே இல்லை. ''கடந்த காலத்தில் பெண்கள் உங்களைப் பெரிதும் வசீகரித்திருப்பார்கள்.'' நல்லவேளை. பக்கத்தில் யாரும் இல்லை. மையமாக, ''ம்'' என்றேன். முகத்தில் புன்சிரிப்பு வந்து விடாமல் சீரியஸாக வைத்துக் கொண்டேன். ''ஆனால் இப்போ நீங்க அப்படி இல்லே.'' அதற்கும் ஒரு, ''ம்.''

இரண்டரை மணி நேரம் கழித்துக் கிளம்பும் போது, "ஏதேனும் கேட்கணுமா?" என்றார். "ஆமாம் சார்." "என்ன?" "நீங்கள் நல்லது, கெட்டது ரெண்டையும் சொல்வீர்கள் என்று கேள்விப்பட்டிருக்கிறேன். ஆனா எனக்கு அப்படி எதுவும் கெட்டதா சொல்லலியே?" "சொன்னேனே?" "அப்படியா? ஒன்னும் தெரியலியே?" "பெண்கள் விஷயம்." "ஓ, அதை நான் நல்லதில் சேர்த்து விட்டேன் சார்." ஓ என்று பெரிதாகச் சிரித்தார்.

அவர் என் கையைப் பார்த்து அபூர்வம் என்றும் இப்படிப்பட்ட கையை அவர் முதல் முறையாகப் பார்ப்பதாகவும் சொன்னதன் காரணம் பற்றி யோசித்தேன். அவர் கொலைகாரர்களின் கையைப் பார்த்திருக்கிறார். பெரிய அரசியல்வாதிகளின் கையைப் பார்த்திருக்கிறார். நடிகர்கள், செல்வந்தர்கள், பிச்சைக்காரர்கள், ஞானிகள் எல்லாருடைய கையையும் பார்த்திருக்கிறாரே தவிர எழுத்தாளனின் கையை இதுவரை பார்த்ததில்லை. ஏனென்றால், எழுத்தாளர்கள் சோதிடர்களிடம் செல்வதில்லை. என் கை அவர் பார்த்த முதல் எழுத்தாளனின் கை.

15

இந்தக் காலத்திலும் இப்படி ஒரு பேக்கு இருக்க முடியுமா?

நவம்பர் 28, 2014.

110. குரஸவா இயக்கிய Ran படத்தில் Tsurumaru என்ற பெயருடைய அரசனின் கோட்டையையும் குடும்பத்தையும் அழித்து நிர்மூலமாக்கி அவன் கண்களையும் குருடாக்கிய பேரரசன் ஹிததோரா ஒரு பிச்சைக்காரனாக, பைத்தியக்காரனாக அலைந்து கொண்டிருக்கும் போது அவனுக்கு அடைக்கலம் கொடுத்து, ''பேரரசனே! உன்னை வெறுக்காமலிருக்க என் சகோதரியிடமிருந்து கற்றுக் கொண்டேன். ஒரு பேரரசனுக்குரிய மரியாதையை இந்தப் பாழடைந்த குடிசையில் என்னால் உனக்குக் கொடுக்க முடியவில்லை. அதிர்ஷ்ட வசமாக என் சகோதரி என்னிடம் ஒரு புல்லாங்குழலைக் கொடுத்திருக்கிறாள். அதை நான் உனக்காக வாசிக்கிறேன். அது ஒன்றுதான் இப்போது நான் உனக்கு அளிக்கக் கூடிய சந்தோஷம். என் இதயத்திலிருந்து வரும் அன்பு அது'' என்று சொல்லி விட்டுத் தன் புல்லாங்குழலை எடுத்து இசைக்கிறான் Tsurumaru என்ற அந்தக் குருடன். உங்கள் சாரு ஆன்லைனில் இப்படி எழுதியிருந்தீர்கள். இத்தகைய மனநிலையைப் பெறுவது எப்படி?

பாக்கர், மதுரை.

(பரிசுக்குரிய கேள்வி)

நான் பலமுறை எழுதியிருக்கிறேன். நான் யாரையும் வெறுப்ப தில்லை. காரணம், வெறுப்பு என்பது ஒரு நோய். அது எதிராளியை விட நம்மைத்தான் அதிகம் பாதிக்கும். உடல் ரீதியாகவும், மன

ரீதியாகவும். எனவே, என்னுடைய சுயநலத்தை முன்னிட்டாவது நான் யாரையும் வெறுப்பதில்லை என்று வைத்திருக்கிறேன். ஆனால் சுருமாருவின் அன்பு இதையெல்லாம் விட மகத்தானது; அற்புதமானது.

இதே போன்றதொரு தருணம் கூரத்தாழ்வாரின் வாழ்க்கையில் வருகிறது. ஸ்ரீராமானுஜரின் காலத்தில் சிவனை வழிபடுபவர்களுக்கும் வைஷ்ணவர்களுக்கும் இடையே பெரும் மோதல் இருந்தது. அப்போது ஒரு சோழ மன்னன் ராமானுஜரை அரசவைக்கு அழைத்தான். அங்கே போனால் அவன் சொல்படி சிவனே உயர்ந்த தெய்வம் என்பதை ஏற்க வேண்டும். அதனால் ராமானுஜரின் சீடரான கூரத்தாழ்வார் தன் குருவை மாறுவேடத்தில் வேறு இடம் போகச் சொல்லி விட்டு காவி வஸ்திரத்தை அணிந்து கொண்டு ராமானுஜராக அரசன் முன் போய் நின்றார். (கூரத்தாழ்வாருக்கு மனைவியும் இரண்டு புத்திரர்களும் உண்டு.)

அரசன் ஒரு ஓலையில், "சிவாத் பரதரம் நாஸ்தி" (சிவனை விட மேலானது எதுவும் இல்லை), என்று எழுதிக் காட்டினான். உடனே அதில் கூரத்தாழ்வார், "அஸ்தி த்ரோணம் அத: பரம்" என்று எழுதினார். அதாவது, சிவனைக் காட்டிலும் துரோணம் மேலானது என்று பொருள். சிவ என்பதற்கு சமஸ்கிருதத்தில் மரக்கால் என்றும் ஒரு பொருள் உள்ளது. அந்தக் காலத்தில் துரோணம் என்று ஒரு அளவை இருந்தது. தமிழில் பதக்கு என்பார்கள். மரக்காலை விட துரோணம் பெரிது. அதனால்தான் கூரத்தாழ்வார் சிலேடையாகவும் நக்கலாகவும் அப்படிச் சொன்னார். உடனே அவரது கண்கள் பிடுங்கப்பட்டன.

ராமானுஜர் வெள்ளை வஸ்திரம் அணிந்து சோழ ராஜ்யத்திலிருந்து தப்பி கர்னாடகத்தில் உள்ள மேல்கோட்டைக்குச் சென்று அங்கே சில காலம் வாழ்ந்தார். 12 ஆண்டுகள் கழிந்து கூரத்தாழ்வாரும் ராமானுஜரும் சந்தித்துக் கொண்டனர். பிறகு இருவரும் காஞ்சீபுரம் சென்று வரதராஜப் பெருமாளை தரிசித்தனர். பெருமாள் கூரத்தாழ்வாரிடம், "உமக்கு என்ன வேண்டும்?" என்று கேட்டார். அதற்கு அவர், எனக்குக் கிடைக்கும் மோட்சத்தை நாலூரானும் பெற அருள் புரிய வேண்டும் என்று வேண்டிக் கொண்டார். நாலூரான்தான் கூரத்தாழ்வாரை சோழ மன்னனிடம் காட்டிக் கொடுத்தவன்.

இத்தகைய மனதைப் பெற முதல் படி, பணத்தாசையை விடுவது. அதை விட்டு விட்டால் ஒவ்வொரு ஆசையாகப் போய் விடும்

சாத்தியம் இருக்கிறது. அதன் பிறகு மற்றவர் மீதான வெறுப்பும் தானாகவே அகன்று விடும். எப்படி என்றால், எனக்கு ஒருவர் தீங்கு செய்தால் அதை எனக்குக் கிடைத்த அனுபவம் என்றே எடுத்துக் கொள்கிறேன். அதனாலேயே அந்தத் தீமையைச் செய்தவர் மீது எனக்கு வெறுப்பு தோன்றுவதில்லை. கடவுள் அந்த நபர் மூலம் எனக்கு அந்த அனுபவத்தை ஏற்படுத்திக் கொடுத்திருக்கிறார். குறளே இருக்கிறது. இன்னா செய்தாரை ஒறுத்தல்...

111. இசையின் இருப்பிடம் எது? அது எங்கிருந்து உருவாகிறது? மௌனத்தை வெல்ல எந்த இசையாலும் இயலவில்லையே, ஏன்?

சின்னப்பயல்.

(பரிசுக்குரிய கேள்வி)

The music is not in the notes, but in the silence between என்று மொஸார்ட் கூறியிருக்கிறார். *(மேற்கத்திய சங்கீதத்தில்)* இரண்டு சலனங்களுக்கு இடையே வரும் இறுக்கமான மௌனமும் ஒரு இசையே. மௌனத்தையே இசையாக மாற்றிய ஜான் கேஜ் (John Cage) பற்றி ஒரு புத்தகம் எழுத வேண்டும் என்பது என் நீண்ட கால ஆசை. ஜான் கேஜின் புகழ் பெற்ற படைப்பான 4'33'-இல் ஒரு சப்தம் கூட இருக்காது. ஒரு பியானிஸ்ட் பார்வையாளர்களின் முன்னால் தோன்றி 4 நிமிடம், 33 நொடிகளுக்கு எந்த சப்தமும் இல்லாமல் இருப்பார் அவ்வளவுதான்.

இது ஒருவகை தியானம். இசை என்று சொல்லும் போது நம் மனதில் என்னென்ன எண்ணங்கள் தோன்றுகிறதோ, நாம் இதுவரை எதை இசை என்று ரசித்துக் கொண்டிருந்தோமோ அது எல்லாவற்றையும் மாற்றக் கூடியது ஜான் கேஜின் இசை. ஆனால் ஆச்சரியகரமாக ஜான் கேஜின் இசைக்கு அடிப்படையாக அமைந்தது இந்தியத் தத்துவமும் ஜென் பௌத்தமும்தான். மிக முக்கியமாக, ஆனந்த குமாரசுவாமி மற்றும் I Ching என்ற சீன நூல். சீனர்களின் மிகப் பழமையான நூல் இதுவே.

Schoenberg என்ற கம்போஸரிடம் இரண்டு ஆண்டுகள் இசை கற்றார் கேஜ். இரண்டு ஆண்டுகள் சென்று உனக்கு இசையே வராது என்றார் ஷோன்பெர்க்.

"ஏன்?"

''நீ ஒரு சுவரின் முன்னே நின்று கொண்டிருக்கிறாய். அதன் ஊடாக உன்னால் போக முடியாது.''

''அப்படியானால் என் வாழ்நாள் வரை அந்தச் சுவரை என் தலையால் முட்டிக் கொண்டே இருப்பேன்.''

ஜான் கேஜ் ஒரு மாபெரும் கலைஞனாக இருந்ததால் அவர் சுவரை முட்டியதெல்லாம் வியக்கத்தக்க கலா சிருஷ்டிகளாக மாறின. என்னைப் பொறுத்தவரை மௌனத்தை இசையால் வென்ற கலைஞன் ஜான் கேஜ் என்று சொல்வேன்.

பிறகு கேஜ் ஒரு திரைப்பட இயக்குனரை சந்திக்கிறார். அவர் ஒருமுறை கேஜிடம் சொல்கிறார்: ''இந்த உலகில் உள்ள எல்லா பொருட்களிடமும் ஒரு சக்தி இருக்கிறது. அது தன்னை அதிர்வுகளின் மூலம் வெளிப்படுத்திக் கொள்கிறது.'' இந்தக் கருத்து கேஜிடம் மிகப் பெரிய பாதிப்பை உண்டாக்குகிறது.

பிறகு ராமகிருஷ்ண பரமஹம்சரின் தத்துவத்தில் ஈடுபாடு கொள்கிறார் கேஜ். அதேபோல் நாகார்ஜுனா, விட்ஜென்ஸ்டைன் ஆகியோரின் தத்துவத்தைப் படிக்கிறார். நாகார்ஜுனா இந்தியப் பாரம்பரியத்தில் புத்தருக்கு அடுத்த இடத்தில் வருபவர். தத்துவம் (சூன்ய வாதம்), விஞ்ஞானம் (ரசவாதம்), மருத்துவம் (ஆயுர்வேதம்) போன்ற துறைகளில் மாபெரும் பங்களிப்புகளைச் செய்தவர். நாளந்தா பல்கலைக்கழகத்தின் தலைவராகவும் இருந்தார்.

குறிப்பாக உங்கள் கேள்வி இசை பற்றியதாகத் தெரிந்தாலும், அதற்கான பதில் தத்துவத்திலும் விஞ்ஞானத்திலும் வான சாஸ்திரத்திலும்தான் இருக்கிறது. வெற்றிடத்தில் இசையைக் கேட்க முடியாது. கேட்க முடிந்தால் சூரியன் மற்றும் இன்னொரன்ன நட்சத்திரங்கள் வெளிப்படுத்தும் சப்தப் பிரளயத்தில் பிரபஞ்ச வெளியே கிழிந்து போய் விடும்.

சூரியன் ஒரு விநாடியில் 70 கோடி டன் ஹைட்ரஜனை, 69.5 கோடி ஹீலியமாகவும் மீதி 50 லட்சத்தை காமா கதிர்களாகவும் வெளியேற்றுகிறது. இவ்வளவும் நடப்பது ஒரு விநாடியில். இதை எழுதும் போது ''மனிதப் பதரே'' என்ற ஒரு எண்ணம் மனதில் தோன்றுகிறது. தோன்றினால் அது தத்துவத்தின் பக்கம் கொண்டு போய் விடும். வேண்டாம். நாம் சூரியனையே ஆராய்வோம். இவ்வளவும் ஒரு நொடியில் வெளியாகிறது என்றால் அதன் சப்தம் எப்படி இருக்கும்? அமைதிதான். சூன்யம்தான். ஏனென்றால்,

விண்வெளியில் காற்று இல்லை. காற்று இருந்தால் பிரபஞ்சப் பிரளயம். ஆக, இசை என்பதெல்லாம் இந்த மனிதப் பதர்களின் செவிகளில் வந்து விழும் சப்தம்தான். மீதியுள்ள பிரபஞ்சம் முழுவதும் நிரம்பி இருப்பது மௌனம். சூன்யம். அந்த மௌனத்தை எப்படி உணர்வது? எப்படிக் கடப்பது? அந்தக் கேள்வி நம்மை ஆன்மீகத்தில் கொண்டு போய் விடும்.

112. செம்மையான, ஜிவ்வென்று நட்டுக் கொண்டு நிற்கும் அளவிற்கு ஒரு காதல் நாவல் படிக்க ஆசை. இது போன்று எந்த நாவல் உள்ளது? இருந்தால் பரிந்துரையுங்கள்.

அருண் கிறிஸ்டோஃபர்.

அடப்பாவிகளா! இந்தக் காலத்திலும் இப்படி ஒரு பேக்கு இருக்க முடியுமா? இண்டர்நெட்டில் மில்லியன் கணக்கில் கொட்டிக் கிடக்கின்றன போர்னோ கதைகள். அது கூடவா உங்களுக்குத் தெரியாது? மட்டுமல்லாமல் இன்னமும் கதை படித்துத்தான் ஜிவ்வென்று நிற்க வேண்டுமா? வயது உங்களுக்கு எத்தனை? உங்கள் அப்பா, அம்மாவின் ஃபோன் நம்பர் கொடுங்கள். ''தம்பிக்குக் கல்யாண ஆசை வந்து விட்டது. காலாகாலத்தில் கால் கட்டுப் போடுங்கள்,'' என்று சொல்ல வேண்டும்.

113. உங்களுக்கும் பாடகர் ஹரிஹரனுக்கும் உள்ள உருவ ஒற்றுமை அண்ணன் - தம்பி போல உள்ளது. அவர் உங்களை எங்காவது சந்தித்திருக்கிறாரா?

வெ.பூபதி, கோவை.

நான் நீண்ட முடி வைத்திருந்த போது கறுப்பு முடியில் இருந்தேன். எனவே அப்போதும் ஹரிஹரன் போல் இருந்திருக்க வாய்ப்பில்லை. இப்போது வெள்ளைக்கு மாறிய பிறகு ஹரிஹரனோடு ஒப்பிடவே முடியவில்லை. ஏனென்றால், அவர் ஒரு ஆண் அழகன். பலரும் என்னை மணி ரத்னத்தோடுதான் ஆச்சரியத்துடன் ஒப்பிட்டுக் கொண்டிருக்கிறார்கள். ஒரு ஆட்டோக்காரர், ''கார் என்ன சார் ஆச்சு?'' என்றார். நான் அவர் என்ன கேட்கிறார் என்றே புரியாமல் திருதிருவென்று விழித்தேன். பிறகு அவர், ''அடுத்த படம் எப்போ சார்?'' என்று கேட்ட போதுதான் எனக்கு விஷயம் புரிந்தது. ஏழெட்டு ஆண்டுகளுக்கு முன்பு மணி ரத்னத்தை அடிக்கடி 'பாஷா'வில் பார்த்திருக்கிறேன். பேசியதில்லை. இப்போது நான் அந்தப் பக்கம் போவதில்லை.

114. '**அலைக்கழிப்புகளுக்கு ஆட்படுதல்' என்பது அனைத்துத் துறையினருக்கும், அவரவர் பணி சார்ந்த வாழ்வனுபவத்தில் விளைவதுதானே? பின் ஏன் அதை எழுத்தாளர்கள் மட்டும் பெரிதுபடுத்தி பிரச்னையாய் முன் நிறுத்துகிறார்கள்?**

ஆர்.எஸ்.பிரபு,சென்னை- ௯0.

ஒரு நடிகர் 20 கோடி சம்பளம் வாங்குகிறார். அவர் தொலைக் காட்சியில் இலவசமாகத் தோன்றலாம். ஒரு எழுத்தாளனின் சம்பளம் ஆயிரங்களில். பல பத்திரிகைகளில் நூறுகளில். அவனும் இலவசமாகவே தொலைக்காட்சியில் தோன்ற வேண்டும் என்றால் நியாயமா? ஒரு ஷூட்டிங் போனால் ஒரு இரவு பூராவும் வீணாகி விடுகிறது. அதனால் புகழ் கிடைக்கிறது. சரி, அந்தப் புகழால் நான் அரிசி பருப்பு வாங்க முடியுமா? இல்லையே? அதனால்தான் அங்கலாய்க்கிறோம்.

115. **நீண்ட நாள் வாசகி என்பதால் என் அறிமுகம் உங்களுக்குத் தேவையில்லை. உடலைப் பேண நாங்கள் உங்களிடமிருந்துதான் கற்றோம். எனவே, உங்களுக்கு எங்களின் பிரார்த்தனைகளும், அன்பும். பின் வருபவை எனது கேள்விகள்.**

புத்தகம், பயணம் இரண்டும் ஒரு மனிதனின் வாழ்வில் எத்தகைய மாற்றத்தை ஏற்படுத்துகின்றன? இரண்டில் ஒன்றைத்தான் தேர்வு செய்ய வேண்டுமெனில், நீங்கள் எதைப் பரிந்துரைப்பீர்கள்? ஏன்?

தேவகி ராஜு, புது தில்லி.

இது மிகவும் கடினமான கேள்வி. இருந்தாலும் பதில் சொல்ல முயற்சிக்கிறேன். புத்தகம் இல்லாவிடில் பாரதி சொல்லும் வேடிக்கை மனிதரைப் போலவே இருந்திருப்பேன். புத்தகங்களே என்னை உருவாக்கியது. ஆனால் பயணம் செல்லும் போது கிடைக்கும் அனுபவங்களை எவ்வளவு புத்தகம் படித்தாலும் நாம் பெற முடியும் என்று தோன்றவில்லை. உதாரணமாக, சுதந்திரம் என்பது பற்றி நாம் எவ்வளவோ படித்திருக்கிறோம். ஆனாலும் ஃப்ரான்ஸ் சென்றிருந்த போதுதான் அந்த வார்த்தையின் உண்மையான அர்த்தத்தை நான் அறிந்து கொண்டேன். இருப்பினும் இரண்டில் ஒன்று என்றால், புத்தகம்தான்.

116. ஒவ்வொரு பெண்ணும் ஒவ்வொரு விதம் என்பது உலகறிந்த உண்மை. ஆனால் பத்திரிகைகளிலும், இணையத்திலும் பெண்களைப் பற்றி வரும் நகைச்சுவைகள் ஒரு விதமான பொதுத்தன்மை கொண்டவையாக இருக்கின்றன. இதற்கு அடிப்படை என்னவாக இருக்கும்? நீங்கள் என்ன நினைக்கிறீர்கள்?

தேவகி ராஜு, புது தில்லி.

முடிந்தவரை ஜனரஞ்சகப் பத்திரிகைகளைப் படிப்பதை நிறுத்துங்கள். அறிவார்த்தமாகவும் அதே சமயம் சுவாரசியமாகவும் பல பத்திரிகைகள், பல இணைய இதழ்கள் வந்து கொண்டிருக்கின்றன. தேடிப் படியுங்கள். அச்சு ஊடகத்தை விடப் பல மடங்கு சாத்தியக் கூறுகளைக் கொண்டிருக்கிறது இணையம். மற்றபடி, ஆண்களின் பொதுப் புத்தியிலேயே பெண்களைப் பற்றி ஒரு பொதுவான பிம்பம்தான் படிந்திருக்கிறது. அதுதான் இதற்கெல்லாம் காரணம். இப்படிச் சொல்வதால் எல்லா எழுத்தாளர்களையும் புத்திஜீவிகளையும் போல் நான் பெண்களின் பக்கம் பேசுபவன் என்று நினைக்க வேண்டாம். இன்று பெண்களைப் போலவே ஆண்களும் பெண்களால் கொடுமைக்கு ஆளாகிறார்கள்.

என் நண்பர்கள் சொல்லும் கதைகளைக் கேட்டால் ரத்தக் கண்ணீர் வருகிறது. ஒரு நண்பரும் நானும் இன்னொரு நண்பரின் வீட்டில் சினிமா பார்த்துக் கொண்டிருந்தோம். நண்பருக்கு மனைவியிடமிருந்து ஃபோன். இதோ வந்துட்டேம்மா என்று துள்ளிக் குதித்து எழுந்து எங்களிடம் கூட சொல்லாமல் ஓடி விட்டார். பரிதாபமாக இருந்தது. இது போல் பல சம்பவங்கள். மத்தியதர வர்க்கத்தில் ஒன்று, ஆண் அடிமையாக இருக்கிறான்; அல்லது பெண் அடிமையாக இருக்கிறாள். சம உறவு கொண்ட ஒரே ஒரு குடும்பத்தைக் கூட இதுவரை நான் பார்த்ததில்லை.

117. இது என் கணவரின் கேள்வி - தேவகி ராஜு, புது தில்லி.

ஒரு எழுத்தாளர் ஒரு புதிய துறையை ஆராய்ந்து அதை எழுதுவதும், அத்துறையில் இயற்கையான ஈடுபாடும் உயர்ந்த ஞானமும் கொண்ட ஆனால் அடிப்படை மொழியறிவு மட்டுமே உடைய ஒருவர் அத்துறையைப் பற்றி எழுதுவதும் எவ்வாறு இருக்கும்? இரண்டிற்கும் உள்ள வித்தியாசங்கள் என்ன?

அழகேசன், புது தில்லி.

உங்கள் கேள்வி இந்தியாவுக்கு மட்டுமே பொருந்தும். மற்ற எல்லா நாடுகளிலும் துறை சார்ந்த அறிவாளிகளுக்கும் இலக்கியப் பரிச்சயம் நிச்சயம் இருக்கும். இல்லாவிட்டால் ஸ்டீஃபன் ஹாக்கிங்கின் A Brief History of Time உலகம் பூராவும் கோடிக் கணக்கில் விற்றிருக்காது. அதே போல் பிரபலமான இன்னொரு புத்தகம்: 'Surely You're Joking, Mr. Feynman!' இதேபோல் பறவையியலாளர்கள், சுற்றுப்புறச் சூழலியலாளர்கள், தத்துவவாதிகள் என்று பலருடைய புத்தகங்களும் மிகப் பெரும் வாசிப்பு அனுபவத்தைத் தரக் கூடியவை.

சமீபத்தில் அப்படி நான் படித்த, துறை சார்ந்த நிபுணர் ஒருவரின் புத்தகம்: திருடன் மணியன் பிள்ளை. திருடனாக இருந்து அந்தத் துறை சார்ந்த தன் அனுபவங்களை மணியன், இந்துகோபனிடம் சொல்ல அவர் இந்த நூலை மலையாளத்தில் எழுதியிருக்கிறார். தமிழில் மிக அற்புதமாக மொழிபெயர்த்திருப்பவர் குளச்சல் மு.யூசுப். எனக்கு என்ன ஆச்சரியம் என்றால், ஒரு திருடரின் அனுபவம் ஒரு பிரமாதமான நூலாக வந்திருக்கும் போது ஒரு நிபுணரின் அனுபவம் மட்டும் ஏன் சராசரியாக இருந்தது என்பதுதான். முன்னாள் ஜனாதிபதி ஒருவர் எழுதிப் பிரபலமான புத்தகத்தைச் சொல்கிறேன். மணியன் பிள்ளைக்கு இலக்கியம் தெரியாது. அப்படியானால் இலக்கியம் தெரிந்தால்தான் நல்ல புத்தகம் எழுதலாம் என்ற என் தர்க்கம் அடிபட்டுப் போகிறது. அப்படியிருக்க மணியன் பிள்ளையின் நூல் ஏன் இலக்கிய அனுபவத்தைத் தருகிறது என்றால், மணியன் தன் அனுபவத்தை பாவனைகள் இல்லாமல் மிக வெளிப்படையாக முன்வைத்திருக்கிறார்.

பல ஆண்டுகளுக்கு முன் ஒரு மானுடவியல் ஆய்வு நூல் மாபெரும் இலக்கியப் படைப்பாகக் கொண்டாடப்பட்டது. ஆஸ்கார் லூயிஸ் எழுதிய La Vida.

118. டியர் சாரு, பயணம் என்று தான் பதில் சொல்லுவீர்கள் என்று எதிர்பார்த்தேன். புத்தகத்தை விட்டுக் கொடுக்கவில்லையே நீங்கள்?

தேவகி ராஜூ, புது தில்லி.
(மின்னிதழ் வெளிவந்த பிறகு, வாசகர் வட்டத்தில்)

ஏனென்றால் பயணத்தையும் பயண இலக்கியத்தின் மூலம் அறிந்து கொண்டு விடலாம்.

16

காவியத் தலைவன் எப்படி?

டிசம்பர் 5, 2014

119. காதலுக்கு காமம் அவசியமா? காமம் இல்லாத காதல் சாத்தியமா?

விக்கி.

ஒன்று இல்லாமல் இன்னொன்று இல்லை.

120. எக்ஸிஸ்டென்ஷியலிசமும் ஃபேன்ஸி பனியனும் என்ற உங்கள் முதல் நாவல் எங்கே கிடைக்கும்?

எங்கேயும் கிடைக்காது. அதை நான் விரிவாக்கி எழுதலாம் என்று இருக்கிறேன்.

121. இந்தத் தலைமுறையினருக்கு பெரும்பாலும் இயற்கையை, குறிப்பாக மரங்களை மதிக்கவும் நேசிக்கவும் தெரிவதில்லை. உண்மையில் இதுவும் சுயகேடுதானே? இதை எப்படி மாற்றுவது?

வெ.பூபதி, கோவை.

பள்ளிகளில் வெட்டுக் குத்து, கொலை, குடித்து விட்டு வந்து வாந்தி எடுப்பது, அடியாள் வைத்து ஆசிரியரை அடிப்பது என்று இருக்கும் இப்போதைய நிலையில் மரமாவது செடியாவது? கல்வி முறையில் அடிப்படையான மாற்றங்களைச் செய்யாமல் இளைய தலைமுறையிடமிருந்து எந்த நல்ல விஷயத்தையும் எதிர்பார்க்க முடியாது.

122. மரணம் பேரின்பம் என்கிறது ஆன்மீகம். காமம், சிறுநேர மரணம் எனப்படுகிறது. அப்படியானால் அதை ஏன் சிற்றின்பம் என்கிறோம்? ஏன் இந்த முரண்பாடு?

வ.பொன்னழகன், கோவிலாங்குளம், அருப்புக்கோட்டை.

மரணம் பெருந்தூக்கம். பேரின்பம். காமம் சிறு தூக்கம். சிற்றின்பம். முரண்பாடு இல்லை. மேலும், சொர்க்கத்துக்குப் போனால்தான் பேரின்பம். நரகம் கிடைத்தால்? ஆனால் எந்த தர்க்கம் எப்படிச் சொன்னாலும் காமம் சிற்றின்பம் என்பதை ஒப்புக் கொள்ளவே மாட்டேன். காமம் பேரின்பம், பேரின்பம், பேரின்பம்.

123. என் கேள்விக்குப் பதிலாக செக்ஸ் கதைகள் பற்றி எழுதி யிருந்தீர்கள். நான் நல்ல காதல் கதைகளையே கேட்டேன். சொல்ல முடியுமா?

அருண் கிறிஸ்டோஃபர்.

நல்ல காதல் கதைகளுக்கு உதாரணமாக தி.ஜானகிராமனின் நாவல்களைச் சொல்லலாம். ஆங்கிலம் புரிந்தால் ஷேக்ஸ்பியர். ஆனால் இந்த இருவரையும் படித்தால் நட்டுக் கொண்டு நிற்காது அன்பரே!

124. மஹா அவ்தார் பாபாவை நேரில் பார்த்திருக்கிறீர்களா? எப்படி? எங்கே? அவரிடமிருந்து தீட்சை பெற்றிருக்கிறீர்களா?

கார்த்திக், சிங்கப்பூர்.

சிங்கப்பூரில் இவ்வளவு அப்புராணியாக எல்லாம் இருப்பார்களா என்ன? மஹா அவ்தார் பாபாவைப் பார்ப்பதும் தீட்சை பெறுவதும் என்ன அவ்வளவு சுலபமா? எனக்குத் தெரிந்து அவரிடம் தீட்சை பெற்றவர் பரமஹம்ஸ யோகானந்தா மட்டுமே. அவர் எழுதிய ஒரு யோகியின் சுயசரிதை என்ற அற்புதமான நூலைப் படித்துப் பாருங்கள். உங்கள் கேள்விக்கெல்லாம் பதில் புரியும்.

125. உங்களுக்குப் பிடித்தமான முக அலங்காரம் எது? நாடிக்குக் கீழ் கழுத்து வரை நீளும் தற்போதைய உங்கள் தோற்றம் பிரெஞ்சு தாடியின் சரியான வடிவமா?

ராஜேஸ் ஆரோக்கியசாமி, வாஷிங்டன், அமெரிக்கா.

சென்னை மயிலாப்பூரில் இருக்கும் ஒரு கட்டுப்பெட்டியிடம் வாஷிங்டனிலிருந்து இப்படி ஒரு கேள்வியா? எனக்குப் பலருடைய முக அலங்காரம் பிடிக்கும். மீசையில் சால்வதோர் தாலியையும் நீட்ஷேவையும் யாரும் அடித்துக் கொள்ள முடியாது. என் தாடி ஃப்ரெஞ்ச் தாடியா என்று எனக்குத் தெரியாது. பார்ப்பவர்கள் அப்படித்தான் சொல்கிறார்கள். என்னிடம் ட்ரிம்மர் கூட கிடையாது. ஒரு உருப்படாத, எதற்கும் பயன்படாத ஹைதர் காலத்துக் கத்தரிக்கோலை வைத்துக் கொண்டு இந்தத் தாடியை சீரமைக்கப் படாத பாடு பட்டுக் கொண்டிருக்கிறேன்.

126. காவியத் தலைவன் பார்த்தீர்களா?

கணேஷ், சென்னை.

அவருடைய அங்காடித் தெருவை கிழி கிழி என்று கிழித்து எழுதியவன் நான். இருந்தும் அதையெல்லாம் பொருட்படுத்தாமல் நான் நோய்வாய்ப்பட்டு மருத்துவமனையில் இருந்த போது என்னை வந்து பார்த்தவர் வசந்த பாலன். அந்த அளவு பெருந்தன்மை எனக்குக் கூட கிடையாது. என் மனதில் நீங்காத இடம் பெற்று விட்டார். ஆனால் நல்ல மனிதர்கள் நல்ல படம் எடுக்க வேண்டும் என்று எந்தக் கட்டாயமும் இல்லை. என் சினிமா அனுபவத்தில் படம் ஆரம்பித்து பத்தே நிமிடத்தில் கிளம்பி ஓடி வந்த படங்கள் என்று இரண்டு மூன்றை மட்டுமே சொல்லலாம். சரத்குமார் நடித்த நாடோடி மன்னன், அதர்வா நடித்த பானா காத்தாடி, அவன் இவன். இந்த மூன்றுமே தேவலை என்று நினைக்க வைத்த படம் காவியத் தலைவன். ஏனென்றால், ஐந்து நிமிடம் ஆனதுமே ஓடி விடலாம் என்று தோன்றி விட்டது. நான் கடைசி வரிசையில் அமர்ந்து இருந்ததால் இருட்டில் நடக்கும் போது தடுக்கி விழுந்து விடக் கூடாதே என்று தான் இன்னொரு ஐந்து நிமிடம் யோசித்துக் கொண்டிருந்தேன். ஆனால் மரண மொக்கை தாங்க முடியாமல் போய்க் கொண்டிருந்ததால் துணிச்சலை வரவழைத்துக் கொண்டு பத்தாவது நிமிடம் ஓடி வந்து விட்டேன். அங்காடித் தெருவையாவது படம் முழுவதும் பார்த்து விட்டு விமர்சித்து எழுதினேன். ஆனால் காவியத் தலைவனை ஐந்து நிமிடம் கூட சகிக்க முடியவில்லை.

முதலில் எரிச்சல் ஊட்டியது நாசருக்குப் போட்டிருந்த ஒப்பனை. முதியவர் என்றால் இப்படியா இருப்பார்? பள்ளிக்கூடத்தில் பையன்கள் தாத்தா வேஷம் போடுவார்கள் இல்லையா, அவர்கள்

கூட இன்னும் கொஞ்சம் நன்றாக மேக்கப் போட்டிருப்பார்கள். அவர் தலையில் வைத்திருக்கும் விக் அவிழ்ந்து விடாமல் ஒட்டப்பட்டிருக்கும் கோந்து அப்படியே தெரிகிறது. கொடுமை, கொடுமையிலும் கொடுமை. ஏன் ஐயா, ஒரு நல்ல மேக்கப்மேன் கூடவா கிடைக்காமல் போய் விட்டார்? அடுத்து, இந்தத் தம்பி ராமையா. படங்களில் அவர் போடும் காட்டுக் கூச்சல் தாங்க முடியவில்லை. பார்த்திபனின் கதை, திரைக்கதை, வசனம், இயக்கம் ஒரு நல்ல முயற்சி. அதில் கூட இந்தத் தம்பி ராமையாவின் அலட்டலும் காட்டுக் கூச்சலும் தாங்க முடியாமல் இருந்தது. இவ்வளவுக்கும் அவர் நடித்த முதல் படமான மைனாவில் அவர் நடிப்பைப் பார்த்து வியந்தவன் நான். கொஞ்ச காலத்துக்கு இயக்குனர்கள் அவருக்கு ஊமை வேஷம் கொடுத்தால் நான் அவர்களுக்கு ரொம்பவும் நன்றியுடையவனாக இருப்பேன்.

தம்பி ராமையாவும் இன்னொரு நடிகரும் சேர்ந்து ஒரு காமெடி பண்ணுகிறார்கள். கவுண்டமணியும் செந்திலுமாம்! புலியைப் பார்த்து பூனை சூடு போட்டுக் கொண்ட மாதிரி இருந்தது. காமெடியா அது! அழுகைதான் வந்தது. அந்த 'செந்தில்', வாத்தியாரின் (ராமையா) வேட்டியைக் கிழித்து கோவணமாய் ஆக்கிக் கொடியில் காயப் போட்டு விடுகிறாராம். இதைப் போய் ராமையா தன் குரு நாசரிடம் போய் புகார் செய்ய, நாசர் வந்து விசாரிக்கிறார். யாருக்கு அருணகிரிநாதர் பாடல் தெரியும்? எல்லா பையன்களும் உளற என்னய்யா வாத்தி நீரு என்று கேள்வி நாசரிடமிருந்து.

கடவுளே, இப்படியெல்லாமா ஒரு ரூம் போட்டு யோசித்தீர்கள்? உண்மையிலேயே வசந்த பாலன், உங்கள் அஸிஸ்டெண்டு களெல்லாம் உங்களுக்குப் பயந்து கொண்டுதான் வாயை மூடிக் கொண்டு இருந்திருக்கிறார்கள் என்று நினைக்கிறேன். நிச்சயமாக இம்மாதிரி காட்சிகளெல்லாம் மரண மொக்கை என்று அவர்களுக்குத் தெரிந்திருக்கும்.

நூறு ஆண்டுகளுக்கு முந்தைய காலகட்டம், நாடக சபா எல்லாம் ரொம்பவும் fake- ஆக இருக்கின்றன. எதிலுமே நிஜத்தன்மை இல்லை. எல்லாமே செயற்கையாக இருக்கிறது. படத்தில் sensibility என்பது மருந்துக்குக் கூட இல்லை. மணி ரத்னம், கமல்ஹாசன் போன்ற ஜாம்பவான்களிடமிருந்து கூடவா நீங்கள் எதுவுமே கற்கவில்லை? ஒரு சினிமா ரசிகனை பத்து நிமிடம் கூடவா உங்களால் உட்கார வைக்க முடியாது?

விஜய் நடித்த துப்பாக்கி என்ற படம் பார்த்தேன். அதில் எந்த விதப் பாசாங்கும் இல்லை. பக்கா பொழுதுபோக்கு. அவர்களிடம் உள்ள தெளிவு கூட உங்களிடம் இல்லையே? என்ன செய்ய நினைக்கிறீர்கள்? நல்ல படமா? துப்பாக்கி மாதிரியான பொழுதுபோக்குப் படமா? எப்படி இருந்தாலும் காவியத் தலைவன் இரண்டிலுமே சேராது. பத்து நிமிடம் கூட உட்கார்ந்து பார்க்க முடியாத இப்படிப்பட்ட படங்களை விட பேரரசு மாதிரி படம் பண்ணலாம். குறைந்த பட்சம் அதில் எந்தப் பாசாங்கும் இல்லை.

127. உங்கள் எழுத்துக்களில் அடிக்கடி ஃப்ரான்ஸ் பற்றிப் பேசு கிறீர்களே, அந்த நாட்டில் அப்படி என்ன விசேஷம்?

செல்வகுமார், மதுரை.

காரணம் இல்லாமல் இல்லை. ஃப்ரான்ஸில் Colette என்று ஒரு பெண் எழுத்தாளர் இருந்தார். அவர் பிறந்த ஆண்டு 1873. இறந்தது 1954-இல். ஏன் பிறந்த, இறந்த ஆண்டுகளைச் சொல்கிறேன் என்றால் மீதி கதையைக் கேளுங்கள், உங்களுக்கே புரியும்.

காலத் (அதுதான் சரியான உச்சரிப்பு) ஒரு ராணுவ அதிகாரியின் மகள். காலத் தன் இருபதாவது வயதில் தன்னை விட 15 வயது அதிகமான ஒரு எழுத்தாளரைத் திருமணம் செய்து கொண்டார்.

சில ஆண்டுகளில் தன் கணவரைப் பிரிந்து நத்தாலி பார்னி என்ற பெண் எழுத்தாளருடன் வாழ ஆரம்பித்தார். காலத் ஒரு Bi-sexual. அதாவது, ஆண்களோடும் பெண்களோடும் பாலுறவு வைத்துக் கொள்ளக் கூடியவர். காலத் இறக்கும் வரை நத்தாலியோடு அவருக்கு உறவு இருந்தது. அதே சமயம், மிஸ்ஸி என்ற மார்க்கி பெண்ணோடும் லெஸ்பியன் உறவில் இருந்தார். ஃப்ரான்ஸில் பிரபு வம்சத்தவர்களை மார்க்கி என்பர்.

பாரிஸில் உள்ள Moulin Rouge என்ற உலகப் புகழ் பெற்ற கேபரே அரங்கில் மிஸ்ஸியோடு ஒரு நாடகத்தில் நடிக்கும் போது காலத்தும் மிஸ்ஸியும் மேடையிலேயே முத்தமிட்டுக் கொண்ட சம்பவத்தைப் பார்த்து அரங்கத்தில் பெரிய கலவரமே உண்டானது. அந்தக் கலவரத்தை அடக்க போலீஸ் வந்தது. ஒரு விஷயத்தை மறந்து விடாதீர்கள். மீண்டும் காலத் பிறந்த, இறந்த ஆண்டு களை கவனியுங்கள். இதெல்லாம் இன்று நேற்று நடந்ததல்ல. அந்த முத்த சம்பவம் நடந்த ஆண்டு 1907. இதற்குப் பிறகு

காலத்தும் மிஸ்ஸியும் நடித்த அந்த நாடகம் அரசாங்கத்தால் தடை செய்யப்பட்டது. இந்த சூழ்நிலையின் காரணமாக, இருவரும் வெளிப்படையாக லெஸ்பியன்களாக வாழ முடியவில்லை என்றாலும் வெளியே தெரியாமல் ஐந்து ஆண்டுக் காலம் அந்த உறவில் இருந்து பிறகு பிரிந்தார்கள்.

மிஸ்ஸியோடு காலத் லெஸ்பியன் உறவில் இருந்த சமயத்திலேயே காப்ரியல் என்ற இத்தாலிய எழுத்தாளரோடும் செக்ஸ் உறவில் இருந்தார். இதே கால கட்டத்தில் ஒரு கார் தயாரிக்கும் நிறுவன முதலாளியும் காலத்தின் காதலராக இருந்தார்.

1912-ஆம் ஆண்டு Le Matin என்ற தினசரியின் ஆசிரியரை மணம் புரிந்து கொண்டார் காலத். இருவருக்கும் ஒரு மகள் பிறந்தாள். மகளோடு காலத்துக்கு சரியான உறவு இல்லை. மகளை வளர்க்கச் சொல்லி இன்னொருவரிடம் கொடுத்து விட்டார். 1914-இல் முதலாம் உலகப் போர் வந்த போது தன் கணவரின் மிகப் பெரிய எஸ்டேட்டை மருத்துவமனையாக மாற்றி போரில் காயமடைந்தவர்கள் மருத்துவ உதவி பெற உதவினார். பிறகு 1935-இல் வேறு ஒருவரைத் திருமணம் செய்து கொண்டார். கணக்குப் போட்டுப் பாருங்கள், அப்போது அவர் வயது 62.

1920-ஆம் ஆண்டு அவர் செர்ரி என்ற ஒரு நாவலை எழுதினார். காலத்தின் மாஸ்டர்பீஸாகக் கருதப்படும் அந்த நாவல் 60 வயதுக்கு மேற்பட்ட ஒரு சீமாட்டிக்கும் ஒரு இளைஞனுக்குமான காதல் கதையைச் சொல்கிறது. செர்ரிக்குப் பிறகு காலத் Jean Cocteau-உடன் காதல் வயப்பட்டார். கொக்தூ ஒரு உலகப் புகழ் பெற்ற எழுத்தாளர், நாடகாசிரியர், இயக்குனர்.

இன்னொரு முக்கியமான விஷயம், காலத்துக்கும் அவருடைய கணவர்களில் ஒருவரின் மகனுக்கும் கூட செக்ஸ் உறவு இருந்தது.

இதற்கிடையில் அவருடைய நாவல்களை ஃப்ரான்ஸில் மிகவும் விரும்பிப் படித்துக் கொண்டிருந்தார்கள். ஃப்ரெஞ்ச் இலக்கியத்துக்கு அவை மாபெரும் பங்களிப்பாக இருந்தன. 1954-இல் அவர் மரணம் அடையும் போது அவர் எழுதியிருந்த நாவல்கள் 50. அவர் உயிரோடு இருந்த போதே அவருடைய வாழ்க்கை பற்றி ஒரு ஆவணப்படமும் எடுக்கப்பட்டது.

ஃப்ரெஞ்ச் இலக்கியத்திலேயே காலத் தான் மிகச் சிறந்த பெண் எழுத்தாளராக இன்றளவும் கருதப்படுகிறார்.

இதனால் எல்லாம் நான் ஃப்ரான்ஸைப் புகழவில்லை. காலத் இறந்த போது ஃப்ரெஞ்ச் அரசாங்கம் அரசு மரியாதை கொடுத்து ராணுவ அணிவகுப்புடன் அடக்கம் செய்தது. ஒரு பெண் அரசு மரியாதையுடன் அடக்கம் செய்யப்பட்டது ஃப்ரான்ஸில் அதுவே முதல் முறை. நம் நாட்டில் பெரும் அரசியல் தலைவர்களுக்கே அந்த அரசு மரியாதை கிடைக்கும்.

காலத் என்ற இடத்தில் சாரு நிவேதிதா என்று போட்டு, ஃப்ரான்ஸ் என்ற இடத்தில் தமிழ்நாடு என்று போட்டுப் பாருங்கள். என்ன நடக்கும்? அதனால்தான் நான் ஃப்ரான்ஸைக் கொண்டாடுகிறேன்.

17

சோ, ஷோபா சக்தி, கல்கி கோச்லின் மற்றும் ஸோரோ!

டிசம்பர் 12, 2014

128. Masochism (ஸேடிஸத்தின் எதிர்ப்பதம்) பற்றி 'சரசம் சல்லாபம் சாமியாரி'ல் படித்ததும், "அது என்ன விதமான மனநிலை? அப்படி இருப்பது சாத்தியம்தானா? துளி எதிர்ப்பு காட்டாமல் இருக்க மனித உடல் ஒத்துழைக்குமா?" என்ற கேள்விகள் எழுந்து கொண்டே இருந்தன. அது பற்றிக் கொஞ்சம் விளக்கம் தாருங்களேன். அப்படிப்பட்ட மனிதர்களை இன்றைய காலகட்டத்தில் காண முடியுமா?

ஆர்.எஸ்.பிரபு, சென்னை- 90.

மனித உடல் மட்டும் அல்ல; மனமும் ஒத்துழைக்கும். ஒத்துழைப்பது மட்டும் அல்ல. தன் உடலும் மனமும் வதைபடுவதை எத்தனையோ பேர் மிகவும் விரும்புகிறார்கள். மேற்கத்திய நாடுகளில் BDSM கிளப்புகள் மிகவும் பிரசித்தமானவை. ஆனால் அதில் உறுப்பினராவது அவ்வளவு சுலபம் இல்லை. Bondage, Discipline, Dominance, Submission, Sadism, Masochism என்ற செயல்பாடுகளைக் கொண்டவை இந்த கிளப்புகள். இந்த ஆறுமே பாலியலோடு சம்பந்தப்பட்டவை. இந்த ஆறுமே இந்திய சமூகத்தில் உள்ளவைதான். ஆனால் இந்தியாவில் இதெல்லாம் மிகப் பெரும் வன்முறையாக எதிராளியின் மீது திணிக்கப்படுகிறது.

ஒரு பெண்ணைக் கட்டி வைத்து வன்கலவி செய்கிறார்கள் அல்லவா? அது பாண்டேஜ். இது மேற்கத்திய நாடுகளில் உள்ள கிளப்புகளில் ஒருவருடைய சம்மதத்தின் பேரில் கூட அல்ல; அந்த நபரின் விருப்பத்தின் பேரில் நடக்கிறது. ஒரு பெண்ணைக்

கட்டி வைத்து அவளுடைய பார்ட்னர் கலவி செய்வான். பிறகு அவனுக்குக் கை விலங்கிட்டு, அவன் வாயைத் துணியால் அடைத்து விட்டு அவள் இயங்குவாள்.

டிஸிப்ளின்: ஒருவர் மீது இன்னொருவர் சில கட்டுப்பாடுகளை விதித்து, அதை அவர் மீறும் போது தண்டிப்பது. பிரம்படி, சவுக்கடி போன்றவை இதில் சகஜமானவை. (கவனம் வைத்துக் கொள்ளுங்கள். மேலே குறிப்பிட்ட கிளப்புகளில் இது ஒருவரின் விருப்பத்தின் பேரில் நடக்கிறது. நம் நாட்டிலோ அதிகாரத்தில் இருப்பவர்கள் தங்களுக்குக் கீழே உள்ளவர்களை அடக்கி ஆளவும் தண்டிக்கவும் இதைப் பிரயோகிக்கிறார்கள்.)

டாமினன்ஸ் அண்ட் சப்மிஷன்: பொதுவாக இது கிளப்புகளில் இல்லாமல் கம்யூனிட்டிகளில் காணக் கிடைக்கும் வாழ்க்கை முறை. ஒருவரின் அதிகாரத்தின் கீழ் இன்னொருவர் அடிமையாக வாழ்தல். இதை இந்தியாவில் நீங்கள் அரசியல் கட்சிகளிலும் அரசு அலுவலகங்களிலும், குடும்பங்களிலும் சர்வ சகஜமாகப் பார்க்கலாம்.

சாடோமஸாக்கிஸம்: ஒருவர் சாடிஸ்ட், இன்னொருவர் மஸாக்கிஸ்ட். சாடிஸ்ட் என்பவர் தன்னுடைய பார்ட்னரை வதைப்பதன் மூலம் இன்பம் பெறுகிறார். மஸாக்கிஸ்ட் அப்படி வதை படுவதன் மூலம் இன்பம் அடைகிறார். இந்த வேடத்தை அவ்வப்போது அவர்கள் மாற்றிக் கொள்வதும் உண்டு. இந்தியாவில் வாழும் பெண்களில் 90 சதவிகிதம் பேர் மஸாக்கிஸ்டுகள் என்பது என் கருத்து. குஷ்டரோகியான தன் கணவன் தேவடியாள் வீட்டுக்குப் போக வேண்டும் என்று ஆசைப்பட, அவனை ஒரு கூடையில் வைத்து அவன் ஆசைப்பட்ட இடத்துக்குத் தூக்கிச் சென்ற நளாயினி மஸாக்கிஸ்டுக்கு ஒரு சிறந்த உதாரணம். எவ்வளவுதான் பெண் சுதந்திரம் வந்த பிறகும் கட்டிலைப் பொறுத்தவரை மேற்கு நாடுகளிலும் பெண்கள்தான் மஸாக்கிஸ்டுகளாக இருக்கிறார்கள். முடிந்தால் ஃப்ரெஞ்ச் பெண் இயக்குனர் Catherine Breillat இயக்கிய ரொமான்ஸ் என்ற படத்தைப் பாருங்கள். நான் சொல்வது புரியும்.

சரி, நன்றாக யோசித்துப் பாருங்கள். உங்கள் வாழ்க்கையில் எத்தனை தருணங்களில் நீங்கள் மஸாக்கிஸ்டாக இருந்திருக்கிறீர்கள்? தான் காதலித்த பெண் தன்னைக் காதலிக்கவில்லையே என தன் கையை பிளேடால் கிழித்துக் கொள்வதும், குடிகாரனாக மாறுவதும், தாடி வளர்ப்பதும் கூட மஸாக்கிஸம்தான்.

நடுத்தர வர்க்கங்களில் பல பெற்றோர் தங்கள் குழந்தைகளுக்கு முன்னே மஸாக்கிஸ்டுகளாகவே வாழப் பழகிக் கொண்டு விட்டனர். முன்பெல்லாம் பெற்றோர் சேடிஸ்டாக இருந்தார்கள். இப்போது நேர் எதிர். முன்பு தகப்பானார் பிள்ளையை அடித்தார். இப்போது பிள்ளை தகப்பனாரை அடிக்கிறான். நம் குடும்பங்களில் நமக்காக சமைத்துப் போட்டு, நம் குழந்தைகளுக்கு வேலைக்காரிகளாக வாழும் பெண்மணிகள் அத்தனை பேருமே மஸாக்கிஸ்டுகள்தான்.

சரி, எனக்கு ஒரு சந்தேகம். சில கோவில்களில் நான் பார்த்திருக் கிறேன். வரிசையாக பெண்கள் குப்புறப்படுத்துக் கிடக்க காலில் ஆணிகள் செருகிய மிதியடியை அணிந்து கொண்டு அந்தப் பெண்கள் மீது நடந்து வருவார் பூசாரி. இது இந்தியப் பாணி BDSM!

129. **அறிவுஜீவிகள் சமகாலத்தால் புறக்கணிக்கப்படுவது பொதுநியதி ஆகிவிட்டது. போலியான வெகுஜன அங்கீகாரம் பெற்ற இன்றைய எழுத்தாளர்களை எதிர்கால இலக்கியம் புறந்தள்ளுவது இயற்கையென்றால் இன்றைய அப்பட்டியல் எது?**

ராஜேஸ் ஆரோக்கியசாமி.

பத்து ஆண்டுகளுக்கு முன்பு என்றால் நான் அந்தப் பட்டியலைப் போட்டிருப்பேன். இப்போது முடியாது. இந்தப் பூவுலகில் வாழ எல்லோருக்கும் உரிமை இருக்கிறது. எது போலி, எது நிஜம் என்பதைச் சொல்ல நான் யார் என்ற மனப் பக்குவம் வந்து விட்டது. எதிர்காலம் வெறும் போலிகளை மட்டும் புறம் தள்ளவில்லை. வரலாறு பற்றிய எந்த அக்கறையும் இல்லாத தமிழர்கள், நிஜத்தையும் கூடப் புறம் தள்ளுவதில் வல்லவர்கள். இல்லாவிட்டால் அகத்தியர் எழுதிய ஒரு தமிழ் நூல் கூடக் கிடைக்காமல் போகுமா? (அவர் எழுதிய சம்ஸ்கிருத நூல் கிடைக்கிறது.) ஆனால் உண்மையான அறிவுஜீவிகளுக்குக் காலத்தால் அழிவில்லை என்றே உலக சரித்திரம் சொல்லுகிறது.

130. **லத்தின் அமெரிக்க இலக்கியத்தை அதிகமாக அறிமுகம் செய்திருக்கிறீர்கள். அதிலும் கற்பனையின் உச்சத்தில் எழுதுபவர்களையும் மரியோ பர்கஸ் யோசா போன்ற அதீத கதைசொல்லிகளையும் கண்டு வியந்திருக்கிறீர்கள். அப்படியிருக்கும்போது ஜோஸே சரமாகோ போன்று**

தனித்துவம் வாய்ந்த மொழிநடை கொண்டவரைப் பற்றி அதிகம் கூறாததற்கு சிறப்புக் காரணம் ஏதேனும் உண்டா ?

கிருஷ்ணமூர்த்தி, சேலம்.

உண்டு. ஹோசே சரமாகோ லத்தீன் அமெரிக்காவைச் சேர்ந்தவர் அல்ல என்பதுதான் காரணம். அவர் போர்த்துகலைச் சேர்ந்தவர். ஐரோப்பியர்களைப் பற்றி - அதுவும் நோபல் பரிசு வாங்கிய ஒருவரைப் பற்றி - ஒரு மூன்றாம் உலக நாட்டில் - அதுவும் எந்தவித இலக்கியப் பிரக்ஞையும் இல்லாத ஒரு பிரதேசத்தில் வாழும் நான் எழுதுவது பைத்தியக்காரத்தனம்.

லத்தீன் அமெரிக்காவிலேயே எல்லோராலும் அறியப்பட்ட கார்ஸியா மார்க்கேஸ் பற்றி நான் அதிகம் எழுதியதில்லை. யாராலும் பேசப் படாத - ஆனால் மார்க்கேஸை விட முக்கியமான எழுத்தாளர்களான கார்லோஸ் ஃபுவந்தெஸ், அலெஹோ கார்ப்பெந்த்தியர் போன்றவர்களைப் பற்றியே அதிகம் எழுதினேன். ஐரோப்பாவிலும் யாரும் அறியாத பல எழுத்தாளர்கள் உள்ளனர். செர்பிய எழுத்தாளரான மிலோராத் பாவிச் அப்படிப்பட்டவர்.

இன்னொரு காரணமும் உண்டு. கடந்த 15 ஆண்டுகளாக நான் லத்தீன் அமெரிக்க இலக்கியம் படிப்பதை நிறுத்தி விட்டு அரபி இலக்கியத்தைப் படித்துக் கொண்டிருக்கிறேன். ஐரோப்பிய மொழிகளான ஸ்பானிஷ், ஆங்கிலம், ஃப்ரெஞ்ச் போன்ற மொழிகளின் இலக்கியத்தை விட பல மடங்கு உச்சத்தில் இருக்கிறது சமகால அரபி இலக்கியம். அதைப் பற்றிப் பேச உலகில் ஒரு நாதி இல்லை. லெபனானிய எழுத்தாளர் Ghada Samman எழுதிய Beirut Nightmares ஒரு அற்புதமான நாவல்.

நமக்கெல்லாம் சவூதி அரேபியா என்றால் அங்கே பெட்ரோ டாலர்களில் திளைக்கும் ஷேக்குகளின் ஞாபகமே வரும். ஆனால் அதே சவூதி அரேபியாவில் வாழ்ந்தவர்தான் அப்துர் ரஹ்மான் முனிஃப். அவர் எழுதிய Cities of Salt ஒரு க்ளாஸிக். எந்த ஒரு ஐரோப்பிய எழுத்தாளரை விடவும் சிறந்த எழுத்தாளர் என்று அவரைச் சொல்ல முடியும். இப்படி அரபி மொழியில் ஒரு நூறு எழுத்தாளர்கள் இருக்கிறார்கள். அவர்கள் அனைவரையும் நான் படித்திருக்கிறேன்.

இறுதியாக, மரியோ பர்கஸ் யோசாவை நான் அதீத கதைசொல்லி என்று சொல்ல மாட்டேன். அதீதம் என்ற வார்த்தை அவருக்குப்

பொருந்தாது. அவர் ஒரு நல்ல கதைசொல்லி. நாம் ஏகப்பட்ட வார்த்தைகளை அநாவசியமாகப் பயன்படுத்துகிறோம். அதீத கதைசொல்லி என்றால் அது மார்க்கேஸ் தான்.

131. உங்களுக்கும் ஷோபா சக்திக்கும் இடையிலான உறவு, நெருக்கம் பற்றிச் சொல்லுங்களேன்.

பா. அன்னோஜன்.

நான் சந்தித்த அற்புதமான மனிதர்களில் ஒருவன் ஷோபா சக்தி. எழுத்திலும் வாழ்விலும் எவ்வித சமரசத்துக்கும் உட்படாதவன். என் அருமையான நண்பன். ஆனால் என்னிடம் அவனுக்கும் அவனிடம் எனக்கும் பிடிக்காத பல சமாச்சாரங்கள் உண்டு. தீவிர இடதுசாரியான அவனுக்கு வலதுசாரியாகி விட்ட என்னுடைய அரசியல் கருத்துக்கள் வெறுப்பை அளிக்கக் கூடியவை. ஷோபா சக்தியின் சிறுகதைகள் சர்வதேசத் தரம் வாய்ந்தவை என்பது என் கருத்து. அவனுடைய கதைகள் ஆங்கிலத்திலும் மொழிபெயர்க்கப்பட்டுள்ளன. எம்ஜியார் கொலை வழக்கு என்ற சிறுகதைத் தொகுதி கிண்டில் புத்தகமாகக் கிடைக்கிறது.

132. ஜனவரி 5-இல் நடக்கப் போகும் உங்கள் புத்தக வெளியீட்டு விழாவுக்கு வரும் பாலிவுட் நடிகை யார்? ஏன் பெயரைச் சொல்லவில்லை? இதில் என்ன ரகசியம்?

அருண்.

எந்த ரகசியமும் இல்லை. பாண்டிச்சேரியில் பிறந்து வளர்ந்த ஃப்ரெஞ்சுப் பெண்ணான கல்கி கோச்லின் ஒரு சிறந்த வாசகி. ஐரோப்பிய இலக்கியம் தெரிந்தவர். என்னுடைய ஸீரோ டிகிரியை (ஆங்கிலம்) பாலிவுட்டில் பணி புரியும் என் நண்பரிடம் கேட்டிருக்கிறார். நான் கையெழுத்திட்டு அனுப்பினேன். விழாவுக்கு வர அவருடைய ஒப்புதல் கிடைத்த பிறகு அது பற்றிச் சொல்லலாம் என்று நினைத்தேன். இப்போது சொல்லலாம். அவருடைய தேதி கிடைக்காததால் அவர் வரவில்லை. தருண் தேஜ்பாலும், நெல்சன் சேவியரும், அடியேனும் பேசுவோம்.

133. சிலர் தனக்கு உதவி செய்தவங்களுக்கே கெடுதல் செய்யும் அளவுக்கு 'நல்லெண்ணம்' படைத்தவர்களாக இருக்கிறார்கள். அந்த மாதிரி ஆட்களையும் வெறுக்காத குணத்தைப் பெற என்ன செய்ய வேண்டும்?

வெ.பூபதி, கோவை.

நல்ல இலக்கியமும் நல்ல சினிமாவும் நல்ல இசையும் ஒருவரை அந்த நிலைக்கு உயர்த்தும். இல்லாவிட்டாலும் வேறொரு வழி இருக்கிறது. நமக்குக் கிடைக்கும் எல்லா நன்மை, தீமைகளையும் அனுபவம் என்று எடுத்துக் கொண்டால் நம்மால் யாரையுமே வெறுக்க முடியாது. ஒருவர் எனக்கு மிகப் பெரிய நம்பிக்கைத் துரோகத்தைச் செய்தார். நான் அது பற்றிக் கவலைப்படவில்லை. கடவுள் எனக்குக் கொடுத்த அனுபவமாக மட்டுமே அதை நான் எடுத்துக் கொண்டேன்.

134. நீங்கள் இந்த விஷயத்தைப் பற்றிப் பலமுறை எழுதி இருப்பதால் கேட்கிறேன். இப்போதெல்லாம் பள்ளிகளிலேயே மாணவர்கள் பேட்டைரவுடிகளைப் போல கொலை, அடிதடி, திருட்டு என்று ஆரம்பித்து விடுகிறார்கள். இது முன்பும் இருந்தது என்றாலும் அங்கொன்றும் இங்கொன்றுமாக இருந்தது. இப்போது அங்கிங்கெனாதபடி பரவியுள்ளது. இனியும் இந்தச் சமூகத்ததை நல்லதொரு மாற்றத்தை நோக்கித் திருப்ப இயலும் என்று நம்புகிறீர்களா?

விக்கி

நம்முடைய ஒட்டு மொத்த சமூகச் சூழலே மாசு பட்டுக் கிடக்கிறது. என் வீட்டுக்கு சமையலில் உதவி செய்ய ஒரு பணிப்பெண் வந்தார். கூடவே தன்னுடைய மூன்று வயதுப் பையனையும் அழைத்து வந்தார். பையன் டை எல்லாம் கட்டியிருந்தான். எல்கேஜி படிப்பதாக சொன்னான். 30 வயதான என் மகன் கார்த்திக்கைப் பார்த்து, ''டேய், நீ என்னா பண்றே?'' என்று கேட்டான். அதை அவனுடைய அம்மா கவனிக்கவில்லை. பிறகு என்னை ஏய் என்று அழைத்தான். உடனே அவன் அம்மா, ''அப்படியெல்லாம் சொல்லக் கூடாது; அங்கிள் என்று அழைக்க வேண்டும்,'' என்று அறிவுரை சொன்னார். பிறகு, அவன் அம்மா அடுப்பில் வேலை செய்து கொண்டிருந்த போது, நீ நெருப்புப் பற்றி செத்துப் போய் விடுவாய் என்றான். உடனேயே அந்தப் பெண்ணை வேலையிலிருந்து நிறுத்தி விட்டேன். மூன்று வயதுச் சிறுவன் இப்படி இருப்பதற்குக் காரணம், அவனுடைய பெற்றோர்தான். எப்போதுமே டிவி சீரியல்தான் பார்த்துக் கொண்டிருப்பானாம்.

இப்படிப்பட்ட குழந்தை பின்னாளில் எப்படி வரும், வளரும்? சூழல் கெட்டுப் போக நம்முடைய தொலைக்காட்சியும் சினிமாவும் முக்கியமான காரணங்கள். பொழுதை நல்ல முறையில் போக்குவது எப்படி என்று தமிழர்களுக்குத் தெரியாது. அவர்களுக்கு நல்ல

சினிமா, நல்ல எழுத்து, நல்ல இசை போன்றவற்றில் பரிச்சயம் இல்லை. கல்வி முறையும் படு மோசமாக இருக்கிறது. இதெல்லாம் போக, திரும்பின இடமெல்லாம் கிடைக்கும் டாஸ்மாக். போதாதா?

மிக அடிப்படையான கலாச்சார மாற்றம் நிகழ்ந்தால் ஒழிய நீங்கள் குறிப்பிடுவது போன்ற வன்முறைச் சம்பவங்களைத் தவிர்க்க முடியாது.

135. துக்ளக் இதழ் படிப்பீர்களா? அதன் ஆசிரியர் சோ பற்றி? உங்கள் இருவரின் சமூக அரசியல் கருத்துகளும் ஒத்துப் போவது போல் உள்ளதே?

சரவணன். வி, பாபநாசம்

சில ஆண்டுகளுக்கு முன்பு துக்ளக்கில் ஆறு மாத காலம் ஒரு பத்தி எழுதினேன். துக்ளக்கில் எழுதிய ஒரே எழுத்தாளர் நானாகத்தான் இருப்பேன் என்று நினைக்கிறேன். அப்போது சோ அவர்களை சில முறை அவரது அலுவலகத்தில் சந்தித்திருக்கிறேன். ஒரு பிரபலமான நபர் இவ்வளவு எளிமையாக இருக்க முடியும் என்பதற்கு அவரைப் போன்ற உதாரணம் வேறு யாரும் இருக்க முடியாது. அவர் இந்தக் காலத்து மனிதரே அல்ல; இரண்டு மூன்று நூற்றாண்டுகளுக்கு முன்பு வாழ்ந்த அற்புதமான மனிதர்களைப் போன்றவர். சோவைப் போன்ற ஒரு மனிதரை இந்தக் கால கட்டத்தில் யாராலும் பார்க்க முடியாது. அசட்டுத் தனம், வீண் டம்பம், ஆடம்பரம், அகந்தை, ஈகோ போன்ற எந்தக் குணங்களும் இல்லாதவர். எளிமை, உண்மை, நேர்மை போன்ற நற்குணங்களின் உறைவிடம் அவர். அவருடைய இன்னொரு சிறப்பு, பகடி. முகமது பின் துக்ளக்கில் பின்னி எடுத்திருப்பார்.

ஆனால் சமீபத்தில் ஜெயலலிதா தீர்ப்பு விஷயத்தில் அவர் எழுதியிருந்ததைப் படித்து அதிர்ந்து விட்டேன். தீவிர அதிமுக ஆதரவாளரைப் போல் எழுதியிருந்தார். முகமது பின் துக்ளக்கில் பார்த்த சோ எங்கே என்று வியந்தேன்.

18

இஸ்ரோ விஞ்ஞானி மயில்சாமி அண்ணாதுரை எனக்குச் சொன்ன அறிவுரை!

டிசம்பர் 19, 2014

136. 'The angst of the Tamil brahmin: Live and let live' ***என்று*** Times of India-***வில் வெளியான பத்ரி சேஷாத்ரியின் கட்டுரையை எப்படிப் பார்க்கிறீர்கள்? அதனுடன் ஒத்துப் போகிறீர்களா?***

உமா மகேஸ்வரன்

ஏற்கனவே இது பற்றி பத்ரி சேஷாத்ரியின் கருத்தை ஒட்டியே எழுதியிருக்கிறேன். அவர் அந்தக் கட்டுரையில் சொல்லியிருப்பது அவ்வளவும் இன்றைய எதார்த்தம். என்னுடைய நண்பர் ஒருவர் பல ஆண்டுகளாக சினிமா துறையில் உதவி இயக்குனராக இருக்கிறார். சமீபத்தில் அவர் என்னிடம் கொஞ்சம் தயவான குரலில், ''யாரிடமும் நான் ப்ராமின் என்று சொல்லி விடாதீர்கள்,'' என்றார். உண்மைதான். இன்று சினிமா துறையில் ஒருவர் பிராமணர் என்று சொல்லிக் கொண்டு இயங்க முடியாது. சினிமா துறை மட்டும் அல்ல; எந்தத் துறையிலும் தமிழ்நாட்டில் ஒரு பிராமணனுக்கு வேலை இல்லை. முப்பதுகளிலிருந்தே பிராமணர்கள் தமிழ்நாட்டை விட்டு வெளியேறத் துவங்கி விட்டார்கள். சந்தேகமின்றி இது Exodus தான். முன்பு பம்பாய், தில்லி என்று போனார்கள். இன்று அமெரிக்கா.

தமிழ்ச் சமூகத்தில் அதிக அளவு வெறுக்கப்படும் சாதியினராக தலித்துகளும் பிராமணர்களும் இருக்கின்றனர். இன்றும் பல கிராமங்களில் இரட்டைக் குவளை முறை நடைமுறையில் உள்ளது. தலித்துகளை கோவிலுக்குள் அனுமதிக்காத பல கிராமங்கள் உள்ளன. சமூகத்தில் எவ்வளவு உயர்ந்த இடத்துக்கு வந்தாலும்

சமூகம் தரும் அவமரியாதையைத் தாங்கிக் கொண்டே ஆக வேண்டிய கட்டாயத்தில் இருக்கிறார்கள் தலித்துகள். ஆனால் தலித்துகளுக்கு இருக்கும் சட்டப் பாதுகாப்பு கூட இல்லாதவர்களாக இருக்கிறார்கள் பிராமணர்கள்.

கடந்த நூறு ஆண்டுகளாக பிராமண சமூகத்தைப் போல் வெளிப்படையாகத் தூற்றப்பட்ட, துவேஷிக்கப்பட்ட, கேலி கிண்டலுக்கு ஆளாக்கப்பட்ட சமூகம் தமிழ்நாட்டில் வேறு எதுவும் இல்லை. தமிழ் சினிமாவில் பிராமணர்களைக் கிண்டல் செய்வதும் அவதூறு செய்வதும் மிகவும் சகஜமான, எல்லோராலும் அங்கீகரிக்கப்பட்ட விஷயமாக இருக்கிறது. வேறு எந்த சாதியைப் பற்றியும் இவர்கள் இப்படிப் பேச முடியாது. பேசினால் நாக்கு இருக்காது. அப்படிப் பேசக் கூடிய சாத்தியமே இங்கு இல்லை. சுஜாதா ஒரு தொடர்கதையில் ஒரு சாதிப் பெயரைக் குறிப்பிட்டு எழுதியவுடன் கிளம்பிய எதிர்ப்பில் அந்தத் தொடர்கதையே நிறுத்தப்பட்டது.

ஆனால் விஸ்வரூபம் என்ற படத்தில் கமல்ஹாசன் ஒரு பெண்ணிடம், ''பாப்பாத்தி, சிக்கனை டேஸ்ட் பண்ணி சொல்லு,'' என்று படு சாதாரணமாகச் சொல்ல முடிகிறது. அதேபோல் அவருடைய பேட்டிகளிலும் பார்ப்பனர் என்றே குறிப்பிடுகிறார். தலித் பெண்ணையோ, வேறு எந்த சாதியையோ பற்றி இப்படி அவர் குறிப்பிட முடியுமா? தலித்துகளின் சாதியைக் குறிப்பிட்டுத் திட்டினால் சட்டப்படி குற்றம் என்கிற போது பிராமணர்களை மட்டும் திட்டலாமா? திட்டலாம். கேட்பதற்கு யாரும் இல்லை என்பதுதான் தமிழ்நாட்டின் நிலை. கமல் மட்டும் அல்லாமல் எல்லா முற்போக்கு பிராமணர்களுமே பார்ப்பனர் என்றே குறிப்பிடுகின்றனர். பிராமணர் என்று சொல்லி விட்டால் எங்கே தங்களுடைய முற்போக்கு அடையாளம் கலைந்து விடுமோ என்று அஞ்சுகிறார்கள்.

என் மனைவி ஒரு பிராமணப் பெண் என்பதால் முதல் சந்திப்பிலேயே என் தாயார் அவளை அவமதித்தார். ''ஒரு பாப்பாத்தியைக் கல்யாணம் பண்ணிக்கிட்டு வந்துட்டியே?'' என்று அவள் முன்னாலேயே கேட்டார். தொடர்ந்து இப்படியே அவளை அவமானப்படுத்தி வந்ததால் என் பெற்றோரை ஏழு ஆண்டுகள் நான் சந்திக்காமலேயே இருந்தேன். நான் வேறு எந்த சாதிப் பெண்ணைத் திருமணம் செய்து கொண்டிருந்தாலும் இந்த அவமரியாதை நடந்திருக்காது. தலித் பெண்ணைத் தவிர

என்பதையும் இங்கே ஞாபகத்தில் கொள்ளவும். தலித்துகளையும் பிராமணர்களையும் இந்த சமூகம் எப்படி நடத்துகிறது என்பதற்கு இந்தச் சம்பவம் ஒரு உதாரணம். அதிலும் குறிப்பாக அந்த இரண்டு சாதிகளைச் சார்ந்த பெண்களின் ஒழுக்கம் பற்றி சமூகத்தில் நிலவும் நம்பிக்கைகள் மிக மோசமானவை. மெத்தப் படித்தவர்களே அப்படித்தான் கருதுகின்றனர். அம்மா வந்தாளில் தி.ஜானகிராமனே எழுதி விட்டார் என்று சொன்ன பலரை நான் பார்த்திருக்கிறேன். தஞ்சாவூரில் நான் கல்லூரியில் படித்த காலத்தில் பிராமணப் பெண்களைப் பற்றி நிலவிய கட்டுக் கதைகளுக்குப் பஞ்சமே இல்லை.

தங்களுக்கு எதிராக சமூகத்தில் நிலவும் துவேஷத்தை பிராமணர்கள் எதிர்கொண்டது எப்படியெனில் - அவர்கள் அதற்கு எதிராகப் போராடுவதைத் தவிர்த்து விட்டுத் தங்களின் வாழ்விடங்களை மாற்றிக் கொண்டனர்; தங்களை துவேஷித்த சமூகத்தையும் அந்தச் சமூகத்தின் மொழியையும் அந்தச் சமூகம் வாழ்கின்ற நிலவெளியையும் முற்றாகப் புறக்கணித்தனர். தமிழுக்குப் பதிலாக ஆங்கிலத்தையும், தமிழ்நாட்டுக்குப் பதிலாக அமெரிக்காவையும் சுவீகரித்துக் கொண்டனர்.

தமிழை வளர்த்ததாக திராவிட இயக்கங்களைச் சேர்ந்தவர்கள் சொல்லித் திரிந்தாலும் அவர்களுடைய ஆட்சியில்தான் தமிழ் அழிந்தது. கடந்த முப்பது ஆண்டுகளில் மெல்ல மெல்ல தமிழ் பேச்சு மொழி ஆனதற்கு திராவிடக் கட்சிகளே காரணம். மாறாக, பிராமணர்கள் இதுவரை தமிழை வளர்த்தே வந்திருக்கின்றனர். உ.வே.சாமிநாதைய்யர் இல்லாவிட்டால் இன்று சங்கத் தமிழ் இலக்கியமே கிடைத்திருக்காது. தமிழ் வேதம் என்று கருதப்படும் நாலாயிரத் திவ்யப் பிரபந்தம் ஆழ்வார்கள் நமக்கு அளித்த சொத்து. அவர்களைப் போல் தமிழ் வளர்த்தவர்கள் யார்? இன்றளவும் பெருமாள் கோவில்களில் திவ்யப் பிரபந்தத்தைப் பாடிப் பாடித் தான் தமிழ் வளர்க்கிறார்கள் பிராமணர்கள். மேடைகளில் தமிழ் தமிழ் என்று வாய் கிழியக் கத்தும் திராவிடக் கட்சிகளின் அரசியல்வாதிகள் தமிழுக்கு எதுவுமே செய்யவில்லை என்பதோடு மட்டும் அல்லாமல் தமிழ் இன்று பேச்சு மொழியாகி விட்டதற்கும் அவர்களே காரணம்.

இன்று தமிழ்நாட்டில் சாதியைப் பேணுகின்றவர்கள் இடைநிலைச் சாதியினர்தாம். இடைநிலைச் சாதிகளால்தான் இன்று சமூகத்தில் சாதி உணர்வு மீண்டும் கடுமையான முறையில்

தலை தூக்கியிருக்கிறது. இன்னொரு முக்கியமான விஷயம், தலித்துகள் மீதான வன்முறையைக் கட்டவிழ்த்து விடுபவர்களும் இந்த இடைநிலைச் சாதியினராகவே இருக்கின்றனர். சாதி வன்முறையில் பிராமணர்கள் ஈடுபடுவதே இல்லை. அவர்கள் சாதீய ஒடுக்குமுறையிலிருந்து வெளியே போய் விட்டனர்.

பிராமணர்கள் உடல் உழைப்பில் ஈடுபடுவதில்லை என்று ஒரு தவறான கருத்து வேறு சமூகத்தில் நிலவுகிறது. கோவில்களில் பணி புரியும் அர்ச்சகர்களின் நிலை வயலில் நின்று வேலை பார்க்கும் குடியானவர்களின் நிலையை விட மோசமானது. நாள் முழுவதும் அக்கினிக்கு (தீபாராதனை) அருகிலேயே நின்று அவர்கள் படும் கஷ்டம் சொல்லி மாளாது. ஏழு எட்டு மணி நேரம் அவர்கள் சிறுநீர் கழிக்கக் கூட வெளியே போக முடியாமல் அவஸ்தைப் படுகின்றனர். போனால் விக்ரகங்களின் மீது உள்ள விலை மதிக்க முடியாத ஆபரணங்கள் திருடு போய் விடும். இதேபோல் சவுண்டிப் பிராமணர்களின் நிலையும் மிகவும் துயரமானது.

கடைசியாக, ஒவ்வொரு சாதிக்கும் அவர்களுக்கான குல வழக்கம், வழிபாடு, சடங்குகள், பேச்சு மொழி என்று பலவிதமான கலாச்சார அடையாளங்கள் இருக்கின்றன. அதேபோல்தான் பிராமணர்களுக்கான பேச்சு மொழியும், வழிபாடும், சடங்குகளும், குல வழக்கங்களும். ஆனால் தமிழ்நாட்டில் நிலவும் பிராமணத் துவேஷத்தினால் அவர்களின் கலாச்சார அடையாளங்கள் இன்று காணாமலே போய் விட்டன. அது மிகவும் துரதிர்ஷ்டவசமானது.

இன்னொரு முக்கிய விஷயம். தலித்துகள், பிராமணர்களைப் போல் இஸ்லாமியர்களும் வெறுத்து ஒதுக்கப்படுகிறார்கள். அந்த வெறுப்பு சமயங்களில் வெளிப்படையாகவும் பல சமயங்களில் மறைமுகமாகவும் அவர்கள் மீது பிரயோகிக்கப்படுகிறது.

137. பொதுஇடங்களில்முத்தமிடுவதுபற்றிஎன்னநினைக்கிறீர்கள்? உங்களுக்கு இதில் அனுபவம் இருக்கிறதா? அதில் எந்தத் தவறும் இருப்பதாக எனக்குத் தெரியவில்லை.

ராஜீவ்

எனக்கும் அதில் எந்தத் தவறும் இருப்பதாகத் தெரியவில்லை. ஒரு காதலனும் காதலியும் ஒரு கணவனும் மனைவியும் பொது

இடத்தில் முத்தமிட்டுக் கொள்வது ஒரு குழந்தைக்கு முத்தமிடுவது போல் ஒரு அன்பான விஷயமாகத்தான் எனக்குத் தெரிகிறது. எந்தக் காமமும் அதில் எனக்குத் தெரியவில்லை. படுக்கை அறையில் உருண்டு புரண்டு முத்தமிட்டுக் கொள்வது மாதிரியா பொது இடத்தில் முத்தமிடுவார்கள்? இதை ஆபாசமாகப் பார்ப்பவர்களின் கண்களிலும் கருத்திலும்தான் ஆபாசம் இருப்பதாகக் கருதுகிறேன். ஒரு ஆணும் பெண்ணும் முத்தமிட்டுக் கொள்வதைப் பார்த்து ஒருவருக்கு ஆபாசமாகத் தோன்றினால் அவரிடம் ஏதோ பயங்கர மான மன விகாரமும் வக்கிரமும் இருக்கிறது என்றுதான் பொருள். அப்படிப்பட்டவர்கள் ஒரு பெண்ணைப் பார்த்தாலே தூண்டுதல் அடைந்து விடுவார்கள் என்றே நினைக்கிறேன். என்னைப் பொறுத்தவரை ஒரு பெண்ணை உற்றுப் பார்ப்பதே அந்தப் பெண்ணின் அந்தரங்கத்தில் அத்துமீறும் செயலாகும். அப்படி இருக்கும் போது ஒரு பெண்ணைப் பார்த்து ஒருவன் காமக் கிளர்ச்சி அடைகிறான், அவளைச் சீண்டுகிறான் என்றால் அவன் தண்டிக்கப்பட வேண்டியவன்.

பொது வெளியில் முத்தமிடுவது தவறு; அதைப் பார்த்து குழந்தைகள் கெட்டு விடும் என்று கத்துபவர்களிடம் நான் பல கேள்விகளைக் கேட்க வேண்டியிருக்கிறது. நம் சினிமாவைப் பார்த்துக் கெடாத பிள்ளைகளா முத்தத்தைப் பார்த்து கெட்டு விடப் போகின்றன? உண்மையில் இந்த சமூகத்தின் பாலியல் சீரழிவுக்கு சினிமாவில் காண்பிக்கப்படும் பாலுணர்வுக் காட்சி களே காரணம். வயது வந்தவர்களுக்கு மட்டும் என்று சான்றிதழ் வாங்கிய படங்களை சிறுவர்கள் பார்ப்பதற்கு ஏதேனும் தடை இருக்கிறதா இங்கே? இங்கே உள்ள கலாச்சாரக் காவலர்களால் சீரழிவுக் கலாச்சாரம் என்று வர்ணிக்கப்படும் மேற்குலக நாடுகளில் வயது வந்தோர்க்கு மட்டும் என்ற சான்றிதழ் பெற்ற படங்களை சிறுவர்கள் பார்க்கவே முடியாது. அது மட்டும் அல்ல; வீட்டிலும் எல்லா சேனல்களையும் சிறுவர்கள் பார்க்க இயலாது. அதற்கான தடைகள் ஒவ்வொரு தொலைக்காட்சிப் பெட்டியிலும் உண்டு.

ஒரு உதாரணம் சொல்கிறேன். பிரிட்டனில் வாழும் ஒரு தமிழ்க் குடும்பம் 300 மைல் தூரம் காரில் பயணம் செய்து லண்டனுக்கு வந்து வாரணம் ஆயிரம் படம் பார்க்கப் போனார்கள். ஒரு தம்பதியும், ஒன்பது வயது மகளும். டிக்கட்டை முன்பே முன்பதிவு செய்திருந்தார்கள். ஆனால் தியேட்டரில் அவர்களை அனுமதிக்கவில்லை. படத்தில் சூர்யா ட்ரக் அடிக்ட். ஒரு காட்சியில் மிக வெளிப்படையாக கையில் போதை ஊசியைப் போட்டுக்

கொள்வார். அதை அந்த ஒன்பது வயதுக் குழந்தை பார்க்கக் கூடாது. படம் பார்க்க முடியாமல் தம்பதியர் திரும்பி விட்டார்கள். மேலை சமூகம் குழந்தைகளை எப்படிப் போஷிக்கிறது என்பதை இதிலிருந்து நீங்கள் தெரிந்து கொள்ளலாம். ஆனால் இங்கே தமிழ்நாட்டிலோ எட்டு, ஒன்பதாம் வகுப்புப் பையன்கள் தண்ணி போட்டு விட்டு வந்து டீச்சரின் புடவையை இழுக்கிறான்கள். ஏன்? மதுவும் பாலுணர்வுத் தூண்டலும் இங்கே கட்டுக்கடங்காமல் ஓடுகிறது. திறந்த இடமெல்லாம் டாஸ்மாக். குழந்தைகளும் சிறார்களும் பார்க்கவே கூடாத காட்சிகளைக் கொண்ட சினிமா அல்லது சினிமாவின் நீட்சியான தொலைக்காட்சி.

இன்னொன்று, கணினியும் அலைபேசியும். போர்னோ தளங்கள் அனைத்தும் அனைவரின் பார்வைக்கும் விரிந்து கிடக்கின்றன. இதற்கெல்லாம் எந்தத் தடையும் இல்லை. ஆறு வயதுக் குழந்தையும் பார்க்கலாம். பதினாறு வயது மாணவர்களும் பார்க்கலாம். ஒரு எட்டாம் வகுப்பு மாணவி ஒரு பதினொன்றாம் வகுப்பு மாணவனிடம் chat செய்யும் போது கேட்டாளாம், "நீ Sunny Leone படம் பார்த்திருக்கிறாயா?" என்று. இந்த சீரழிவுக்குக் காரணம், ஆணும் பெண்ணும் பொதுவிடத்தில் முத்தம் கொடுப்பதுதானா? சிறார்களுக்குத் தடையே இல்லாமல் கிடைக்கும் சினிமாவும் கணினி / இண்டர்நெட் வசதிகளும்தான். ஒட்டு மொத்தமாக சமூகத்தில் வன்முறையும் பாலுணர்வுத் தூண்டலும் மிக அதீதமாகப் போய்க் கொண்டிருக்கிறது. ஒரு பத்திரிகையை எடுத்தால் முக்கால்வாசிப் பக்கங்கள் முக்கால் நிர்வாணப் பெண்களின் புகைப்படங்களைத்தானே பார்க்க முடிகிறது?

முத்தம் என்பது ஒரு ஆணும் பெண்ணும் தங்கள் அன்பை வெளிப்படுத்திக் கொள்வதற்காக ஏற்படுத்தப்பட்ட ஒரு அடையாளம் என்பதை நாம் நம்முடைய குழந்தைகளுக்குப் புரிய வைப்போம். அதை விட அவசரத் தேவை, சினிமா, தொலைக்காட்சி, இண்டர்நெட் ஆகியவற்றை முறைப்படுத்துவது.

138. சமீபத்தில் உங்களை ஆச்சரியப்படுத்திய சம்பவம்?

ராஜா, மதுரை.

சமீபத்தில் இஸ்ரோ விஞ்ஞானி மயில்சாமி அண்ணாதுரை கலந்து கொண்ட ஒரு நிகழ்ச்சியில் நானும் பேச நேர்ந்தது. கன்னடத்திலும் மலையாளத்திலும் இந்தியிலும் ஏழெட்டு பேர் ஞானபீடப் பரிசு பெற்றிருக்கும் போது தமிழில் மட்டும் இரண்டே பேருக்கு மட்டுமே

கிடைத்திருக்கிறது என்று என் பேச்சில் ஆதங்கப்பட்டேன். பேசி முடித்ததும் விஞ்ஞானி மயில்சாமி அண்ணாதுரை என்னிடம் சொன்னார். ''எழுத்தாளர்களெல்லாம் ஒற்றுமையாக இருந்தால் இரண்டு அல்ல, இருபதே வாங்கலாம். ஆனால் நீங்கள்தான் ஒருவருக்கொருவர் அடித்துக் கொள்கிறீர்களே? நீங்கள் அவரை உத்தமத் தமிழ் எழுத்தாளர் என்கிறீர்கள். அவர் பதிலுக்கு உங்களைத் தாக்குகிறார். இப்படி மாறி மாறி அடித்துக் கொண்டால் எப்படிப் பரிசு வாங்குவது? விஞ்ஞானிகளாகிய நாங்கள் ஒற்றுமையாக இருந்ததால்தான் செவ்வாய் கிரகத்துக்கே ராக்கெட் விட முடிந்தது.'' என்னிடம் சொன்னது மட்டுமல்ல; மேடையிலும் இதைக் குறிப்பிட்டார். எனக்கு ஆச்சரியத்தில் மயக்கமே வந்து விட்டது; என்னுடைய உத்தமத் தமிழ் எழுத்தாளனெல்லாம் படித்திருக்கிறாரே இவர் என. அப்போது நான் எனக்குள் ஒரு சபதம் எடுத்தேன். இனிமேல் எந்த எழுத்தாளரோடும் சண்டையே போடுவதில்லை.

உடனே ஜெயமோகனுக்கு ஃபோன் போட்டேன். அவர் எங்கோ ஒரு ஜங்கிளில் மோகன்லாலுக்குக் கதை சொல்லிக் கொண்டிருந்தார். அவரைப் பிடித்து ''இனிமேல் நான் உங்களைப் பாராட்டுவேன்; நீங்கள் என்னைப் பாராட்ட வேண்டும்,'' என்றேன். ''அதைத்தான் 1992-இலேயே நித்ய சைதன்ய யதி சொல்லி நானும் தீவிரமாகப் பின்பற்றி வருகிறேனே சாரு? உங்களைப் பற்றி இதுவரை நான் ஒரு வார்த்தை தப்பாக எழுதியிருப்பேனா?'' என்றார். சரிதான் சரிதான் என்று சொல்லி அதிர்ச்சியில் துடித்த நெஞ்சைப் பிடித்துக் கொண்டு மனுஷ்ய புத்திரனுக்கு ஃபோன் போட்டேன். கலைஞர் டிவி லைவ் ப்ரொக்ராமிலிருந்தே என்னோடு பேசினார் மனுஷ். பெயருக்கேற்றபடி நல்ல மனுஷன். ஒரு wrong call வந்தால் கூட ஐந்து நிமிடம் பேசி விட்டுத்தான், ''ஸாரி, இது ராங் நம்பர்,'' என்பார். விஷயத்தைச் சொன்னேன்.

''நீங்கள் என்னைப் பாராட்டாவிட்டாலும் பரவாயில்லை; திட்டாமல் இருந்தால் போதும் மனுஷ்,'' என்றேன். ''என்னது திட்டா? 20 ஆண்டுகளுக்கு முன்பு நான் நாகர்கோவிலிலிருந்து சென்னைக்கு ரயிலேறி எக்மோர் ஸ்டேஷன் வந்த அன்று என்னை ஸ்டேஷனில் வந்து பார்த்த முதல் ஆளே நீங்கள் தானே சாரு? அப்படிப்பட்ட உங்களைத் திட்டுவேனா? ஒரு வரி காண்பிக்க முடியுமா? உங்களை என் அளவுக்குப் பாராட்டியவன் யாரும் கிடையாது,'' என்று இதே ரீதியில் ஏழு நிமிடம் பேசி விட்டு அவசர அவசரமாக, ''நான் லைவ் ப்ரோக்ராமில் இருக்கேன்; அப்புறம்

பேசுவோம்,'' என்று நிறுத்தி விட்டார். ஆனால் ஃபோனை நிறுத்தவில்லை போல. "இந்துத்துவாவை எதிர்த்து நான் ஏன் போராடிக் கொண்டிருக்கிறேன் என்றால்" என்று உச்ச ஸ்தாயியில் அவர் குரல் கேட்டது.

பிறகு எஸ்.ராமகிருஷ்ணனுக்கும் ஃபோன் செய்து விஷயத்தைச் சொன்னேன். "நமக்கு இது செல்லாது சாரு. நாம்தான் ஏற்கனவே பல ஆண்டுகளாக இந்த உடன்படிக்கையில் இருக்கிறோமே?" என்றார். அதுவும் சரிதான் என்று சொன்னேன்.

முக்கியமாக கவனிக்க வேண்டியது என்னவென்றால், எனக்கு விஞ்ஞானிகள் என்றால் ரொம்பப் பிடிக்கும். எழுத்தாளர்களை விடப் பிடித்தது விஞ்ஞானிகளைத்தான். நாம் வாழும் வாழ்க்கையே விஞ்ஞானிகள் கொடுத்த பிச்சைதானே? இந்தக் கணினி, மின்சாரம், மின்விசிறி, ஏசி, ரயில், விமானம், எல்லாம் எல்லாம் விஞ்ஞானி கொடுத்தது. எனவேதான் இஸ்ரோ விஞ்ஞானி மயில்சாமி அண்ணாதுரை அவர்கள் சொன்ன அறிவுரையை சிரமேற்கொண்டு இந்த முடிவுக்கு வந்தேன். என் முடிவை ஏற்றுக் கொண்ட சக எழுத்தாளர்களுக்கு நன்றி.

19

லிங்கா, PK?

டிசம்பர் 26, 2014

139. முதலில் ஃபங்க் முடி, நீட்ஷே மீசை, பிறகு மொட்டைத் தலை, இப்போது சால்ட் அண்ட் பெப்பர் மாற்றத்துக்கு என்ன காரணம்? ஏன் டை அடிப்பதை நிறுத்தி விட்டீர்கள்?

டாக்டர் ஸ்ரீராம், சென்னை.

ஃபங்க் முடி ரொம்பவும் பிடிக்கும். ஆனால் அவந்திகாவுக்குப் பிடிக்காததால் அதை விட்டு விட நேர்ந்தது. ஐரோப்பிய நாடுகளில் பெரும்பான்மையோர் மொட்டைத் தலையோடு இருப்பதைப் பார்த்து அதில் ஒரு விருப்பம் வந்து விட்டது. 2001-இல் ஃப்ரான்ஸுக்கு முதல் முதலாகப் போவதற்கு முன்பு வரை, மிஷல் ஃபூக்கோ மொட்டைத் தலையோடு இருப்பதைப் பார்த்து, அது ஃபூக்கோவின் தனிப்பட்ட ஸ்டைல் என்று நினைத்திருந்தேன். கடைசியில் பார்த்தால் அங்கெல்லாம் பெரும்பாலும் மொட்டைத் தலையோடுதான் இருக்கிறார்கள். முடி திருத்தும் நிலையங்களில் ஊழியர்கள் எல்லோரும் வாடிக்கையாளர்களுக்கு மும்முரமாக மொட்டைதான் அடித்துக் கொண்டிருக்கிறார்கள். ஆனால் அவந்திகாவுக்கு மொட்டைத் தலை பிடிக்கவில்லை என்பதால் சமரசம் செய்து கொண்டேன்.

டை அடிப்பதை நிறுத்தியதற்குக் காரணம், தமிழ்நாட்டு அரசியல்வாதிகள். ஒருத்தர் பாக்கியில்லாமல் எழுபது வயதுக்கு மேலும் கறுப்பு மசியைப் பூசிக் கொண்டிருக்கிறார்கள். சகிக்க முடியவில்லை. ரெண்டே ரெண்டு முடி இருப்பவர்கள் கூட அந்த ரெண்டு முடிக்கு டை அடித்துக் கொண்டுதான் வெளியிலேயே தலை காட்டுகிறார்கள்.

ஆனால் எனக்கு ஒரு சந்தேகம். அறுபது வயது கமல்ஹாசனின் கை முடி, புருவம் எல்லாம் கூட கறுப்பாகவே இருக்கிறதே? அவருக்கு இன்னும் நரைக்கவில்லையா? அல்லது, கைக்கெல்லாம் கூட டை அடிப்பாரா?

140. PK?

தரணீஷ்வர், புதுதில்லி.

நீங்கள் கேட்ட பிறகுதான் போய்ப் பார்த்தேன். அட்டகாசமான படம். வெளி கிரகத்திலிருந்து பூமிக்கு வரும் ஆமிர் கான். பூமிக்கு வந்த அடுத்த நிமிடம் அவருடைய ரிமோட் தொலைந்து விடுகிறது. திரும்பவும் அவர் தன் கிரகத்துக்குப் போகிறாரா என்பதே கதை. ரகளை செய்திருக்கிறார் இயக்குனர் ராஜ்குமார் ஹிரானி. ஏற்கனவே முன்னா பாய் எம்பிபிஎஸ், த்ரீ இடியட்ஸ் போன்ற நல்ல படங்களைக் கொடுத்தவர்.

ஆமிர் கானின் நடிப்பும் பிரமாதம். முதல் பத்து நிமிடங்களில் அவர் நிர்வாணமாகவே நடித்திருக்கிறார். (அவருடைய கிரகத்தில் மனிதர்கள் ஆடை அணிவதில்லையாம்.) அந்த தைரியம் இங்கே கமலைத் தவிர வேறு யாருக்கும் கிடையாது. இந்தியா முழுவதும் சக்கை போடு போடுகிறது பிகே. வசனங்களில் தியேட்டரே குலுங்குகிறது. அத்தனை கிண்டல், கேலி. படத்தில் எனக்குத் தெரிந்த இரண்டே குறைகள், நீதி போதனையைக் கொஞ்சம் குறைத்திருக்கலாம்; இசை இன்னும் கொஞ்சம் நன்றாக இருந்திருக்கலாம். இந்தப் படத்தைத் தமிழில் எடுத்துக் கெடுத்து விடுவார்கள் என்று நினைக்கிறேன்.

141. **பின்நவீனத்துவத்தில் வாசகரின் பங்கு பற்றி நீங்கள் நிறையவே எழுதியிருக்கிறீர்கள். 'இலக்கியம் என்றால் என்ன?'' என்ற ஜான் பால் சார்த்தரின் நூலில் இது பற்றி அவர் என்ன கூறுகிறார்?**

கே.சி.கட்டிமுத்து, சிவகாசி.

(பரிசுக்குரிய கேள்வி)

இந்த உலகத்தை நாம் உருவாக்கவில்லை; ஆனால் இதற்கான அர்த்தத்தை நாம்தான் உருவாக்குகிறோம். எப்படி என்றால் - இது சார்த்தர் கூறிய உதாரணம்: காட்டில் ஒரு மரம் வீழ்கிறது; அங்கே அதை கவனிக்க யாருமே இல்லை என்றால் அந்த மரம்

வீழ்ந்ததில் எந்த அர்த்தமும் இல்லை. ஒரு சத்தம் கேட்கும். அவ்வளவுதான். ஆனால் அந்த இடத்தில் அதை ஒரு மனிதன் பார்க்கிறான் என்றால் அந்த மரம் வீழ்ந்தது என்பதன் அர்த்தம் உருவாகிறது. அதைப் போலவேதான் சார்த்தர் இரண்டு விதமான வாசகர்களைச் சொல்கிறார். ஒன்று, மாடு அசை போடுவதைப் போல (இது என்னுடைய உதாரணம்) வாசிப்பதை வாசிப்பதோடு மறந்து விடுவது. அந்தப் புத்தகம் அந்த வாசகரிடம் எவ்வித பாதிப்பையும் ஏற்படுத்தாது. இன்னொரு வித வாசகர், உங்களைப் போல. அவர், தான் படித்ததைத் தன்னுடைய அனுபவத்தையும் ஆளுமையையும் கொண்டு மறு உருவாக்கம் செய்கிறார். இதுதான் சார்த்தரின் வாசகர்.

ஆனால் பின் நவீனத்துவம் இதற்கும் மேலே செல்கிறது. "மறு உருவாக்கம் என்றெல்லாம் ஜல்லி அடிக்காதீர்கள் மிஸ்டர் சார்த்தர்; எழுதியதுமே எழுத்தாளன் இறந்து விடுகிறான். (Author is dead!) வாசகர்தான் அந்த எழுத்தைத் திரும்ப எழுதுகிறார்," என்றார் ரொலான் பார்த்.

வாசிப்பு என்பதற்கு நான் கொடுக்கும் விளக்கம்: பின் நவீனத்துவத்துக்கு முந்தைய வாசிப்பு ஃபாஸ்ட் பூட் சாப்பிடுவதைப் போல. அதில் நமக்கு ஒன்றும் வேலை கிடையாது. பின் நவீனத்துவம் முன் வைக்கும் வாசிப்பு, தூண்டிலை எடுத்துக் கொண்டு நதிக்கரைக்குப் போய் நாமே மீன் பிடித்து வந்து சமைத்து உண்பதைப் போல. முதலாவதில், எந்த வித சாகசத்துக்கும் கற்பனைக்கும் இடம் இல்லை. இரண்டாவது முழுக்க முழுக்க சாகசத்திற்கும் நம்முடைய கற்பனைக்கும் இடம் கொடுப்பது.

142. ஹாரிபாட்டர், ஹாபிட், லார்ட் ஆப் தி ரிங்ஸ் போன்ற ஃபேண்டஸி படங்கள் பார்க்கும் வழக்கம் உங்களுக்கு உண்டா?

கே.சுரேஷ், சென்னை.

ஐரோப்பிய, லத்தீன் அமெரிக்கப் படங்கள் நன்கு பரிச்சயம் என்றாலும் ஹாலிவுட் படங்கள் அதிகம் பார்த்ததில்லை. ஜுமாஞ்ஜி, மாஸ்க், லயன் கிங் போன்ற படங்கள் பிடித்தன. நீங்கள் குறிப்பிட்ட பிரபலமான படங்களைப் பார்க்க வேண்டும் என்று நினைத்துக் கொண்டே இருக்கிறேன். இன்னும் நேரம் வாய்க்கவில்லை.

143. மற்ற நாடுகளில் தடை செய்யப்பட்ட உணவுப் பொருட்களை/ மருந்துகளை இந்தியாவில் சுதந்திரமாக விற்பனை செய்வதாக செய்தியில் படிக்கிறோமே. அப்படியென்றால் இந்தியாவையே அவர்கள் ஒரு பெரிய குப்பை நாடாக நினைக்கிறார்கள்தானே? இங்குள்ள முதலாளிகள், மக்களின் மேல் அக்கறை இல்லாமல் இதற்கு உடந்தையாக இருக்கிறார்கள்தானே? இதற்கு என்னதான் தீர்வு?

வெ.பூபதி, கோவை.

முதலில் நம்மை நாமே மதிக்காவிட்டால் வெளிநாட்டுக்காரன் எப்படி மதிப்பான்? இங்கே சென்னையில் உள்ள மெரினா கடற்கரையை ஒருமுறை வந்து பாருங்கள். ஒரு பிரம்மாண்டமான குப்பைக் கூள மணல்வெளியையே காணலாம். உலகில் வேறு எங்குமே ஒரு அழகான கடற்கரையை இப்படிக் குப்பைத்தொட்டியாக மாற்றி வைத்திருக்க மாட்டார்கள். உங்கள் வீட்டை விட்டு வெளியே வந்து பாருங்கள். உங்கள் தெரு முழுக்கவும் எவ்வளவு குப்பை என்று உங்களுக்குத் தெரியும். சிங்கப்பூரில் தெருவில் குப்பை போட்டால் அபராதம் கட்ட வேண்டும். சிகரெட் துண்டு, பஸ் டிக்கட், சாக்லெட் சாப்பிட்ட காகிதம், மற்றும் இன்னோரன்ன குப்பைகள் எதைப் போட்டாலும் அபராதம்தான். ஆனால் அங்கே லிட்டில் இந்தியா என்று ஒரு இடம் இருக்கிறது. இந்தியர்கள் வாழும் பகுதி. அது அச்சு அசலாக நம் இந்தியா மாதிரியே குப்பைத் தொட்டியாக இருக்கும். தூய்மை என்ற விஷயத்தில் இந்தியர்களின் மனோபாவம் மாறாத வரை வெளிநாட்டுக்காரனும் நம் நாட்டை குப்பைத் தொட்டியாகத்தான் பார்ப்பான். சுற்றுப்புறத் தூய்மை என்பதை நம் குழந்தைகளுக்கு இரண்டு வயதிலிருந்தே குடும்பத்திலும் பள்ளிக்கூடங்களிலும் கற்பித்தால் ஒழிய இதற்கு வேறு வழியே இல்லை. மோடியைப் போல் சாலையைப் பெருக்கி போஸ் கொடுப்பதெல்லாம் வேலைக்கு ஆகாது. புற்றுநோய்க்கு ஷாம்பூ தேய்த்துக் குளிப்பது மருந்து அல்ல.

மேலும், இது வெறும் குப்பை போடும் விஷயம் மட்டும் அல்ல. இது ஒரு சமூகவியல் பிரச்சினை. ஏழைக்கும் பணக்காரனுக்கும் உள்ள வித்தியாசம் இந்தியாவைப் போல் வேறு எந்த நாட்டிலும் இருக்காது. இதை முதலில் ஒழிக்க வேண்டும். அதற்கு எல்லோருக்கும் சமமான கல்வியும் சுகாதார உதவியும் கிடைக்கச் செய்ய வேண்டும். ஒரு ஆட்டோக்காரரின் குழந்தைக்கும் முதல்

மந்திரியின் குழந்தைக்கும் ஒரே விதமான கல்வி கிடைக்க ஆவன செய்ய வேண்டும்.

144. லிங்கா படம் பாத்தாச்சா?

முருகசாமி, கேகே நகர், சென்னை.

நான் வணங்கும் மகா அவ்தார் பாபாதான் என்னை அந்த ஆபத்திலிருந்து கடைசி நிமிடத்தில் காப்பாற்றினார். படம் வெளியான மறுநாள் என் நண்பர் கணேஷ் அன்பு, "டிக்கட் இருக்கிறது; வருகிறீர்களா?" என்று கேட்டார். நானும் சரி என்றேன். பிறகுதான் கடைசி நிமிடத்தில் முகநூலில் வந்திருந்த விமர்சனங்களைப் படித்து விட்டு அந்த ராஜ பிளவையிலிருந்து தப்பினேன்.

20

என்னால் சென்றடைய முடியாத எழுத்தாளர்?

ஜனவரி 2, 2015

145. ஒரு எழுத்தாளரின் அல்லது ஒரு படைப்பின் வெற்றி என்பது எதைக் கொண்டு தீர்மானிக்கப்படுகிறது?

வெ.பூபதி, கோவை.

(பரிசுக்குரிய கேள்வி)

இது போன்ற கேள்விகள் நம்மைச் சூழ்ந்துள்ள நச்சு சினிமா கலாச் சாரத்தின் காரணமாக நமக்குள் எழுகின்றன. ஒரு எழுத்தின் வெற்றி அல்லது தோல்வி பற்றி அதை எழுதும் படைப்பாளி எப்போதுமே சிந்திப்பதில்லை.

நோம்என் நெஞ்சே! நோம்என் நெஞ்சே!
புன்புலத்து அமன்ற சிறியிலை நெருஞ்சிக்
கட்குஇன் புதுமலர் முட்பயந் தாங்கு
இனிய செய்தநம் காதலர்
இன்னா செய்தல் நோம்என் நெஞ்சே!

இந்தக் குறுந்தொகைப் பாடலின் பொருள்: நெருஞ்சியின் புதுமலர் பார்வைக்கு இனிதாகத்தான் தோன்றும். ஆனால் அதன் முட்கள் துன்பம் விளைவிக்கக் கூடியவை. அதுபோல நம் தலைவன் முன்பு நமக்கு இனிதாய் இருந்தான். இப்போது பரத்தையிடம் சென்று நமக்குத் துன்பத்தைக் கொடுக்கின்றான்.

அகநானூறில் வரும் ஆலங்குடி வங்கனார் எழுதிய ஒரு பாடல் இது:

எரிஅகைந் தன்ன தாமரைப் பழனத்துப் பொரி அகைந்தன்ன
பொங்குபல் சிறுமீன்
வெறிகொள் பாசடை உணீஇயர் பைப்பயப்
பறைதபு முதுசிரல் அசைபு வந்து இருக்கும்
துறைகேழ் ஊரன் பெண்டுதன் கொழுநனை
நம்மொடு புலக்கும் என்ப - நாம் அது
செய்யாம் ஆயினும் உய்யாமையின்
செறிதொடி தெளிர்ப்ப வீசிச் சிறிது அவண்
உலமந்து வருகம் சென்மோ - தோழி
வெளிறுஇல் கற்பின் மண்டு அமர் அடுதொறும்
களிறுபெறு வல்சிப் பாணன் எறியும்
தண்ணுமை கண்ணின் அலைஇயர் தன்வயிறே!

நெருப்பு எரிவதைப் போன்ற, தாமரைப் பூக்கள் நிரம்பிய வயல்களிலே நெற்பொறிகள் தெறித்துக் கிடப்பது போல், விரவியிருக்கும் சிறிய மீன்களைத் தின்பதற்காக, பறப்பதை நிறுத்தி விட்ட முதிய கிச்சிலிப் பறவைகள் பையப் பைய அசைந்து வந்து நிற்கும். அத்தகைய மருத நிலத்தைக் கொண்ட ஊரனின் மனைவி என்னிடம் தன் கணவன் உறவு கொண்டிருப்பதாகச் சந்தேகப்பட்டு இருவரையும் பழிக்கிறாள். இதை நாம் சும்மா விடக் கூடாது. வாருங்கள், நம் வளைகளின் ஒலி முழங்க அந்தப் பக்கமாகச் சென்று வருவோம். அப்போது செழியனிடம் உணவு பெறும் பாணன் மத்தளத்தை அடிப்பதைப் போல் அவள் தன் வயிற்றில் அடித்துக் கொள்ளட்டும் என்று தன் பாங்கிகளைப் பார்த்துச் சொல்லுகிறாள் பரத்தை.

இந்தப் பாடலில் எனக்குப் பிடித்த வார்த்தை முது சிரல். சிரல் என்பது கிச்சிலி எனப்படும் சிறிய வகை மீன் கொத்திப் பறவை. "தலைவி முதியவளாகி விட்டாள். அதனால் அவளால் தலைவனைத் தன்னிடமே பிடித்து வைத்துக் கொள்ள முடியவில்லை. என் அழகைப் பார்த்துப் பொறாமை கொள்கிறாள்,'' என்று பரத்தை சொல்லாமல் சொல்லும் உள்குத்து முதுசிரல் என்ற அந்த ஒரே வார்த்தையில் இருக்கிறது.

ஆனால் நம்முடைய பிரச்சினை அது அல்ல. பரத்தையிடம் சென்று வருவதும் அதைத் தலைவி ஏற்றுக் கொள்வதும்தான் சங்க கால மரபு. தலைவியால் அதிகபட்சம் செய்ய முடிந்தது ஊடல் கொள்வதுதான். இப்படிப்பட்ட சமூகச் சூழலில் ஆண் கற்பு பற்றிப் பேசுகிறார் வள்ளுவர். அதேபோல் அதியமானும் நானும்

கள் அருந்தினோம் என்று பாடுகிறார் அவ்வையார். வள்ளுவரோ கள்ளுண்ணாமை பற்றிப் பேசுகிறார். இதையெல்லாம் பார்க்கும் போது வள்ளுவரை ஒரு கலகக்காரர் என்றே நினைக்கத் தோன்றுகிறது. ஆனால் வள்ளுவரிடமும் பெரும் பெண்ணடிமைத்தனம் காணக் கிடைக்கிறது.

தெய்வம் தொழாஅள் கொழுநன் தொழுதெழுவாள்
பெய்யெனப் பெய்யும் மழை.

கொழுந்தன் என்றால் இப்போது வேறு அர்த்தம். அதை எடுத்துக் கொண்டால் அர்த்தம் அனர்த்தம் ஆகி விடும். கொழுநன் என்றால் கணவன். இந்தக் குறளுக்கு அர்த்தம் தேவையில்லை. இன்றைய காலகட்டத்துக்கு இந்தக் குறள் பொருந்துமா? ஏன் ஒரு பெண் தன் கணவனைத் தொழுது எழ வேண்டும்? கணவன் செத்தால் உடன் கட்டை ஏறும் மரபு உள்ள அந்தக் காலத்து நீதி இது. ஆக, தன் காலத்து நியதிகளை எதிர்த்துக் கலகக் குரல் கொடுத்த வள்ளுவரே பெண்ணடிமைத்தனம்தான் பேசுகிறார்.

இப்போது உங்கள் கேள்விக்கு வருவோம். ஆண்மகன் பரத்தையோடு வாழ்வதைச் சொல்லும் பாடலும் காலத்தை வென்று நிற்கிறது. அதைத் தவறு என்று கண்டிக்கும் பாடலும் காலத்தை வென்று நிற்கிறது. ஆனால் இடையில் வந்த எத்தனையோ பாடல்கள் காணாமல் போய் விட்டன. எனவே, ஒரு படைப்பின் வெற்றிக்கு அதன் பாடுபொருள் காரணமாக இருப்பதில்லை. காலம்தான் அதைத் தீர்மானிக்கிறது. ஆனால் காலத்தை உத்தேசித்தும் கூட ஒரு எழுத்தாளன் தன் படைப்பை உருவாக்குவதில்லை.

பிறகு ஒரு எழுத்தின் வெற்றியைத் தீர்மானிப்பதுதான் எது? படைப்பாளியின் தரிசனம்தான் அதைத் தீர்மானிக்கிறது. அந்த தரிசனத்தை அடைவது எப்படி?

சொல்ல மாட்டேன், அது ரகசியம்.

146. உங்களை நேரடியாகவோ மறைமுகமாகவோ பகடி செய்து எழுதும் பதிவுகளை நீங்கள் படித்திருக்கிறீர்களா? படித்திருப்பின் ஒரு எழுத்தாளராக/ சகமனிதராக உங்கள் எதிர்வினை என்னவாக இருக்கும்?

கிருஷ்ண சந்தர், மதுரை.

நாம் அதிகம் நேசிக்கும் ஒருவரைத்தான் நம்மால் பகடி செய்ய முடியும் என்பது என் கருத்து. எனவே என்னைப் பகடி செய்யும் எதையும் என்னால் ரசிக்க முடிகிறது. சமீபத்தில் ஜன்னல் இதழில் ஜெயமோகன் என்னைப் பகடி செய்து எழுதியிருந்ததை ரசித்தேன். ஆனால் பலரும் என் மீது தீவிரமான வெறுப்பும் துவேஷமும் கொண்டு என்னைத் திட்டுவதாக எண்ணித் தம்மையே ரத்தம் வழிய வழிய பிறாண்டிக் கொள்கிறார்கள். அவர்கள் மீது நான் பரிதாபம் கொள்கிறேன். இப்படிப்பட்ட வெறுப்பின் நிழல் படிந்த எழுத்துக் களை நான் ஒருபோதும் படிப்பதில்லை. அப்புறம் எப்படித் தெரியும் என்கிறீர்களா? எனக்கு அதை மின்னஞ்சல் செய்வார்கள். ஓரிரண்டு வாக்கியங்களைப் படித்து விட்டு ரத்து செய்து விடுவேன். ஆனால் அவர்களைப் பார்க்க பாவமாக இருக்கும்.

இன்னொரு முக்கிய விஷயம். ஒருவரைத் திட்டுவது மிகவும் எளிது. பகடி செய்வதுதான் மிகவும் கடினம். ஏனென்றால், யார் ஒருவருக்குத் தன்னையே பகடி செய்து கொள்ள முடிகிறதோ அவரால்தான் மற்றவர்களையும் பகடி செய்ய முடியும்.

147. சுய முன்னேற்ற நூல்களைப் பற்றிய தங்கள் கருத்து என்ன சாரு?

கேசவன் , மதுரை.

அம்மாதிரி புத்தகங்களை ரயில் நிலையங்களிலும் நடைபாதைக் கடைகளிலும் பார்த்திருக்கிறேன். அவற்றைப் படிப்பவர்கள் பரிதாபத்துக்கு உரியவர்கள். மற்றபடி, ஒரு எழுத்தாளனாக வாழ வேண்டும் என்று முடிவு செய்த பிறகு முன்னேற்றத்தைப் பற்றி யோசிப்பது கூட முட்டாள்தனம்.

148. அன்புள்ள குருவுக்கு, நீங்கள்தான் அடிக்கடி சக தமிழ் எழுத்தாளர்களான எஸ்.ரா., ஜெயமோகன் என உதாரணம் கூறுகிறீர்கள். ஆனால் மருந்துக்குக் கூட உங்களை அவர்கள் குறிப்பிடுவது இல்லை. போகட்டும். என்னைப் பொறுத்தவரை, நீங்கள்தான் எனக்குப் பின்நவீனத்துவம் போன்ற கோட்பாடுகளையும், கோபி கிருஷ்ணன் போன்ற எழுத்தாளர்களையும் அறிமுகபடுத்திய ஆசிரியர்; மற்றும் என் வாழ்வியல் முறைகள் மேம்பட ஏறுபடியாய் இருந்தவர். 2009-இலிருந்து உங்கள் வலைத்தளம் மற்றும் உங்கள் புத்தகங்கள் முலம் இலக்கியம், சமகால எழுத்து, லத்தின்

அமெரிக்க எழுத்து, ஐரோப்பிய எழுத்து, இந்திய/ சர்வதேச இசை என்று நான் கற்றுக் கொண்டது நிறைய.

ஒரு முறை உங்கள் எழுத்து வசியத்தில் மயங்கி 'அ' என்ற பெயரில் ஒரு வெகுளியான கருத்தை அனுப்பினேன். அதற்கு நீங்கள் என்னிடம், என் பெயர் என்னவென்று அறிந்து கொண்டு அனுமதி கேட்டு கட்டுரையாக வெளியிட்டீர்கள்; உங்கள் எழுத்தின் ரஸவாதத்தை, விஸ்வரூபத்தை அப்போதுதான் உணர்ந்தேன். இப்படி எனக்கு நீங்கள் வாழ்க்கையையும் எழுத்தையும் சொல்லிக் கொடுத்த ஆசிரியர். உங்களிடம் ஒரு கேள்வி.

உங்களைத் தவிர்ப்பவர்களையும் நீங்கள் ஏன் உதாரணம் காட்டுகிறீர்கள்?

Mayan

உங்கள் பாராட்டுக்கு நன்றி. உங்கள் பெயர் மயனா, மாயனா என்று தெரியவில்லை.

உங்கள் கேள்விக்கு என் பதில்: எஸ்.ரா., ஜெயமோகன் இருவரும் என் நண்பர்கள். அவர்கள் என் பெயரைக் குறிப்பிடுகிறார்களா இல்லையாயென்று எனக்குத் தெரியாது. அப்படிக் குறிப்பிடுவ தில்லை என்றால் அதற்கான காரணத்தை நீங்கள் அவர்களிடம்தான் கேட்க வேண்டும். ஆனால் இருவரும் என் மீது மிகுந்த மதிப்பு உள்ளவர்கள் என்பது எனக்கு நன்கு தெரியும். ஸீரோ டிகிரி Jan Michalski என்ற சர்வதேச விருதுக்குப் பரிந்துரைக்கப்பட்டு long list-இல் இருந்த போது எஸ்.ரா. எனக்கு ஃபோன் செய்து, "ஸீரோ டிகிரிக்குத்தான் பரிசு கிடைக்கும் என்பது உறுதி," என்று சொன்னார். உண்மையான மதிப்பும் மரியாதையும் இருந்தால்தான் இப்படிச் சொல்ல முடியும். வெறும் போலி மரியாதை அல்ல இது. மற்றபடி ஜெயமோகனும் நானும் இரண்டு துருவங்கள். இரண்டுமே இலக்கியத்துக்குத் தேவை.

உண்மையில் நான் ஆச்சரியப்படுவது என்னவென்றால், ஒரு டெலிஃபோன் டைரக்டரியைப் போல் அத்தனை எழுத்தாளர்களின் பெயர்களையும் குறிப்பிடும் பல்வேறு அன்பர்கள் வேண்டுமென்றே என் பெயரைத் தவிர்ப்பதுதான். ஆனால் அதுவும் புரிந்து கொள்ளக் கூடியதே. ஏற்கனவே சொன்ன உதாரணம்தான். ஒரு அலுவலக மேஜையில் ஜெயமோகனின் மகாபாரதமும் என்னுடைய காமரூப

கதைகளும் இருந்தால் எதை எல்லோரும் எடுப்பார்கள்? எதை எடுத்தால் மரியாதை?

என்னுடையது transgressive எழுத்து. அதற்கான எதிர்வினை இப்படித்தான் இருக்கும். ஆனால் என் எழுத்தை நபக்கோவ் மற்றும் கேத்தி ஆக்கரோடு ஆங்கில விமர்சகர்கள் ஒப்பிடுகிறார்கள். அதைத் தான் எனக்குக் கிடைக்கும் பெரிய கௌரவமாகக் கருதுகிறேன். தமிழ்நாட்டில் புத்திஜீவிகளிடமிருந்தும் சினிமா நடிகர்கள் மற்றும் இயக்குனர்களிடமிருந்தும் கிடைக்காத அங்கீகாரத்தைப் பற்றி நான் கவலைப்படுவதில்லை. அப்படிக் கிடைத்தால், அதற்காக நான் செய்து கொள்ள வேண்டிய சமரசங்களை நினைத்தால் பயமாக இருக்கிறது.

கடைசியாக ஒரு முக்கிய விஷயம். மற்றவர்கள் என்னைப் பற்றி என்ன நினைக்கிறார்கள் என்பது அவர்களைப் பற்றிய என் மதிப்பீட்டுக்கு அளவுகோலாக இருக்கவே கூடாது. இருந்தால் நான் மிகவும் பலகீனமான ஆள் என்று அர்த்தம். என் இடம் எனக்கு மிக நன்றாகத் தெரியும்.

149. இயற்கை மீதும், சக ஜீவிகள், ஜீவராசிகள் மீதும் மனிதர்கள் அன்பு கொள்ள என்ன செய்ய வேண்டும்?

இராஜலட்சுமி.ஸ்ரீ, ஈரோடு

ஐரோப்பியர்கள் 1945 வரை ஒருவரை ஒருவர் வெறுத்து, போர் செய்து லட்சக் கணக்கில் தங்களை அழித்துக் கொண்டவர்கள். ஆனால் இப்போது மற்றவர்கள் பொறாமை கொள்ளும் அளவுக்கு ஒற்றுமை பாராட்டுகிறார்கள். ஐரோப்பிய யூனியனைப் பார்த்தால் தெரியும். ஒரு நாட்டுக்கும் இன்னொரு நாட்டுக்கும் போக வீசா, பாஸ்போர்ட் எதுவும் தேவையில்லை. இந்தியாவில் ஒரு மாநிலத்திலிருந்து இன்னொரு மாநிலத்துக்குப் போகும் போது இருக்கும் கெடுபிடி கூட அங்கே இல்லை. ஒரே கரன்ஸி வேறு. அவர்களுக்குள் எப்படி அந்த மாற்றம் நிகழ்ந்தது? அங்கே யாரும் மரங்களை வெட்டுவதில்லை. ஜீவராசிகளைத் துன்புறுத்துவதில்லை. பெண்களை வன்கொடுமைக்கு ஆளாக்குவதில்லை. திடீரென்று அவர்களுக்குள் என்ன மாயாஜாலம் நிகழ்ந்தது?

அவர்கள் அழிவிலிருந்து பாடம் கற்றுக் கொண்டார்கள். நம்மிடம் அந்த வரலாற்று உணர்வு இல்லை. நேற்று என்பது நம்முடைய அகராதியிலேயே இல்லை. எதிர்காலம் என்பதும் இல்லை. இன்றே,

இந்தக் கணமே எல்லாம். இவ்வளவுக்கும் வாடிய பயிரைக் கண்ட போதெல்லாம் வாடினேன் என்று பாடிய தேசம் இது.

நம் இந்தியர்களிடையே ஒரு அடிப்படையான மாற்றம் நிகழ உடனடியாகச் செய்ய வேண்டியது என்னவெனில், பள்ளிக்கூடங்களிலிருந்தே பல்லுயிர் ஓம்புதல் என்ற கோட்பாட்டை வளர்க்க வேண்டும். பேராசை பெருநஷ்டம் என்பதை உணரச் செய்ய வேண்டும். அதற்கு சமூகத்தின் எல்லா இடங்களிலும் பரவியிருக்கும் ஊழலை மட்டுப்படுத்த வேண்டும். பணத்தின் மீதான பேராசையே இங்குள்ளவர்களின் ஆன்மாவை அழித்தொழிக்கிறது.

இது எல்லாவற்றையும் குழந்தைப் பருவத்திலிருந்தே வளர்த்தெடுக்க வேண்டும். ஆனால் இங்குள்ள பெண்கள் குழந்தையை வயிற்றில் தாங்கும் போதே வன்முறை, பொறாமை, கோபம், வன்மம், துவேஷம், பேராசை, அடுத்தவனைக் கெடுத்தல் என்ற எல்லா துஷ்டத்தனங்களையும் போதிக்கும் தொலைக்காட்சி சீரியல்களைப் பார்த்து ரசித்து மகிழ்ந்து கொண்டிருக்கும் போது எப்படி 'நல்ல' குழந்தைகள் பிறக்கும்?

150. தங்களின் கனவுப் படைப்பு என்ன?

ராஜேஸ் ஆரோக்கியசாமி.

'மிலோராத் பாவிச்'தான் என்னால் சென்றடைய முடியாத எழுத்தாளர் என்று நினைக்கிறேன். செர்பியாவைச் சேர்ந்தவர். அவர் எழுதிய 'Dictionary of Khazars' மற்றும் 'Last Love in Constantinople: A Tarot Novel of Divination' என்ற நாவல்களைப் போல் எழுத முடியுமா என்பதே என் முன்னால் நிற்கும் மகத்தான சவால். இரண்டாவது நாவல் டாரட் கார்ட் விளையாடும் முறையில் எழுதப்பட்டது.

21

ஒரு தமிழனின் பெயராவது லத்தீன் அமெரிக்காவை அடைந்திருக்கிறதா?

ஜனவரி 9, 2015

151. இன்று வாசிப்பு என்பது சுத்தமாக அருகிப் போயிருப்பது அனைவரும் அறிந்ததே. ஆனால் தங்களது பெருமளவு நேரத்தை சமூக வலைத் தளங்களில் செலவிடும் இளைஞர்கள் தாங்கள் படிக்கும் ஒன்றிரண்டு கட்டுரைகளையோ, கதைகளையோ கொண்டு தங்களையும் எழுத்தாளர்களாக எண்ணி எதையாவது கிறுக்கித் தள்ளும் போக்கு இருக்கிறது. இந்த மாதிரியான மனநிலைக்கு எது காரணம் என்று நினைக்கிறீர்கள்? இளைஞர்களை வாசிப்பின் பக்கம் மீட்டெடுக்க முடியும் என்று இன்னமும் நம்புகிறீர்களா?

புனைவன், தர்மபுரி.

எல்லாவற்றையும் மேம்போக்காகவே செய்து விட வேண்டும் என்ற மனோபாவம் இன்று ஒரு மதத்தைப் போல் தமிழர்களிடையே பரவியிருக்கிறது. மாணவர்களின் கல்வியில் பல புரட்சிகரமான மாற்றங்களைச் செய்தால் ஒழிய இந்த மேம்போக்குத்தனம் நம்மை விட்டு அகலாது.

இப்போதைய கல்வித் திட்டத்தை வைத்துக் கொண்டு இளைஞர்களை வாசிப்பின் பக்கம் கொண்டு வர முடியும் என்று எனக்குத் தோன்றவில்லை.

152. எழுத்தாளர்களே இல்லாத ஒரு நாடு எப்படி இருக்கும்?

வி.கருண், புதுதில்லி - 22.

தாய்லாந்தைப் போல் இருக்கும். அங்கே எழுத்தாளர்களே கிடையாது. தமிழ்நாட்டை விட வாசிப்புப் பழக்கம் குறைவாக - அநேகமாக வாசிப்புப் பழக்கமே இல்லாத நாடு அது. ஆனால் எழுத்தாளர்கள் பலர் இருந்தும் அவர்களை மதிக்காத நாடு என்றால் அது தமிழ்நாடுதான்.

153. கல்வி சமூக விடுதலையை ஏற்படுத்தும் என்ற வாதமெல்லாம் சரிதான். ஆனால் இன்றைய நிலையில் கல்வியை நடுத்தர வர்க்கம், உடல் உழைப்பை வெல்லும் சாவியாகத் தங்களது சந்ததியினருக்குப் புகட்டுவது, பெரும் சமூக ஏற்றத்தாழ்வை வரும் காலத்தில் தோற்றுவிக்கும் இல்லையா? இது குறித்துத் தங்களின் கருத்து என்ன?

சதிஷ்குமார்

உடல் உழைப்புக்கும் புத்தி உழைப்புக்கும் உள்ள மலைக்கும் மடுவுக்குமான வித்தியாசம் குறைந்தால் இந்தக் கேள்வி எழ வாய்ப்பு இல்லை. மேற்கு ஐரோப்பிய நாடுகளில் எல்லோருக்கும் கல்வி கிடைத்திருக்கிறது. அங்கேயும் தொழிலாளர்கள் அடுக்குமாடிக் கட்டிடத்தின் 40-ஆவது மாடிக்கு அந்தரத்தில் அமர்ந்து சுண்ணாம்பு அடிக்கிறார்கள். ஆனால் அந்தத் தொழிலாளி எக்காரணம் கொண்டு சாக மாட்டார். அவர் அந்த வேலையை ஒரு பாதுகாப்பான லிஃப்ட்டில் அமர்ந்து செய்கிறார். ஆனால் இங்கே ஒரு தொப்பியை மாட்டிக் கொண்டு, கயிறு கட்டிய பலகையில் நின்று கொண்டு, 20-ஆவது மாடிக்கு சுண்ணாம்பு அடிக்கிறார் பீகார் தொழிலாளி. அவர் செத்தால் மறுநாள் பேப்பரில் செய்தி வரும். அத்தோடு சரி. மீண்டும் ஒரு பீகார் தொழிலாளி, செத்த தொழிலாளியின் இடத்துக்கு வந்து விடுவார். விளிம்பு நிலை மனிதர்களின் உயிருக்கு உத்தரவாதமே இல்லாத ஒரு நாடு இந்தியா.

இந்தியாவில் ஏழைக்கும் பணக்காரனுக்கும் இருக்கும் ஏற்றத்தாழ்வு போல் உலகில் எங்கேனும் இருக்குமா என்று தெரியவில்லை. இந்த விஷயத்தில் என் ஆசான் ஆப்ரகாம் லிங்கன்தான். 160 ஆண்டுகளுக்கு முன்பு லிங்கன் சொன்னார்: ''மனிதர்களிடையே ஏற்றத் தாழ்வு இருக்கிறது என்பதை நான் மறுக்கவில்லை. ஆனால் அவர்களுக்குக் கொடுக்கப்படும் வாய்ப்புகளில் ஏற்றத் தாழ்வு இருக்கக் கூடாது.'' இப்போது சொல்லுங்கள், நம் வீட்டுப் பணிப்பெண்ணின் குழந்தையும் நம் குழந்தையும் ஒரே பள்ளியில்தான் படிக்கிறார்களா?

154. தனி மனித சுதந்திரத்தைப் பாதுகாக்கும் பிரான்ஸும் காலனி ஆதிக்கத்தில் ஈடுபட்டுள்ளது. ஏராளமானோர் கொல்லப்பட்டுள்ளனர். ஏன் எந்த முரண்பாடு? அதே போல், சிறந்த இலக்கியமும் சினிமாவும் உருவாக்கப்படும் லத்தின்அமெரிக்க நாடுகளிலும் குற்றம் அதிக அளவில் நடை பெறுகிறது. சிறந்த இலக்கியங்களால் நல்ல சமுகத்தை உருவாக்க முடியும் என்ற வாதத்தை மேற்கண்டவை சந்தேகிக்க வைக்கின்றனவே?

சக்தி கணபதி.

(பரிசுக்குரிய கேள்வி)

உங்கள் கேள்வியை மிக முக்கியமானதாகப் பார்க்கிறேன். இதே கேள்வி எனக்குள் பல ஆண்டுகளாக இருந்து கொண்டிருந்தது. இன்னமும் முழுமையாக விடை காண முடியாமல் இருக்கிறது. ஃப்ரான்ஸ் காலனி ஆதிக்கத்தில் ஈடுபட்டது. ஆனால் அவர்கள் வரலாற்றிலிருந்து பாடம் கற்றுக் கொள்கிறார்கள். இன்று பாரிஸ் நகரில் ஒரு காலத்தில் ஃப்ரான்ஸின் காலனியாக இருந்த அல்ஜீரியர்கள் பெருமளவில் இருக்கிறார்கள். அல்ஜீரியர்கள் மட்டும் அல்ல; பல ஆஃப்ரிக்க நாட்டு மக்களுக்கும் ஃப்ரான்ஸ் புகலிடம் தந்துள்ளது. இந்தியாவில் இலங்கை அகதிகள், மாட்டுக் கொட்டடியைப் போன்ற இடங்களில் அடைக்கப்பட்டிருக்கிறார்கள். ஆனால் மேற்கு ஐரோப்பிய நாடுகளில் எல்லா நாட்டு அகதிகளும் நல்ல வசதியோடு வாழ்கிறார்கள்.

ஆனால் உங்களுடைய இரண்டாவது கேள்வி இன்னமும் என்னை உறுத்திக் கொண்டிருக்கும் ஒரு பிரச்சினைதான். கொடுங்கோலன் ஜாரின் ஆட்சியில்தான் தல்ஸ்தோய், தஸ்தயேவ்ஸ்கி, துர்கனேவ், ஆண்டன் செகாவ் போன்ற மேதைகள் வாழ்ந்தனர். கம்யூனிஸ்டுகளின் ஆட்சியில் எல்லோருக்கும் ரொட்டித் துண்டும் வோட்காவும் கிடைத்தது. ஆனால் இலக்கியம் வெளியேறி விட்டது.

லத்தீன் அமெரிக்க நாடுகளில் நிலவும் அதி பயங்கரமான வறுமைதான் அங்கே நடக்கும் குற்றச் செயல்களுக்குக் காரணம். அதை இலக்கியமும் சினிமாவும் பதிவு செய்து கொண்டிருக்கிறது. அவ்வளவுதான். ஆனால் இலக்கிய வாசிப்பு உடைய லத்தீன் அமெரிக்க சமூகத்திற்கும் இலக்கியமே அறியாத தமிழ் சமூகத்

திற்கும் உள்ள வித்தியாசம் என்னவென்றால் - அங்கே உள்ள இலக்கியம், சினிமா வாயிலாக எல் சால்வதோர், டொமினிகன் ரிபப்ளிக், பெரூ, மெக்ஸிகோ, பொலிவியா என்று அந்த நாடுகளின் கலாச்சாரமும், அரசியலும், அரசியல் போராட்டங்களும் நமக்குத் தெரிய வருகின்றன.

ஆனால் - இந்த ஆனால் மிக முக்கியமானது - நம்முடைய அண்டை நாடான ஸ்ரீலங்காவில் நடந்த தமிழர் போராட்டம் உலகில் எங்கேயும் தெரியாமல் போனது. சே குவேராவின் படம் இங்கே சீமானின் டி ஷர்ட்டில் இருக்கிறது. திருமாவளவனின் கட்சிப் பதாகைகளிலும் பேச்சிலும் இருக்கிறது. ஆனால் ஒரு தமிழனின் படம் - படத்தை விடுங்கள், பெயராவது லத்தீன் அமெரிக்கனை அடைந்திருக்கிறதா? சே குவேராவின் பெயர் நமக்குத் தெரிகிறது. அவர் எழுதிய புத்தகங்கள், கவிதைகள் தமிழில் மொழிபெயர்க்கப்பட்டு 20 ஆண்டுகள் ஆகின்றன. ஆனால் தமிழின் விடுதலைப் போராளிகளின் பெயர் அங்கே போய்ச் சேராததற்குக் காரணம் என்ன? நம்முடைய தலைவர்களிடம் வரலாறு, மனித குல விடுதலை போன்றவை குறித்த தரிசனம் இல்லை. இவர்களில் பெரும்பாலோர் வெறும் போர் வீரர்களாக மட்டுமே தேங்கி விட்டார்கள். இதற்குக் காரணம், இங்கே வாசிப்புப் பழக்கம் இல்லை.

கூபாவில் ஃபிடல் காஸ்ட்ரோவின் நண்பர் கார்ஸியா மார்க்கேஸ். இங்கே கருணாநிதியின் நண்பர் வைரமுத்து. வித்தியாசம் தெரிகிறதா? லத்தீன் அமெரிக்க நாடுகள் வறுமையில் இருந்தாலும், குற்றங்கள் அதிகம் என்றாலும் பாப்லோ நெரூதா அங்கே ஒரு கவிதை வாசித்தால் அவரைக் கேட்க மூவாயிரம் பேர் திரண்டார்கள். இங்கே ஒரு சினிமா நடிகனுக்குத்தான் அவ்வளவு கூட்டம் கூடுகிறது.

லத்தீன் அமெரிக்காவின் வறுமை பொருளாதார வறுமை. ஆனால் தமிழகத்தின் வறுமை கலாச்சார வறுமை. (பொருளாதார வறுமை பற்றிச் சொல்ல வேண்டியதில்லை.)

ஆனால் பொருளாதார ரீதியாகத் தன்னிறைவு அடைந்துள்ள ஸ்காண்டிநேவியன் நாடுகளான நார்வே, ஸ்வீடன், டென்மார்க் போன்ற நாடுகளில் வாழ்ந்தால் என்னால் இலக்கியம் படைக்க முடியுமா என்று சந்தேகமாகவே உள்ளது.

உங்கள் கேள்வியைப் பற்றி இன்னமும் சிந்தித்துக் கொண்டே இருக்கிறேன்.

155. இதை என் சொந்தப் பிரச்சினையாகக் கூட எடுத்துக் கொள்ளுங்கள். சினிமாவை ரசிக்கும் போது எளிதில் குவியும் கவனம் புத்தகம் படிக்கும்போது மட்டும் குவிய மறுப்பதன் உளவியல் என்ன? புத்தகங்கள் மீது சிறு வயதிலிருந்தே நமக்கு ஏற்படுத்தப்பட்ட செயற்கையான ஒவ்வாமையின் நீட்சியா இது?

புனைவன், தர்மபுரி.

நீங்களே பதிலையும் சொல்லி விட்டீர்கள். எல்லாவற்றுக்கும் பழக்கம்தான் காரணம். எனக்கு புத்தகங்களை விட சினிமா பார்க்கும் போதுதான் கவனம் குவிய மறுக்கிறது. அதிலும் தமிழ் சினிமா என்றால் கவனமே காணாமல் போய் விடுகிறது.

156. பணம் என்பது வாழ்க்கைக்கு, நமது லட்சியங்களை அடைவதற்குத் தேவை என்ற நிலை மாறி பணத்தை அடைவதே பெரும் லட்சியம் என்ற மனநிலைக்குப் பெரும்பாலானோர் வந்துவிட்டார்கள். இதற்குக் காரணம் என்ன? இந்த நிலை மாறுமா?

வெ.பூபதி, கோவை.

சினிமா, தொலைக்காட்சி, கல்வி முறை, இலக்கியம்/ நல்ல சினிமா/ நல்ல இசை ஆகியவை பற்றி அறியாத கலாச்சார வறுமை மிகுந்துள்ள ஒரு நாடு தன் ஆன்மாவை இழந்து விட்டது என்றே பொருள். அந்த வகையில் இந்தியா தன் ஆன்மாவை எப்போதோ இழந்து விட்டது. இப்போதெல்லாம் கோவில்களில் கூட்டம் அதிகரித்து இருப்பதற்குக் காரணம் கூட மக்களின் பணத்தாசை தான். இந்த நிலை மாற வேண்டுமானால் கல்விக் கூடங்களிலிருந்து துவங்க வேண்டும்.

157. அடுத்தது ஏன் Parasite? ஏன் ஸ்ரீவில்லிபுத்தூர் இல்லை? யூதாஸ் எப்பொழுது? தருண் தேஜ்பால் ஏன் புதிய எக்ஸைல் பற்றி வெளியீட்டு விழாவில் பேசவில்லை?

டாக்டர் ஸ்ரீராம், சென்னை.

Parasite இல்லை; 'புதிய எக்ஸைல்' வெளியீட்டு விழா உரையில் நான் குறிப்பிட்டது Parricide. இதன் பொருள், தன் தாய் தந்தையரையும்,

சகோதர சகோதரிகளையும் கொலை செய்யும் செயல். அப்படிப்பட்ட ஒருவனைப் பற்றிய நாவல்தான் என்னுடைய அடுத்த நாவலாக இருக்கலாம். அதுவும் ஒரு யோசனைதான். இன்னும் ஆறு மாதங்கள் படிக்க மட்டுமே செய்வேன். அதற்குள் அடுத்த நாவல் எதைப் பற்றியது என்பது உறுதியாகி விடும்.

ஸ்ரீவில்லிபுத்தூரை அடுத்து ஆரம்பிக்காததற்குக் காரணம் - ஏற்கனவே குடியை நிறுத்தி விட்டேன். புதிய எக்ஸைல் முக்கால்வாசியும் மரமும் செடி கொடியும் பிராணிகளும்தான். முன்பெல்லாம் எனக்கு வரும் பெண்களின் கடிதங்களை சாரு ஆன்லைனில் பிரசுரித்துக் கொண்டிருப்பேன். இப்போது ஜெயமோகன் கடிதம். இதனால் என் பெயர் கொஞ்சம் கெட்டுப் போய் கிடக்கிறது. அதை நேர் செய்து விட்டுத்தான் ஸ்ரீவில்லிபுத்தூர். ஆனால் ஸ்ரீவில்லிபுத்தூருக்கான களப்பணிகள் யாவும் முடிந்து விட்டன.

யூதாஸை நிச்சயம் ஸ்ரீவில்லிபுத்தூருக்கு முன்பு முடித்து விடுவேன்.

புதிய எக்ஸைல் பற்றி ஜனவரி 5 அன்று மதியம் அமேதிஸ்டில் தருணும் நானும் உணவருந்திக் கொண்டிருந்த போது நிறைய பேசினார். கூட்டத்தில் அவர் பேசியது எல்லாமே எக்ஸைல் பற்றியதுதான். அவர் பேசியது அனைத்துமே எக்ஸைலின் சுருக்கம்தான். இந்தியத் தலைநகர் தில்லியில் மூன்று வயதுக் குழந்தைகள் கூட தெருக்களில் பிச்சை எடுப்பதை சர்வ சாதாரணமாகக் காணலாம். இதுதான் இந்தியாவின் எதார்த்தம். இந்த நிலைமையை மாற்றாமல் சந்திரயான், மங்கள்யான் என்று சொல்வதெல்லாம் முட்டாள்தனம். ஏனென்றால், அமெரிக்காவின் தேவையும் இந்தியாவின் தேவையும் வேறு வேறானவை. இந்த எதார்த்தத்தைத்தான் இந்திய எழுத்தாளன் எதிர்கொள்ள வேண்டும். இதை இந்திய ஆங்கில எழுத்தாளர் யாருமே செய்யவில்லை. அதனால்தான் நான் பிராந்திய மொழி எழுத்தாளர்களைத் தேடிப் படித்தேன். அப்படித்தான் சாரு நிவேதிதாவைக் கண்டு பிடித்தேன். Jan Michalski என்ற சர்வதேசப் பரிசுக்கு சாருவின் நாவலை பரிந்துரை செய்தேன்.

தருண் இவ்வளவு சொல்லியும், அவர் என்னைப் பற்றி எதுவுமே குறிப்பிடவில்லை என்று சொல்லிக் கொண்டு திரியும் சில முகநூல் அன்பர்களைப் பற்றி என்ன சொல்ல? தமிழ்நாட்டில் எந்த எழுத்தாளராலும் தருண் தேஜ்பால் அளவுக்கு உயரத்தை

அடைந்த ஒரு ஆங்கில எழுத்தாளரை (பத்திரிகையாளரை அல்ல) தன் புத்தக வெளியீட்டுக்கு அழைத்து வர முடியுமா? தருண் தன்னுடைய செலவில் தில்லியிலிருந்து சென்னைக்கு வந்து போனார். தங்கியதும் அவர் செலவில்தான். இதுதான் அவர் என் எழுத்துக்குக் கொடுக்கும் மரியாதை.

அமேதிஸ்டில் வைத்து அவர் என்னிடம் சொன்ன வார்த்தை இது: "நீ என்ன செய்வாயோ சாரு, மிக விரைவில் எக்ஸைலின் ஆங்கில மொழிபெயர்ப்பை என்னிடம் கொடு. It's a wonderful stuff."

158. சென்னையில் உங்களுக்குப் பிடித்த உணவகம் எது?

திருமூர்த்தி, சென்னை.

பல உண்டு. அதில் முதன்மையானது ஒயிட்ஸ் சாலையில் உள்ள அமேதிஸ்ட். அந்த உணவகத்தின் சூழல் எனக்கு மிகவும் பிடித்தமானது. காலையில் போனால் இரவு 11.30 வரை மடிக் கணினியில் வேலை செய்து கொண்டிருக்கலாம். படித்துக் கொண்டிருக்கலாம். நண்பர்களோடு அரட்டை அடித்துக் கொண்டிருக்கலாம். அவ்வப்போது பக்கத்து இருக்கைகளில் தேவலோகத்து ரம்பை, ஊர்வசிகள் வந்து போவார்கள். சுற்றி வர மரங்கள். ஐரோப்பிய பாணி உணவு. ஆனால் ஒரே ஒரு குறை. குடிக்கத் தண்ணீர் கேட்டால் தர மாட்டார்கள். 50 ரூ, 100 ரூ என்று காசு கொடுத்துத்தான் வாங்க வேண்டும். இதை மாற்றி அமையுங்கள்; குடிநீர் இலவசமாகக் கொடுக்க வேண்டும் என்று சிப்பந்தியிடம் சொன்னேன். அவர் கண்டு கொள்ளவில்லை. இது சட்டப்படி குற்றம்; பத்திரிகையில் எழுதுவேன் என்றேன். எழுதுங்கள் சார் என்று சொல்லி விட்டார்.

சினிமா தியேட்டர்களிலும், உணவகங்களிலும் இப்படி குடிநீர் கொடுக்கவில்லை என்றால் அது சட்ட மீறல். எக்ஸ்பிரஸ் அவென்யூவில் உள்ள எஸ்கேப் சினிமா அரங்குகளில் கூட முன்பெல்லாம் குடிநீர் கிடையாது. பிறகு எஸ்.ராமகிருஷ்ணன் பத்திரிகைகளில் எழுதிய பிறகுதான் அங்கே குடிநீர் வைத்திருக் கிறார்கள். (யாருக்கும் தெரியாத ஒரு மறைவிடம் அது; நான் கண்டு பிடித்து விட்டேன்!)

22

காவல்துறை ரைட்டரும் பெ. முருகனும்

ஜனவரி 16, 2015

159. பெருமாள் முருகனின் மாதொரு பாகன் நாவலுக்கு எதிர்ப்பு கிளம்பியது போல் உங்கள் எழுத்துக்கு ஏதாவது எதிர்ப்பு கிளம்பியது உண்டா? தற்போதைய விவகாரத்தைக் கவனித்தீர்களா? நீங்களாக இருந்தால் என்ன செய்திருப்பீர்கள்?

கவிமணி, சேலம்.

என்னுடைய எழுத்துக்கு எதிர்ப்பு கிளம்பினால், "அப்பாடா, இப்போதாவது நம்மை இவர்கள் கவனிக்கிறார்களே, நம்மையும் ஒரு எழுத்தாளன் என்று அங்கீகரித்து எதிர்க்கிறார்களே!" என நினைத்து சந்தோஷப்படுவேன். ஏனென்றால், தமிழக புத்திஜீவிகள், பிரமுகர்கள், சக எழுத்தாளர்கள் யாவருமே என் பெயரை உச்சரிப்பது கூட இல்லை. தொட்டாலே பாவம் என்ற தீண்டாமை இருந்தது அல்லவா? அது போன்ற நவீன தீண்டாமையை 35 வருட காலமாக அனுபவித்து வருபவன் நான்.

எனக்குப் பிடித்த நாவல்கள் என்று பிரமுகர்களின் பட்டியல் வெளிவருவதை நீங்கள் அறிவீர்கள். அந்தப் பட்டியலில் எப்போதுமே என் பெயர் இருந்ததில்லை. (சமீபத்தில் மனுஷ்ய புத்திரன் குறிப்பிட்டது மட்டுமே விதிவிலக்கு! அதுவும் 35 ஆண்டுகளாக எழுதி வரும் என் வாழ்க்கையின் 61-ஆவது வயதில் கிடைத்த அங்கீகாரம்!)

அதுவாவது போகட்டும். தமிழ் எழுத்தாளர்களின் பட்டியல் போடுவார்கள். தேவன் பெயர் இருக்கும். கல்கி பெயர் இருக்கும்.

இந்திரா சௌந்தர்ராஜன் பெயர் கூட இருக்கும். ஜெயமோகன், எஸ்.ரா.விலிருந்து துவங்கி முந்தாநாள் வந்த உயிர்மையில் தன் முதல் சிறுகதையை எழுதிய ஒரு 25 வயதுப் பையனின் பெயர் கூட இருக்கும். ஆனால் என் பெயர் மட்டும் பட்டியலில் இருக்கவே இருக்காது.

1987-88-இல் நான் கிரணம் என்ற பத்திரிகையை நான்கு இதழ்கள் கொண்டு வந்தேன். என் கைக்காசைப் போட்டு. அதை என்னுடைய மூத்த எழுத்தாளர் என்ற முறையில் அம்பைக்கு அனுப்பி வைத்தேன். அவர் மும்பையில் வசிப்பவர். என்ன செய்தார் தெரியுமா? நான் தபாலில் அனுப்பி வைத்த நான்கு இதழ்களையும் கவரைக் கூட பிரிக்காமல் அப்படியே இன்னொரு பெரிய கவரில் போட்டு, பதிவுத் தபாலில் எனக்குத் திருப்பி அனுப்பினார். வெறுமனே redirect செய்யவில்லை. மீண்டும் சென்ற வாக்கியத்தை இன்னொரு முறை படியுங்கள். அதில் எனக்கு அவர் ஒரு கடிதமும் எழுதியிருந்தார். "உங்களைப் போன்றவர்கள் ஸ்பானிஷிலோ ஃப்ரெஞ்சிலோ எழுதுவதே உத்தமம். தமிழை விட்டு விடுங்கள், பாவம்." எனக்கு வார்த்தைகள் அப்படியே நினைவில் இல்லை. இதே அர்த்தம்தான். இலக்கிய தாதாக்களுக்கு 28 ஆண்டுகளுக்கு முன்பே என் மீது எத்தனை வன்மம் இருந்தது என்பதற்கு இந்தச் சம்பவம் ஒரு உதாரணம். இந்த அம்மாள் (ஜெ.வுக்கு நன்றி) தமிழ் இலக்கிய உலகின் அதிகார பீடங்களில் ஒருவர் என்பது இங்கே முக்கியமானது.

பத்து ஆண்டுகளுக்கு முன்பு நடந்த இன்னொரு சம்பவம். என் நண்பனின் அலுவலக அறை. அவனும் நானும் எதிர் எதிரே. அப்போது ஒரு மூத்த எழுத்தாளர் வந்தார். மூவரும் சுமார் மூன்று மணி நேரம் அந்த அறையில் இருந்தோம். அந்த மூத்த எழுத்தாளர் அந்த மூன்று மணி நேரமும் என் பக்கம் கூட தன் முகத்தைத் திருப்பவில்லை. அவரும் தமிழ் இலக்கிய உலகின் தாதாக்களில் ஒருவர்.

இன்னொரு அதிகார பீடம் க்ரியா ராமகிருஷ்ணன். 35 ஆண்டுகளாக இவரை எனக்குத் தெரியும். நான் க்ரியா அலுவலகத்துக்குச் செல்லும் போதெல்லாம் என்னைப் பார்க்க நேர்ந்தால் ஒரு மில்லிமீட்டர் அளவுக்குப் புன்னகை செய்வார். வாய் விட்டுக் கூட ஹலோ சொன்னதில்லை. முந்தாநாள் சென்னை புத்தக விழாவில் அவரது க்ரியா அரங்குக்குச் சென்று நிறைய புத்தகங்கள் வாங்கினேன். என் பக்கத்தில் நின்ற நண்பரை அவருக்கு அறிமுகம் செய்தேன். உடனே

ராமகிருஷ்ணன், "He is a notorious writer in Tamil," என்று என்னைப் பற்றிக் குறிப்பிட்டார். 35 ஆண்டுகளில் அவர் என்னிடம் அல்லது என்னைப் பற்றிப் பேசிய முதல் வாக்கியம். சந்தனக் கடத்தல் வீரப்பன், ஆட்டோ ஷங்கர், பில்லா ரங்கா போன்றவர்களைத்தான் notorious என்று குறிப்பிடுவார்கள். ஏழு நாவல்களும் 50 பிற நூல்களும் எழுதிய நான், க்ரியா ராமகிருஷ்ணனுக்கு notorious writer! (ராமகிருஷ்ணன் ஆங்கிலத்தில் விற்பன்னர். Controversial writer என்று என்னைப் பற்றி அவர் குறிப்பிட்டிருந்தால் அது பாராட்டு. அதனால்தான் notorious என்று குறிப்பிட்டார்!)

நேற்று நடந்த இன்னொரு சம்பவம். கிழக்கு அரங்கில் அமர்ந்திருந்தேன். அப்போது அங்கே ஒரு சீனியர் பத்திரிகையாளர் வந்தார். அதிகார பீடங்களில் ஒருவர். என்னைப் பார்த்ததும் ஒரு மில்லிமீட்டர் அளவுக்கு - கவனிக்கவும், உதடுகளை அல்ல - கண்களுக்கு மேலே இருக்கும் அல்லவா கொஞ்சம் மயிர் - அந்த மயிர்களை ஒரு மில்லிமீட்டர் அளவுக்கு உயர்த்தினார். எனக்கு செருப்பால் அடி வாங்கியது போல் இருந்தது. மயிரைக் காண்பித்து அவமானப்படுத்துகிறான்களே என்று உள்ளுக்குள் நொந்து போனேன். முன்பு போல் இருந்தேன் என்றால், அவரைத் தனியாக அழைத்து, "நீர் கண்களுக்கு மேலே உள்ள மயிரை ஆட்டிக் காண்பிக்கிறீர். நான் வேறிடத்தில் உள்ள மயிரை ஆட்டிக் காண்பிக்கவா?" என்று கேட்டிருப்பேன். ஆனால் இப்போது தியானம், யோகா எல்லாம் செய்து நான் முதிர்ந்து விட்டதால் (அதிஷா கவனிக்கவும்) அப்படி எதுவும் சொல்லவில்லை.

ஏன் இவர்களையெல்லாம் அதிகார பீடங்கள் என்கிறேன் என்றால், இவர்கள்தான் சாகித்ய அகாதமி போன்ற நிறுவனங்களுக்கு எழுத்தாளர்களைப் பரிந்துரை செய்பவர்கள். ஆங்கில இலக்கிய உலகுக்குத் தமிழ் எழுத்தாளர்களை அறிமுகம் செய்பவர்கள்.

இன்னொரு அதிகார பீடம் இருக்கிறது. அந்த பீடத்துக்கு என் பெயரே தெரியாது என்று நினைக்கிறேன். அந்த பீடத்தின் பெயர் சர்வதேச அளவில் தமிழ் ஸ்காலர் என்று பெயர் பெற்ற வெங்கடாசலபதி.

இந்த அதிகார பீடங்களுக்கும் இப்போது பிரபலமாகியிருக்கும் பெ.முருகனுக்கும் என்ன சம்பந்தம் தெரியுமா? பெ.முருகன் எழுத ஆரம்பித்த நாளிலிருந்து அவர் இந்த அதிகார பீடங்களின் செல்லப்பிள்ளை!

இந்த நிலையில் என் பெயரைக் குறிப்பிடாமல் புறக்கணிப்பதே 35 ஆண்டு காலமாக இங்கே நடக்கும் நியதி. மற்றபடி தனிப்பட்ட மிரட்டல் குறைவில்லாமல் வந்து கொண்டே இருக்கும். முந்தைய ஆட்சி பற்றி மிகக் கடுமையாக எழுதிய ஒன்றிரண்டு பேரில் நானும் ஒருவன். அப்போது எனக்குக் கொலை மிரட்டல் வந்தது. ''அவன் அவன் விக்கல் எடுத்துச் சாகிறான். விபத்தில் சாகிறான். உங்கள் கையால் மரணம் வந்தால் அதை மகிழ்ச்சியோடு வரவேற்பேன்,'' என்று மரண ஓலை கொண்டு வந்தவரிடம் சொல்லி அனுப்பினேன். நாகேஸ்வர ராவ் பூங்காவில் வைத்து அந்தச் சம்பவம் நடந்தது. உயிருக்கு அஞ்சாதவன் என்று தெரிந்து கொண்டதும் நான் சாப்பிடும் சாப்பாட்டில் கை வைத்தார்கள். கடவுளிடம் மட்டுமே போய் முறையிட்டேன். தேர்தலுக்குப் பிறகும் அதே ஆட்சி தொடர்ந்தால் என்னை சிறையில் தள்ளி விடுவார்கள் என்று எதிர்பார்த்து, தரையில் படுத்து, இந்தியப் பாணி கக்கூஸில் மலஜலம் கழித்து பயிற்சி எடுத்துக் கொண்டேன்.

ஏன் தெரியுமா? எழுத்து என்பது எனக்கு என் உயிரை விட மேலானது. இது சத்தியமான வார்த்தை. என் எழுத்துக்காக நான் எந்தவித சமரசத்தையும் செய்ய மாட்டேன். ஒரு சாமியாரை எதிர்த்து ஒரு பத்திரிகையில் 25 வாரம் எழுதிய தொடர் கட்டுரைக்காக அவர் என் மீது எக்கச்சக்கமான கிரிமினல் வழக்குகளைத் தொடுத்தார். அவர் மட்டும் அல்ல; அவரது பெண் சீடர்களை வைத்தும் வழக்குகள் வந்தன. பெங்களூருக்கும் சென்னைக்கும் நாயைப் போல் அலைந்தேன். வழக்காடுவதற்குக் கூட பணம் இல்லை. என் நண்பர் ஒருவர்தான் வழக்காட ஏற்பாடு செய்தார். இதை ஒரு செய்தியாகப் போடுங்கள் என்று பத்திரிகைகளிடம் கேட்டேன். நீங்கள் யார் என்று கேட்டார்கள். இப்போது பெ.முருகனுக்கு ஊடகங்களில் கிடைத்துக் கொண்டிருக்கும் ஆதரவை நினைத்துப் பார்க்கிறேன். காரணம், பெ.முருகன் இலக்கிய தாதாக்களின் செல்லப் பிள்ளை.

மாதொரு பாகன் விவகாரத்தில் நானாக இருந்திருந்தால் என்ன செய்திருப்பேன்? உயிரையும் கொடுத்திருப்பேன். ஏனென்றால், உலகம் முழுவதும் எழுத்தாளர்கள் அதைத்தான் செய்து வந்திருக்கிறார்கள். லத்தீன் அமெரிக்க நாடுகளின் இலக்கியத்தைப் படித்து வளர்ந்தவன் நான். அங்கே எழுத்தாளன் என்றால், ஒன்று, கொன்று விடுவார்கள்; அல்லது, நாடு கடத்தி விடுவார்கள். கலைஞர்களுக்கு ஆதரவான அதிபராக இருந்தால் வெளிநாடுகளில் தூதராக அனுப்பி விடுவார்கள். லத்தீன்

அமெரிக்காவில் தன் வாழ்நாளில் நாடு கடத்தப்படாத ஒரு எழுத்தாளனைக் கூட நீங்கள் பார்க்க முடியாது.

சில ஆண்டுகளுக்கு முன்பு ஓரான் பாமுக், "பத்து லட்சம் ஆர்மீனியர்களும் 30000 குர்தியர்களும் இந்த நாட்டில் (துருக்கி) கொல்லப்பட்டார்கள்," என்று ஒரு பேட்டியில் குறிப்பிட்டதற்காக அவர் மீது தேசத் துரோகக் குற்றத்தைச் சுமத்தியது துருக்கி அரசு. கடைசி வரை அவர் தன் கருத்தை மாற்றிக் கொள்ளவோ மன்னிப்புக் கேட்கவோ இல்லை. பிறகு பாமுக் மீதான குற்றச்சாட்டைத் திரும்பப் பெற்றுக் கொள்ளாவிட்டால் துருக்கியை ஐரோப்பிய யூனியனில் சேர்த்துக் கொள்ள மாட்டோம் என்று ஐ.யூ. நாடுகள் மிரட்டியதால் அதற்குப் பயந்து பணிந்தது துருக்கி அரசு. அவன்தான் எழுத்தாளன்.

ஆனால் நம் பெ.முருகன் என்ன செய்தார்? மாவட்ட வருவாய் அலுவலரின் அலுவகத்தில் போய் மன்னிப்புக் கேட்டார். அது மட்டும் அல்லாமல் தனது படைப்புகள் அனைத்தையும் திரும்பப் பெற்றுக்கொள்வதாகவும், தன் நூல்களை வெளியிட்ட பதிப்பகங்கள் அந்த நூல்களை இனி விற்க வேண்டாம் என்றும், அதற்கான நஷ்ட ஈட்டை, தான் பதிப்பகங்களுக்குக் கொடுத்து விடுவதாகவும், அதேபோல் தன் புத்தகங்களை இதுவரை வாங்கியவர்கள் அவற்றை எரித்துவிடலாம் என்றும் அதற்கான நஷ்ட ஈட்டை தான் கொடுத்து விடுவதாகவும் அறிக்கை வெளியிட்டிருக்கிறார்.

துருக்கியை, லத்தீன் அமெரிக்க நாடுகளை விடுங்கள். நம் இந்தியாவில் சுதந்திரப் போராட்ட காலத்தில் தன் கல்லூரிப் படிப்பையே நிறுத்திக் கொண்டு எத்தனை ஆயிரம் மாணவர்கள் சிறைக்குச் சென்றார்கள் என்று நாம் அறிந்திருக்கிறோம். தாங்கள் நம்பிய ஒரு கோட்பாட்டுக்காகத் தங்கள் வாழ்க்கையையே துறந்தார்கள். ஆனால் இங்கே ஒருவர் தன்னை எழுத்தாளர் என்று இத்தனைக் காலம் சொல்லிக் கொண்டவர் - ஒரு பேராசிரியர் - தமிழ் இலக்கிய தாதாக்களின் செல்லப்பிள்ளை - எல்லா ஊடகங்களின் வீர கதாநாயகன் - இன்று நான் எழுத்தாளனே இல்லை என்கிறார். ஒரு எழுத்தாளனாக இது எனக்கு அவமானம் என்று கருதுகிறேன்.

காவல்நிலையங்களில் writer என்று ஒரு பதவி உண்டு என்பது உங்களுக்குத் தெரியும் என்று நினைக்கிறேன். இன்ஸ்பெக்டர் அந்த எழுத்தரை ஏதேனும் திட்டிவிட்டால், ஐயோ சார் மன்னித்து

விடுங்கள் என்று எழுந்து நின்று கைகூப்பி கூழைக் கும்பிடு போடுவார் அல்லவா எழுத்தர்? அந்த எழுத்தரைப் போன்றவரே இந்தப் பெ.முருகன் என்பதை இப்போது அவரது அறிக்கையின் மூலம் நிரூபித்து விட்டார்.

நான் எதைப் பற்றி எழுதினாலும் அதற்கு முன் அது பற்றிய அனைத்துத் தரவுகளையும் வாசித்து விட்டே செய்வது வழக்கம். அதன்படி மாதொரு பாகனைப் படித்தேன். பெ.முருகனுக்காக இன்று கண்ணீர் வடிக்கும் பெரும்பாலானவர்கள் அந்த நாவலைப் படிக்கவில்லை என்றே எடுத்துக் கொள்ள வேண்டியிருக்கிறது. ஒரு வணிக மசாலா சினிமாவில் கூட தப்பித் தவறி ஏதேனும் ஒரு கலை நுணுக்கம் (nuance) இருந்து விடக் கூடும். ஆனால் மாதொரு பாகனில் அப்படி எதுவுமே இல்லாமல் மிகத் தட்டையாக எழுதப்பட்டிருக்கிறது. முழுக்க முழுக்க ஒரு மூன்றாம் தரமான தமிழ் சினிமாக் கதை.

ஆனால் ஒரே ஒரு விஷயத்தில் மட்டும் பெ.முருகன் விஷமம் காட்டியிருக்கிறார். அந்த விஷமத்தனத்துக்காக அவர் மன்னிப்புக் கேட்டால் மட்டும் போதாது. திருச்செங்கோடு பகுதியில் வசிக்கும் ஒவ்வொரு குறிப்பிட்ட சாதிப் பெண்ணின் காலிலும் விழுந்து மன்னிப்புக் கேட்க வேண்டும்.

ஏனென்றால்,

"நூறு ஆண்டுகளுக்கு முன்பு திருச்செங்கோடு அர்த்தநாரீஸ்வரர் கோவிலின் பதினான்காம் நாள் திருவிழாவின் போது அந்தப் பகுதியில் வசிக்கும் குறிப்பிட்ட சாதிப் பெண்களில், குழந்தை இல்லாதவர்கள் விழாவுக்கு வந்து அங்கே தென்படும் ஆண்களில் தனக்குப் பிடித்தவரைத் தேர்ந்தெடுத்து அவரோடு உடல் உறவு கொண்டு கருத்தரிப்பார்கள்; அதுவே அங்கே பல நூற்றாண்டுகளாக இருந்து வந்த பழக்கம்," என்று எழுதியிருக்கிறார். கதையின் கருவே அதுதான். கதை முழுக்கவே அதுதான்.

காளி, பொன்னா இருவரும் ஜோடி. திருச்செங்கோடு பக்கத்தில் உள்ள கிராமம். பொன்னாவுக்குக் குழந்தை இல்லை. ஊர் அவளைக் கேலி பேசுகிறது. நாவலின் 190 பக்கத்தில் 180 பக்கம் அந்தக் கேலிதான் தமிழ் சினிமா பாணியில் விவரிக்கப்படுகிறது. 'எஜமான்' திரைப்படத்தில் மீனாவை நினைத்துக் கொள்க. கடைசி பத்து பக்கத்தில் பொன்னாவை அவளுடைய தாயும், மாமியாரும் பதினான்காம் நாள் திருவிழாவில் யாரோ ஒருத்தனுக்குக் கூட்டிக்

கொடுக்கிறார்கள். நான் சொல்லவில்லை சாமி. பெ.முருகனின் கதாநாயகன் காளிதான் அப்படிச் சொல்லி விட்டுத் தற்கொலை செய்து கொள்கிறான். சுபம்.

இப்படி ஒரு கயவாளித்தனமான கற்பனையை பெ.முருகன் பிற சாதிகளை வைத்து எழுத முடியுமா? பிற மதத்துப் பெண்களை வைத்து எழுத முடியுமா? அப்படியிருக்க ஒரு சாதி பற்றி மட்டும் இவர் எப்படி எழுதலாம்? கவுண்டர் சாதியில் இப்படி ஒரு பழக்கம் இருந்தது என்பதற்கு என்னய்யா ஆதாரம் என்று கேட்டால் அவர் சொன்னார், இவர் சொன்னார் என்று கதை அளக்கிறார் முருகன்.

மானுடவியல் ஆதாரம் இருந்தது என்றால் அதையும் கொடுக்க முடியவில்லை. ஏனென்றால், இது ஒரு கட்டுக்கதை. எல்லா சாதிப் பெண்களைப் பற்றியுமே அந்தந்தப் பகுதிகளில் இப்படிப்பட்ட கட்டுக்கதைகள் உண்டு. பெண்களை மலினப்படுத்துவதற்காக, பெண்களை செக்ஸ் வெறி கொண்டவர்களாகச் சித்தரிக்கும் பல கட்டுக்கதைகள் எப்போதுமே ஆண் வர்க்கத்தினரால் உருவாக்கி உலவவிடப் படுவது உண்டு.

பெண்கள் கல்லூரி இருக்கும் பகுதிகளில் இது போல் பல washerman கதைகளும் உண்டு. அந்தக் கதைகளைக் கேட்காத ஆண்கள் கிடையாது. ஆண்களின் பாலியல் வக்கிரக் கதைகள் எல்லாம் உண்மையா?

குடும்பத்துக்கு வெளியே பாலுறவு கொள்வது எல்லா தேசங்களிலும் எல்லாக் காலங்களிலுமே உள்ள ஒரு விஷயம். பெண்கள் மீதான குடும்ப ஒடுக்குமுறை காரணமாக இதில் அதிகம் ஈடுபடுவது ஆண்களே என்பதும் நமக்குத் தெரியும். இந்த வரம்பு மீறலை ஒரு சாதிக்கு மட்டும், அதுவும் ஒரு ஊரில் நூற்றாண்டுகளாக இருந்தது; அதுவும் கோவில் திருவிழாவில் என்று எழுதுவதற்குப் பெயர் கருத்துச் சுதந்திரம் அல்ல; அயோக்கியத்தனம். ஒரு இனக்குழுவின் மீதான வன்முறை. இந்த வன்முறையைத் தட்டிக் கேட்காமல், தமிழ் எழுத்தாளர்களும் ஊடகங்களும், கருத்துச் சுதந்திரம் என்ற பெயரில் வன்முறையில் ஈடுபட்ட நபருக்குச் சார்பாக எழுதுவதும் பேசுவதும் தமிழ்நாட்டில் மட்டுமே காணக்கூடிய அவலங்களில் ஒன்று.

பிற்சேர்க்கை:
ஒரு ஆழ்ந்த மன்னிப்பு

ஃபெப்ருவரி 22, 2015

ஜனவரி 16 அன்று அந்திமழை கேள்வி பதில் பகுதியில் க்ரியா ராமகிருஷ்ணன் பற்றி சில வரிகள் பாதகமாக எழுதியிருந்தேன். உடனே 19-ஆம் தேதியே க்ரியா ராமகிருஷ்ணனிடமிருந்து பின்வரும் கடிதம் வந்தது.

அன்புள்ள சாரு நிவேதிதா,

வணக்கம். உங்களை 'notorious writer' என்று சொன்னது உண்மை. நான் சற்று விளையாட்டாக அப்படிச் சொல்வதற்கு உரிமை எடுத்துக் கொண்டது தவறு என்பதை இப்போது உணர்கிறேன். அப்படிச் சொன்னதற்கு உங்களிடம் மன்னிப்புக் கேட்டுக் கொள்கிறேன்.

ராமகிருஷ்ணன்.

மேற்கண்ட கடிதத்தைப் படித்து விட்டு மிகவும் வருத்தப்பட்டேன். நான்தான் பலரிடமும் மன்னிப்புக் கேட்டிருக்கிறேனே தவிர பிறர் என்னிடம் மன்னிப்புக் கேட்டதில்லை. அப்படிக் கேட்டால் நம் மன உணர்வு எப்படி இருக்கும் என்று எனக்குத் தெரியாது. நான் மன்னிப்புக் கேட்டால், அந்த மன்னிப்பையும் அவர்கள் ஏற்றுக் கொண்டால் ஒரு அற்புதமான அருவியில் குளித்து வந்தது போல் இருக்கும். மன்னிப்புக் கேட்பதும் மன்னிப்பை ஏற்பதும் மிக உயர்ந்த மன எழுச்சியை ஏற்படுத்தக் கூடியவை. பெரும்பாலும் நான் அவந்திகாவிடம்தான் மன்னிப்புக் கேட்டிருக்கிறேன்.

ஆனால் என்னை விட மூத்த ஒரு எழுத்தாளர் என்னிடம் அந்த வார்த்தையை உபயோகப்படுத்தியதும் கதிகலங்கிப் போனேன்.

அவர் விளையாட்டாகச் சொன்னதை நான் ஏன் சீரியஸாக எடுத்துக் கொண்டேன் என்று யோசித்தேன். தொடர்ந்து பிறரால் அவமானப்படுத்தப் படுவதால் கூட என்னிடமிருக்கும் விளையாட்டுத் தனம் விடுபட்டுப் போயிருக்கலாம். (ஐந்து நிமிடத்துக்கு முன்பு கூட ஒரு ஆள், "சாரு, நீ ஒரு முட்டாள்; நீ எழுதுவதெல்லாம் குப்பை; நீ எழுதுவதை நிறுத்து," என்று ஆங்கிலத்தில் எழுதியிருக்கிறார். நீ மூச்சு விடுவதை நிறுத்து என்று என்னிடம் சொல்ல நீ யாரடா நாயே என்று பதில் எழுதத் தோன்றியது. எழுதவில்லை. இன்னொரு சந்தேகம். நான் எழுதுவது குப்பை என்று தெரிந்தும் இவர்கள் ஏன் படிக்கிறார்கள்? தெருநாய்தானே குப்பைத் தொட்டியைக் கிளறும்? அப்படியானால் என் எழுத்து குப்பை என்று தெரிந்தும் படிப்பவர்களைத் தெருநாயோடுதானே ஒப்பிட முடியும்? சரி, போகட்டும்.)

விஷயத்துக்கு வருகிறேன். க்ரியா ராமகிருஷ்ணன் விளையாட்டாகச் சொன்னதை சீரியஸாக எடுத்துக் கொண்டு அவரைப் புண்படுத்தும் விதத்தில் ஒரு பதிவையும் எழுதி விட்டேன். அதற்கு அவர் மன்னிப்புக் கேட்ட போது கலங்கி விட்டேன். அவருக்கு நான் பின்வருமாறு ஒரு பதில் எழுதினேன்.

டியர் ராமகிருஷ்ணன்,

உங்களைப் படித்து வளர்ந்தவன் நான். உங்களையும் உங்கள் காலத்திய எழுத்தாளர்களையும். உதாரணமாக, ஞானக்கூத்தன், அசோகமித்திரன், சா.கந்தசாமி என்று பலர். நீங்கள் என்னிடம் மன்னிப்பு என்ற வார்த்தையை எழுதுவது என் மூத்த சகோதரன் என்னிடம் மன்னிப்புக் கேட்பதைப் போல் இருக்கிறது. உங்களை அப்படி தர்மசங்கடப்படுத்தி விட்டதற்காக நீங்களே என்னை மன்னிக்க வேண்டுகிறேன். என் இதயபூர்வமான வார்த்தை இது. நீங்கள் தமிழுக்குச் செய்திருக்கும் தொண்டு பற்றி சமயம் கிடைக்கும் போதெல்லாம் எழுதி வருபவன் நான். உங்கள் அகராதியைத்தான் நான் தினந்தோறும் பயன்படுத்தி வருகிறேன். க்ரியா பற்றித் தான் தி இந்துவிலும் எழுதினேன். என் நண்பர்களிடமும் சரி, பத்திரிகைகளிலும் சரி, க்ரியாவின் தரத்தை வேறு எந்தப் பதிப்பகமும் எட்டவில்லை என்றே சொல்லி வருகிறேன். உங்களிடமும் நேரில் அதைச் சொன்னேன். ஆனாலும் சில குறிப்பிட்ட எழுத்தாளர்களே தொடர்ந்து ஆங்கிலத்தில் அறிமுகப்படுத்தப்பட்டு வருவதற்கு நீங்களும் ஒரு காரணமாக இருப்பது எனக்குக் கொஞ்சம் வருத்தமாக இருக்கிறது.

நீங்கள் விளையாட்டாகச் சொன்னதை சீரியஸாக எடுத்துக் கொண்டு, அதைப் பற்றி எழுதியதற்காக உண்மையிலேயே நான் மனம் வருந்துகிறேன். ஆனாலும் ராமகிருஷ்ணன், ஒரு விளையாட்டைக் கூட சீரியஸாக எடுத்துக் கொள்ளும் அளவுக்கு தினந்தோறும் நான் பலராலும் அவமானப்படுத்தப்படுகிறேன். பொது இடங்களில். ஒருவரிடம் அன்பாகப் போய் கை கொடுத்தால் கையை உதறி விட்டுப் போகிறார். இது சமீபத்தில் இரண்டு முறை நடந்து விட்டது. அப்படியே கன்னத்தில் அறை வாங்கியது போல் இருக்கிறது. வலிக்கிறது. எழுதுவதைத் தவிர நான் என்ன தவறு செய்தேன். இந்தக் காயத்தினால்தான் நீங்கள் விளையாட்டாகச் சொன்னதைக் கூட சீரியஸாக எடுத்துக் கொண்டு விட்டேன்.

மன்னியுங்கள். எனக்கு இருக்கும் பிம்பத்துக்குத் துளியும் சம்பந்தமில்லாத ஆள் நான். பழகினால் தெரிந்து கொள்வீர்கள்.

மிக்க அன்புடன்,
சாரு.

இதற்கும் ராமகிருஷ்ணனிடமிருந்து பதில் வந்தது. மற்றவர்களின் கடிதங்களை அவர்களின் ஒப்புதல் இன்றி நான் வெளியிடுவதில்லை. ஆனால் அதில் அவர் எழுதியிருந்த ஒரு விஷயம் என்னை மீண்டும் அவரிடம் மன்னிப்புக் கேட்க வைத்தது. நான் என் கடிதத்தில் எழுதியிருந்த ஒரு விஷயம்: சில குறிப்பிட்ட எழுத்தாளர்களே தொடர்ந்து ஆங்கிலத்தில் அறிமுகப்படுத்தப்பட்டு வருவதற்கு நீங்களும் ஒரு காரணமாக இருப்பது எனக்குக் கொஞ்சம் வருத்தமாக இருக்கிறது.

மீண்டும் என் பக்கத்திலிருந்து பிழை. ஒருவரைப் பற்றி நம் சூழலில் கட்டமைக்கப்பட்டிருக்கும் பிம்பத்திலிருந்தே நாமும் அவரைப் பற்றிய கருத்தை/ அபிப்பிராயத்தை உருவாக்கிக் கொள்கிறோம் என்பதற்கு நான்தான் மிகச் சரியான உதாரணமாக இருக்க முடியும். என்னைப் பற்றிய பிம்பம்: குடிகாரன், ஸ்த்ரீலோலன், வில்லங்கம் செய்பவன், முரடன், இன்னபிற. ஆனால் என் நண்பர்களுக்குத் தெரியும், இந்த பிம்பத்துக்கும் எனக்கும் துளிக்கூட சம்பந்தம் இல்லை என்பது. ஆக, அதையேதான் ராமகிருஷ்ணன் விஷயத்திலும் நானும் செய்து விட்டேன். அது பற்றி ராமகிருஷ்ணன் பின்வருமாறு எழுதினார்:

''பலர் என்னைப் பற்றித் தவறான எண்ணங்களைக் கொண்டிருப்பது நான் அறிந்ததே. அதற்கு நீங்கள் சொல்வது ஒரு உதாரணமாக இருக்குமோ என்று அஞ்சுகிறேன்.''

இதற்கு என் பதில்:

அன்புக்குரிய ராமகிருஷ்ணனுக்கு,

உண்மையிலேயே மனப்பூர்வமாக மன்னிப்புக் கேட்டுக் கொள்கிறேன். நேரில் வந்தேன். நீங்கள் இல்லை. இது பற்றிய என் மன்னிப்பை சாரு ஆன்லைனில் எழுதுவேன். பொதுவாக நிலவும் தவறான அபிப்பிராயங்களையே நானும் நம்பி அதை எழுதியது என்னுடைய மிகப் பெரிய தவறுதான். இப்போது இந்த மின்னஞ்சலில் மன்னிப்புக் கேட்பதை விட என் ப்ளாகில் எழுதி மன்னிப்புக் கேட்பதே சரியாக இருக்கும். செய்வேன்.

மன்னித்து விடுங்கள் ராமகிருஷ்ணன். இனி இதுபோல் தங்கள் விஷயத்தில் மட்டும் அல்ல; மற்றவர்களின் விஷயத்திலும் நடக்காமல் இருக்கும்படி என்னை கவனித்துக் கொள்வேன்.

மிக்க அன்புடன்,
சாரு.

ஜனவரி 20 அன்று எழுதியது இந்தக் கடிதம். ஒருவரைப் புண்படுத்தும் போது எது பற்றியும் யோசிக்காமல் க்ஷணப்பொழுதில் செய்து விடுகிறோம். ஆனால் மன்னிப்புக் கேட்கும் போது மட்டும் அதைச் செய்யாமல், காலம் சரி செய்து விடும் என்று காலத்தின் மேல் பழி போட்டு விடுகிறோம். அதையே நானும் செய்திருக்கிறேன்.

மன்னிப்பு என்றாலே இனி இப்படி நடக்காது என்றுதான் பொருள். அந்தப் பொருளில்தான் க்ரியா ராமகிருஷ்ணனிடம் மன்னிப்புக் கேட்டுக் கொள்கிறேன். தமிழ் தமிழ் என்று மூச்சுக்கு முன்னூறு முறை சொல்லிக் கொண்டு தமிழை வைத்துப் பிழைத்துக் கொண்டிருக்கும் அரசியல்வாதிகள் மிகுந்த தமிழ்நாட்டில், தமிழுக்கு உண்மையான தொண்டு செய்பவர்களில் முதன்மையானவர்களில் ஒருவர் க்ரியா ராமகிருஷ்ணன். அவரது தமிழ் அகராதிப் பணிகளும் அவர் தொடர்ந்து பதிப்பித்து வரும் நூல்களுமே அதற்குச் சான்று. அந்தப் பணி இன்னும் மேலும் மேலும் தொடர வேண்டும் என அவரை அன்புடன் கேட்டுக் கொள்கிறேன்.

23

எழுத்தாளர் கோணங்கியின் தவம்!

ஜனவரி 23, 2015

160. விக்கிபீடியாவில் எழுத்தாளர் கோணங்கி பற்றிய கட்டுரையில், சர்வதேச அளவில் இவருக்கு இணையான எழுத்தாளர்கள் என Thomas Pynchon-ஐயும் ஜேம்ஸ் ஜாய்ஸையும் குறிப்பிட்டிருக்கிறார்கள். தாமஸ் பிஞ்ச்சனைப் பற்றி நீங்கள் அறம் பொருள் இன்பம்-3 இல் இவ்வாறு சொல்லியிருக்கிறீர்கள்: "மிகுந்த வாசிப்பு அனுபவம் உள்ள ஒருவருக்கே Georges Perec, Ronald Sukenick, Thomas Pynchon போன்றவர்களை வாசிப்பது பெரும் சிரமமாக இருக்கும்." கோணங்கியின் படைப்புகள் பற்றி?

சு.அருண்பிரசாத், திண்டுக்கல்.

(பரிசுக்குரிய கேள்வி)

ஜாய்ஸின் யுலிஸஸ் 1918-இலிருந்து மூன்று ஆண்டுக் காலம் ஒரு அமெரிக்கப் பத்திரிகையில் தொடராக வெளிவந்தது. இருபதாம் நூற்றாண்டின் நூறு முக்கியமான ஆங்கில நாவல்களில் ஒன்றாக மதிக்கப்படுகிறது. உலகம் முழுவதும் உள்ள ஜாய்ஸின் ரசிகர்கள் ஜூன் 16-ஐ ப்ளூம்ஸ் டே என்று கொண்டாடுகிறார்கள். ஏனென்றால், 1904-ஆம் ஆண்டு ஜூன் 16 என்ற ஒரு நாளில் நடக்கும் சம்பவங்கள்தான் யுலிஸஸ். ஆனால் 2,65,000 வார்த்தைகள் கொண்டது அந்த நாவல். ஏகப்பட்ட சிலேடைகளும், கேலி கிண்டல்களும், உப பிரதிச் சரடுகளும் கொண்டது. உதாரணமாக, கி.மு. எட்டாம் நூற்றாண்டில் வாழ்ந்த கிரேக்க மஹாகவி ஹோமரின் காவியமான ஒடிஸியின் நாயகன் ஒடீஸியஸ்

என்ற பெயரிலிருந்தே யுலிஸஸ் பிறக்கிறது. யுலிஸஸ் நாயகன் லெபோல்ட் ப்ளூமுக்கும் ஒடீஸியஸுக்கும் நிறைய ஒற்றுமைகள் உண்டு. அதேபோல் நாயகி மோலி ப்ளூம் ஒடீஸியஸின் மனைவி பெனலோப்பின் மற்றொரு வடிவம்.

உங்கள் கேள்வியைப் படித்த பிறகு யுலிஸஸில் சுமார் 25,000 வார்த்தைகளைக் கொண்ட பதினெட்டாவது அத்தியாயத்தைப் படித்துப் பார்த்தேன். பெனலோப்பின் ஞாபகங்களாக நனவோடை உத்தியில் அமைந்த பகுதி இது. இவ்வளவு நீண்ட பகுதியில் நிறுத்தற்குறிகளே கிடையாது.

இப்படியெல்லாம் இருந்தாலும் மூன்று பாகங்களாகப் பிரிக்கப்பட்டு 18 அத்தியாயங்களாக எழுதப்பட்டுள்ள யுலிஸஸின் கதையை ஒரு ரீடரை வைத்துக் கொண்டு மிக எளிதில் பின் தொடர்ந்து வாசித்து விட முடியும். ரீடர் என்பது விளக்க நூல். யுலிஸஸ் கடினமான நாவலே தவிர வாசகருக்கு எல்லையில்லாத வாசிப்பு இன்பத்தைத் தரக் கூடியது. சுவாரசியமானது. இல்லாவிட்டால் உலகம் முழுவதும் ஆங்கில வாசகர்கள் ஜாய்ஸை இப்படிக் கொண்டாடிக் கொண்டிருக்க மாட்டார்கள்.

மற்றபடி நான் முன்பு குறிப்பிட்ட தாமஸ் பிஞ்ச்சன், ஜார்ஜ் பெரக், ரொனால்ட் சுகேனிக் ஆகியோர் திரும்பத் திரும்ப வாசிக்கக் கோரும் எழுத்தைப் படைத்தவர்களே தவிர முற்றிலும் புரியாத பிரதிகளை உருவாக்கியவர்கள் அல்லர். ஆனால் கோணங்கியின் பிற்காலத்திய நாவல்கள் இலக்கியப் பிரதிகளாக உருவானவை அல்ல. யாருக்குமே புரியாத சங்கேத வார்த்தைகளால் புனையப்பட்ட மாந்த்ரீக நூல்கள் மற்றும் பல சித்த வைத்தியக் குறிப்புகளைப் போன்றவை அவை. ஆனால் ஜாய்ஸின் எழுத்து அப்படி அல்ல.

ஒரு உதாரணம் - நாயகன் ப்ளூமுக்கு என்னென்ன வகை உணவு பிடிக்கும் என்று இந்த வாக்கியத்தில் எழுதுகிறார் ஜாய்ஸ். Hencod என்பது ஒருவகை மீன். அதன் ஓவரியில் இருக்கும் முட்டைகளை விரும்பி உண்பானாம் ப்ளூம். மட்டும் அல்லாமல் அவனுக்கு ஆகப் பிடித்தது ஆட்டின் கிட்னி. அதில் உள்ள லேசான மூத்திர நாற்றம் அவனுடைய வாய்க்குப் பிடித்திருந்தது என்று சொல்வதில் உள்ள கிண்டலைப் பாருங்கள். இப்படியெல்லாம் கோணங்கியிடம் என்னால் ஒரு வாக்கியத்தைப் பார்க்க முடியவில்லை.

Mr Leopold Bloom ate with relish the inner organs of beasts and fowls. He liked thick giblet soup, nutty gizzards, a stuffed roast heart, liver slices fried with crust crumbs, fried hencods' roes. Most of all he liked grilled mutton kidneys which gave to his palate a fine tang of faintly scented urine.

கமல்ஹாசனின் ரசிகர்கள் அவரை உலக நாயகன் என்று சொல்லிப் பெருமைப்பட்டுக் கொள்கிறார்கள் அல்லவா? உலகம் என்பது என்ன? தமிழ்நாடுதானே? விநாயகர் தன் பெற்றோரைச் சுற்றி வந்து, உலகத்தைச் சுற்றி வந்து விட்டேன், மேங்கோவைக் கொடு என்று கேட்டு வாங்கிக் கொள்ளவில்லையா? அதேபோல் கமல் ரசிகர்களும் தமிழ்நாட்டையே உலகம் என்று நம்புகிறார்கள். இப்படி சினிமா நடிகர்களுக்குக் கொடுக்கும் உரிமையை எழுத்தாளர்களுக்குக் கொடுப்பதில் என்ன தவறு? அதனால்தான் கோணங்கியின் ரசிகர்கள் விக்கிபீடியாவில் அப்படி எழுதியிருக்கிறார்கள். அதில் தவறே இல்லை.

எனவே, இப்படியெல்லாம் கேள்வி கேட்டு கோணங்கியின் தவத்தைக் கெடுக்காதீர்கள்.

161. உன்னதம் என்று எதைச் சொல்வீர்கள்?

ஆர்.எஸ். பிரபு, சென்னை 90.

ஈரோட்டுக்குப் பக்கத்தில் ஒரு சிறிய கிராமம். பத்து வீடுகளே இருக்கும். அதுவும் குடிசைகள். அங்கே ஒரு வீட்டில் ஒரு குடியானவர் இருக்கிறார். காலை ஒன்பது மணியிலிருந்து மாலை ஆறு மணி வரை கோவணத்தைக் கட்டிக் கொண்டு வயலில் கலப்பை பிடித்து வேலை செய்து கொண்டிருப்பார். ஆனாலும் அவரை யாரும் விவசாயி என்று சொல்வதில்லை. வைத்தியர் என்றுதான் அழைக்கிறார்கள். ஏனென்றால், வயல் வேலைக்குக் கிளம்பும் வரையும் பிறகு மாலையிலும் அவரை நாடி வரும் நோயாளிகளுக்கு சித்த வைத்தியம் செய்கிறார். பரம்பரையாக அவரது பாட்டன், முப்பாட்டன் செய்து வந்த வைத்தியம். என்ன விசேஷம் என்றால், இவரைப் பற்றி பத்திரிகையில் எழுதுவதை விரும்ப மாட்டார். எழுதவே கூடாது என்பது இவரது கட்டளை. ஏன் ஐயா, எல்லோருக்கும் உங்கள் மருத்துவம் கிடைக்கக் கூடாதா என்று கேட்டேன். "அதை அப்படிப் பார்க்காதீர்கள். எல்லோருக்கும் வைத்தியம் செய்தால் எனக்குக் கோடி கோடியாகப் பணம் வரும். பணம் வந்தால் என் புத்தி மாறும். புத்தி மாறினால் மருந்து வேலை செய்யாது. அப்போது என் மருந்தினால் யாருக்குமே பலன் இல்லாமல் போய் விடும். அதை விட இந்தச் சுற்று வட்டாரத்தைச்

சேர்ந்தவர்களுக்கும் உங்களைப் போல் என்னைப் பற்றித் தெரிந்து வருபவர்களுக்கும் வைத்தியம் பார்த்தால் போதும்,'' என்றார்.

இவரைப் பற்றி எழுதினால் இவருக்கு நோபல் பரிசு கூட கிடைக்க வாய்ப்பு இருக்கிறது. ஏனென்றால், வெண்புள்ளி (Vitiligo) என்னும் தோல் நோய் இவரது மருந்தினால் முற்றிலும் குணமாகி விடுகிறது. இது ஒரு உலக அதிசயம். இருந்தாலும் கோடி வேண்டாம்; கலப்பை போதும் என்கிறார். என்னைப் பொறுத்தவரை இத்தகைய மனமே உன்னதம்.

162. அனைத்துக் கட்சி கூட்டத்தில் முடிவுசெய்தபடி, கேரள முதல்வர் உம்மன் சாண்டியும், எதிர்கட்சித் தலைவர் வி.எஸ். அச்சுதானந்தனும் சமீபத்தில் ஒன்றாகச் சென்று பிரதமர் மோதியிடம் தமது மாநிலத்திற்காக சில கோரிக்கைகளை முன்வைத்தனர். (தற்போதைய) தமிழக அரசியலில் இதுபோன்று நடக்க வாய்ப்புள்ளதா? மேலும், தமிழகத்தில் மக்களாட்சி என்ற பெயரில் பல ஆண்டுகளாக மன்னராட்சி நடந்து வருவதற்கு மக்களாகிய நம்முடைய பங்கு என்ன?

சின்ன தாதா, அபு தாபி.

சாதாரணமாக நான் போய் கை குலுக்கினாலே கையை உதறி விட்டு வேறு பக்கம் சென்று விடுகிறார்கள் பிரபலங்கள். பிரபலங்கள் மட்டும் அல்ல; அவர்கள் புத்திஜீவிகள். நான் என்ன அவர்களிடம் கடனா கேட்டு விடப் போகிறேன்? இப்படி பொது இடங்களிலேயே வெறுப்பை வெளிப்படையாகக் காட்டிக் கொள்ளும் புத்திஜீவிகள் வாழும் தேசத்தில் அரசியல்வாதிகள் எப்படி இருப்பார்கள்?

அரசியல்வாதிகள்தான் ரொம்ப ரொம்பத் தேவலாம் என்ற பிரிவில் இருப்பவர்கள். மற்றவர்கள் செய்யும் அராஜகம் அதைவிடப் பல மடங்கு பெரிது. துரதிர்ஷ்டவசமாக நமக்கு அரசியல்வாதிகள்தான் கண்களுக்குத் தெரிகிறார்கள்.

ரஜினிகாந்த் சமீபத்தில் நடித்து வெளிவந்த ஒரு மொக்கைப் படத்தை எல்லோரும் விமர்சித்ததற்காக அவர்களை ராதாரவி ஒரு பொது நிகழ்ச்சியில் எப்படியெல்லாம் திட்டினார் என்பதை யூட்யூபில் பார்த்தீர்கள்தானே?

போகட்டும். மக்களாட்சி, மன்னராட்சி என்ற விஷயத்துக்கு வருவோம். இங்கே நடக்கும் மன்னராட்சிக்கு நாம்தான்

காரணம். ஏனென்றால், நமக்கு அதிகாரம் கிடைத்தால் நாம் அந்த மன்னர்களை விட மோசமாக நடந்து கொள்கிறோம்.

ஒரு உதாரணம் தருகிறேன். அது ஒரு ஐஏஎஸ் பயிற்சி மையம். அதில் பயின்று தேர்வு எழுதினால் அநேகமாக ஐஏஎஸ் ஆகி விடலாம். எனவே அங்கு படிக்கும் பெரும்பாலோர் வருங்கால ஆட்சியாளர்கள்; கலெக்டர்கள். அங்கே படிக்கும் மாணவர் ஒருவரின் தந்தை பெரிய போலீஸ் அதிகாரி. வகுப்பு காலையில் ஒன்பது மணிக்குத் துவங்கும். மாலை மூன்று மணிக்கு முடியும். காலையில் அந்த இளைஞரைப் பயிற்சிக் கல்லூரிக்கு அழைத்து வரும் போலீஸ் துறையைச் சேர்ந்த கார் மாலை மூன்று மணி வரை அங்கேயே இருந்து அவரைத் திரும்ப வீட்டுக்கு அழைத்துச் செல்லும். அரசாங்கச் செலவில் கார்; அரசாங்கச் செலவில் ஓட்டுநர். ஏன், ஒரு 22 வயதுப் பையன் தன்னுடைய வாகனத்தில் பயிற்சிக் கல்லூரிக்கு வர முடியாதா?

இப்படிப் பழகிய ஒரு மாணவன் வருங்காலத்தில் கலெக்டராக வந்தால் இந்த நாடு எப்படி இருக்கும்? அவனும் தன்னை ஒரு குறுநில மன்னனாகத்தானே நினைத்துக் கொள்வான்? பிரச்சினை என்னவென்றால், அந்தப் போலீஸ் அதிகாரி வேறு யாரும் அல்ல; நாம்தான். பத்தாயிரத்தில் ஒருவர்தான் அதிகாரத்தைத் துஷ்பிரயோகம் செய்யாமல் இருக்கிறார்கள். எனவே நமக்கு இப்படிப்பட்ட மன்னராட்சிதான் லாயக்கு. அதற்கு மேல் நமக்குத் தகுதி இல்லை.

163. புத்தகக் காட்சி பற்றி?

சி. செல்வம், மதுராந்தகம்.

இதுவரை நான் எந்தப் புத்தகத் திருவிழாவுக்கும் இவ்வளவு ஆர்வமாகச் சென்றதில்லை. தினந்தோறும் சென்றேன். வாச கர்களுக்காகக் கையெழுத்திட்டேன். எனக்குத் தெரியாத பல பகுதிகளிலிருந்து என் எழுத்தை வாசிக்கிறார்கள் என்பதை முதல் முறையாகத் தெரிந்து கொண்டேன். சிலரை 15 ஆண்டு களுக்குப் பிறகு பார்த்தேன். எக்கச்சக்கமாக உடம்பு ஏறியிருந்ததை கவலையோடு கவனித்தேன்.

ஆனால் வழக்கம் போல் கழிப்பறை கொடுமையாக இருந்தது. சர்க்கஸில் பார் விளையாடுபவர்கள் கீழே போட்டிருக்கும் வலையில் விழுந்து எம்பி எம்பிக் குதிப்பார்கள் இல்லையா?

அதுபோல புத்தகக் காட்சியில் நடக்கும் போது எம்பி எம்பிக் குதித்துக் கொண்டே நடந்தேன். ஏனென்றால், தரையில் உள்ள மேடு பள்ளத்தை நிரவ கார்ட் போர்ட் அட்டையோ லேசான பலகையோ வைத்திருந்தார்கள். அதுதான் அந்த விளைவைக் கொடுத்தது.

பத்திரிகைகள், பதிப்பாளர்கள் எல்லோரும் படு குஷியில் இருந்தார்கள். 11 லட்சம் வாசகர்கள் வந்தார்கள், 30 லட்சம் புத்தகங்கள் விற்றன, 15 கோடி ரூபாய்க்கு விற்பனை என்கிறது புள்ளி விபரம். இதைக் கேட்டு எனக்கு ஆயாசம்தான் மிஞ்சியது. எவ்வளவு புள்ளி விபரத்தை நீட்டினாலும் என்னிடம் ஒரு புள்ளி விபரம் உள்ளது. பக்கத்தில் உள்ள கர்னாடகாவில் இலக்கியவாதிகளின் புத்தகம் ஐந்து லட்சம் விற்பனை ஆகிறது. கேரளத்திலும் இதே நிலைதான். இங்கே தமிழ்நாட்டில் 5000 விற்கவே ஐந்து வருடம் ஆகிறது. அதிலும் முதல் வரிசையில் இருக்கும் எழுத்தாளர்களுக்கு. நாம் இன்னும் ஆரம்பிக்கவே இல்லை. அதற்குள் கொண்டாட்டமா?

24

பெண்ணுக்கு இழைக்கப்படும் மிகப் பெரிய தீங்கு எது?

ஜனவரி 30, 2015

164. அதிகார வர்க்கத்தில் பிராமணர்களின் எண்ணிக்கை குறைந்ததால்தான் தமிழ்நாட்டில் ஊழல் அதிகரித்து விட்டது என்று கருதுகிறீர்களா?

ஜே.ஜே.குமார், தோஹா, கத்தர்.

இதே போன்ற ஒரு கருத்தை சென்ற ஆண்டு ஒரு வங்காள புத்திஜீவி சொன்னதால் அரசாங்கமே அவர் மீது வழக்குத் தொடுத்து விட்டது. பாதிக்கப்பட்டவர்கள் என் வீட்டு வாசலில் வந்து கோஷம் போட்டால் வீட்டின் உரிமையாளர் வீட்டைக் காலி பண்ணச் சொல்லுவார். நாலு அடி நீளமும் எட்டு அடி உயரமும் உள்ள ஸோரோவை அழைத்துக் கொண்டு நான் எங்கே செல்ல முடியும்? ஸோரோ நான் வளர்க்கும் க்ரேட் டேன் நாய். ஸோரோவின் காலத்துக்குப் பிறகு கேளுங்கள். சுதந்திரமாக பதில் சொல்கிறேன்.

165. எக்ஸைல் நாவலைப் படிக்க பலர் ஆர்வமாக இருந்தனர். முன்பதிவு செய்திருந்த எக்ஸைல் வீட்டுக்கு வந்ததும், அதன் கவரைப் பிரிப்பது, முதலிரவில் மனைவியின் ஆடையைக் களைவதைப் போல் த்ரில்லாக இருந்ததாக வாசகர் ஒருவர் எழுதியிருந்தார். இதைக் கண்டித்து விகடனில் பிரியா தம்பி எழுதியிருப்பது குறித்து உங்கள் கருத்து? அப்படி எழுதுவது பெண்களை இழிவு செய்வதாக அவர் சொல்கிறாரே? தன் மனைவியுடன் உறவு கொள்வது அவ்வளவு பெரிய தப்பா?

பிச்சைக்காரன், சென்னை.

(பரிசுக்குரிய கேள்வி)

உங்கள் கேள்விக்குப் பதில் சொல்வதற்கு முன்பாக என்னைப் பற்றி நாலு வார்த்தை. நான் ஆணுருவில் வாழும் பெண். ஒரு பெண் என்னென்ன செய்வாளோ அத்தனையும் செய்து வாழ்கிறேன். ஏழு ஆண்டுகள், குழந்தையும் வளர்த்தேன். இன்னமும் சமையல் வேலை செய்யாமல் ஒரு வேளை கூட நான் உணவு உண்டதில்லை. எந்தப் பெண்ணையும் இதுவரை நான் வேலை வாங்கியதில்லை.

அந்த வாசகர் சொன்னதில் எனக்கு எதுவும் தவறாகத் தெரியவில்லை. புத்தகத்தின் கவரைப் பிரிப்பது தன் காதலியின் / மனைவியின் ஆடையை அவிழ்ப்பது போல் இருப்பதாகச் சொன்னால் என்ன? ஏன், முதலிரவில் பெண்களே முன்வந்து, ஆண்களின் ஆடைகளை அவிழ்க்குமாறு செய்ய பெண்களுக்குக் கற்பிக்கலாமே? யார் பெண்களைத் தடுத்தது?

முதலில் நாம் எதார்த்தத்தைக் காண வேண்டும். உலகம் பூராவும் பெண்களைக் கொண்ட விபச்சார விடுதிகள்தான் உள்ளன. ஆண் விபச்சார விடுதிகள் கிடையாது. ஏன் என்றால், பெண்களின் மன/ உடல் அமைப்பில் ஆண்களைப் போல் எதிர் இனத்தைப் பார்த்தவுடன் காமம் எழுவதில்லை. அவர்களுக்கு மனதளவிலும் ஒருவனைப் பிடிக்க வேண்டும். ஆண்கள் அப்படி இல்லை. பல ஆண்கள் கழிப்பறைக்குப் போவது போல் உறவு கொண்டு விட்டு வந்து விடுகிறார்கள்; மனைவியிடமே கூட. இப்படி ஆண் பெண் தேக சம்பந்தத்தில் எத்தனையோ நுணுக்கமான சமாச்சாரங்கள் உள்ளன.

மோட்டார் சைக்கிளில் இன்னமும் ஆண்கள்தானே பெண்களுக்கு டிரைவராக இருக்கிறார்கள்? அதை மாற்ற வேண்டியதுதானே? மேலும், ஒரு பெண் ஒரு ஆணை அழைக்கலாம். ஆனால் எந்த ஆணாலும் அப்படி அழைக்க முடியாது. பலாத்காரம் செய்யும் கிரிமினல்களை இங்கே நான் சேர்க்கவில்லை.

ஆண்கள் பட்டினி கிடந்து செத்து இருக்கிறார்கள். பெண்களின் பட்டினி ரொம்பக் கம்மி. பல நூறு, பல ஆயிரம் ஆண்கள் அறுபது வயது வரை காமம் அறியாமல் அழிந்திருக்கிறார்கள். அப்படி ஒரு பெண்ணைக் கூட சொல்ல முடியாது. இப்படி ஆண்களின் பிரச்சினை என்று எத்தனையோ உள்ளது.

ஆனால், இன்னமும் இந்தியாவில் எந்தப் பெண்ணும் இரவில் தனியாக நடமாட முடியாது என்ற கொடூரமான நிலை நிலவுவதால், ஆண்களின் பிரச்சினை பற்றி யாருமே பேச அஞ்சுகிறார்கள்.

பிரியா தம்பியின் தொடர் எனக்குப் பிடித்திருந்தது. அவரைப் போன்றவர்கள்தான் ஆண்களின் பிரச்சினைகளையும் சேர்த்துப் பேச வேண்டும்.

166. தான் மட்டும் பேசிக் கொண்டு, மற்றவர்களைப் பேச விடாமல் செய்வதுதான் கருத்துச் சுதந்திரம் என்று நினைப்பவர்களைப் பற்றி?

வெ.பூபதி, கோவை

அவர்களின் பெயர் கம்யூனிஸ்டு.

167. ஜெயமோகனின் விஷ்ணுபுரம் பற்றி உங்களுடைய கருத்து என்ன?

விஜயகுமரன்

இப்படியெல்லாம் தனித்தனியாக ஒவ்வொரு நாவல் பற்றியும் கருத்து சொல்லும் நிலையை ஜெயமோகன் கடந்து எத்தனையோ காலம் ஆகி விட்டது. ஜெ. இன்று ஒரு ஆளுமை. தமிழகக் கலாச்சார சூழலை பாதிக்கக் கூடிய மிக முக்கியமான ஒரு குரல் அவருடையது. ஆனால் அவர் செய்து கொள்ளும் சில சமரசங்கள் எனக்கு உவப்பானது அல்ல.

அவர் தன்னுடைய சக எழுத்தாளர்களை விமர்சிக்கிறார். சமூக அரசியல் நிகழ்வுகளை விமர்சிக்கிறார். சமீபத்தில் கூட கோட்ஸேவைக் கொண்டாடும் இந்து அமைப்புகளைப் பற்றிக் கடுமையான வார்த்தைகளில் எழுதியிருந்தார். எழுத்தில் தீப்பொறி பறந்தது.

விகடனைப் பற்றி, அது தேவர் பத்திரிகை என்று எழுதினார். இந்து நாளிதழ் சீனக் கம்யூனிஸ்டுகளுக்காக நடத்தப்படுவது; தமிழர்களுக்காக அல்ல என்றார். அவர் துணிவு என்னை மிரட்டுகிறது.

ஆனால் தமிழ்நாட்டையே கெடுத்துக் குட்டிச்சுவராக்கிக் கொண்டிருக்கும் சினிமா பற்றி வாயையே திறக்க மாட்டேன் என்கிறார். ஏன் இந்தப் பாரபட்சம்? அப்படித் திறக்காவிட்டால் கோணங்கியைப் போல் எதைப் பற்றியும் கருத்து சொல்லாமல் அமைதி காக்க வேண்டும். அதுவும் இல்லை. அவரிடம் மாட்டாத ஒரு ஆள் இல்லை; ஒரு பத்திரிகை இல்லை. ஆனால் சினிமா

மட்டும் செல்லப்பிள்ளை! காரணம், அவர் அதன் உள்ளே இருக்கிறார்!

எதையுமே பொருட்படுத்தாதவனைத்தான் நான் கலைஞன் என்று சொல்வேன். சமீபத்தில் ஒரு தலித் கூட்டத்தில் ஒரு விமர்சகர் வெள்ளை யானையைப் போன்ற ஒரு தலித் நாவல் தமிழில் இல்லை என்று சொல்லிக் கண்ணீர் வடித்துப் பேசினார். அவர் பேச்சைக் கேட்டு எனக்குமே கண்ணீர்தான் வந்தது.

ஆனால் எழுத்தாளனின் வேலை அவ்வளவுதானா? ஒவ்வொரு விஷயத்தைப் பற்றியும் செவ்வனே எழுதுவது மட்டும்தானா? அக்னி எல்லாவற்றையும் சுட வேண்டும்; சினிமா என்றால் மட்டும் தென்றலாகி விடுமா?

என்னைப் பொறுத்தவரை எழுத்தாளன் என்பவன் அக்னி. வெறும் தொழில்நுட்ப வல்லுனன் அல்ல.

168. தமிழ் இலக்கியத்திற்கு நோபல் பரிசு சாத்தியமா?

விஜயகுமரன்

வங்காளம் அல்லது மலையாளத்துக்குக் கிடைக்கலாம். ஆனால் முதலிடத்தில் இருப்பது இந்திய ஆங்கில இலக்கியம். ஜும்ப்பா லஹரி வாங்கினாலும் ஆச்சரியம் இல்லை. தமிழுக்குக் கிடைக்க சாத்தியமே இல்லை. தகுதியான படைப்புகள் ஏராளமாக உள்ளன. ஆனால் அவற்றையெல்லாம் ஆங்கிலத்தில் எடுத்துச் செல்ல ஆட்கள் இல்லை. அவ்வளவுதான்.

169. தமிழ்நாட்டில் அவனவன் வாழ்வதற்கு நாயாக அலைகிறான்; அவனிடம் போய் இந்த இலக்கியவாதிகள் ஏன்டா இலக்கியம் படிக்கவில்லை என்று கேட்பது நியாயமா?

விஜயகுமரன்

ஒரு ஆட்டோ ஓட்டுனரையோ, துப்புரவுத் தொழிலாளியையோ, மளிகைக்கடையில் நாள் பூராவும் பொட்டலம் கட்டிக் கொண்டிருக்கும் இளைஞனையோ, பஸ் டிரைவரையோ, வீட்டு வேலை செய்யும் பணிப் பெண்களையோ, கட்டிட வேலை செய்யும் தினக்கூலிகளையோ பார்த்து எந்த எழுத்தாளனும் என் புத்தகத்தைப் படியுங்கள் என்று கேட்கவில்லை.

மாதம் ரெண்டு மூணு லட்சம் சம்பளம் வாங்கும் மென்பொருள் துறையைச் சேர்ந்தவர்கள், தினமும் முப்பதாயிரம் சம்பாதிக்கும் மருத்துவர்கள், வக்கீல்கள், கோடிகளில் சம்பாதிக்கும் தொழில் அதிபர்கள், சினிமாக்காரர்கள், மற்றும் பத்திரிகைகளில் பணியாற்றும் ஆயிரக் கணக்கான புத்திஜீவிகள், எஞ்சினியர்கள், பள்ளி மற்றும் கல்லூரி ஆசிரியர்கள், பேராசிரியர்கள், துணை வேந்தர்கள் என்று இவர்களைப் பார்த்துத்தான், ''ஏன் இலக்கியம் படிக்க மாட்டேன் என்கிறீர்கள் தெய்வங்களே!'' என்று கேட்கிறான் தமிழ் எழுத் தாளன். இவர்கள் எல்லாம் படித்தாலே ஒரு எழுத்தாளனின் நாவல் தமிழில் ஒரு லட்சம் பிரதி போகும்.

170. சமீபத்தில் ஈர்த்த சம்பவம் அல்லது சந்திப்பு?

விஜயகுமரன்

புத்தக விழாவின் கடைசி நாள் அன்று என் நீண்ட நாள் நண்பனைப் பார்த்தேன். வெளிநாட்டில் வாழ்கிறான். பார்த்துச் சில ஆண்டு கள் ஆகிறது. உயிர்மை அரங்கிலிருந்து என்னை அழைத்தான். சென்றேன். முன்னிரவு எட்டு மணி. கடும் போதையில் இருந்தான். அன்று காலைதான் சென்னை வந்து இறங்கியிருக்கிறான். இறங்கியதிலிருந்தே குடி. குடிப்பது அவரவர் இஷ்டம். ஆனால் நிற்கக் கூட முடியாமல் ஒரு பொது இடத்துக்கு வரலாமா? சரி, அதுவும் அவன் இஷ்டம். வந்தவன் என்னை அன்று இரவு இலக்கியம் பேசுவதற்கு அழைத்தான். எப்படிப் போவது? அவன் இருக்கும் நிலை வேறு; என் நிலை வேறு. என்னவென்று பேசுவது?

நான் குடிப்பதை நிறுத்தி விட்டேன் என்றேன். வா; சாப்பிட்டுக் கொண்டே பேசலாம் என்றான். கட்டாயப்படுத்தினான். எனக்கோ தர்மசங்கடமாக இருந்தது. அவனைப் பார்க்கவும் பேசவும் எத்தனையோ ஆர்வமாக இருந்தேன். ஆனால் அவனோ நான் சொல்லும் எதையுமே புரிந்து கொள்ள முடியாத நிலையில் இருந்தான். பத்து நிமிடம் வந்து விட்டுப் போவதில் உனக்கு என்ன ஆகி விடும் என்று பயங்கர அன்புடன் திட்டினான். பத்து நிமிடம் பத்து மணி நேரம் ஆகி விடும் என்று எனக்குத் தெரியும். நானோ அன்று இரவு அந்திமழைக்கு பதில்கள் எழுதி அனுப்ப வேண்டும். இன்னொரு பத்திரிகைக்கும் எழுத வேண்டும். இப்படி திடீரென்று வந்து அழைத்தால் எப்படி?

என் வாழ்நாளில் இதுவரை ஒருமுறை கூட முன்கூட்டியே தெரிவிக்காமல், அனுமதி கேட்காமல் யாரையும் சந்தித்தது இல்லை. ஒருமுறை கூட அப்படி நடந்ததில்லை.

எப்படித் தப்பிக்கலாம் என்று பார்த்தாலும், "என்ன, ஓடிடலாம்னு பார்க்கிறியா, விட மாட்டேன்," என்று ஓங்கி நின்றான் நண்பன். அரை மணி நேரம் ஆகியது. பிறகு கடுமையான குரலில் வர முடியாது என்று சொல்லி விட்டு வந்தேன். வருத்தமாக இருந்தது.

சந்திக்காதது அல்ல; அவன் எழுதிய கேள்வி பதில் ஒன்றில் அவன், என்னுடைய முதல் நாவல் தவிர வேறு எதுவும் இலக்கியமாகத் தேறாது எனவும் இன்று தமிழிலேயே கூர்மையாக எழுதுபவர் ஜெயமோகன் ஒருவர்தான் என்றும் எழுதியிருந்தான். மிகவும் நல்லது. ஆனால் சரக்கு அடித்தால் மட்டும் ஏன் இந்த நண்பர்களுக்கு என் நினைவு வந்து தொலைக்கிறது என்பதுதான் எனக்கு வருத்தமாக இருந்தது.

171. தங்களின் முகநூல் பற்றிய பதிவை வலைத்தளத்தில் கண்டேன். நிஜமாலுமே சமூகம் சினிமாவால் சீரழிகிறது. தங்கள் கூற்று உண்மைதான். ஆனாலும் இந்த டிஜிட்டல் காலகட்டத்தில் முகநூலை முற்றிலும் தவிர்க்க முடியாத சூழ்நிலை இருப்பதாக உணர்கிறேன். மேலும் தங்களது பெயரைத் தாங்கிய ஒரு குழுவை முகநூலில் கண்டேன். இணையலாமா?

ரதி, துபாய்.

முகநூலால் எந்தப் பயனும் இல்லை என்று நான் சொல்லவில்லை. முகநூலில் நாலு வரி எழுதிவிட்டு நான் எழுத்தாளன் என்று காலரைத் தூக்கி விட்டுக் கொண்டு அலையும் சிறார்கள் பற்றியே கவலை கொண்டு எழுதினேன். என்னைக் கண்டபடி அசிங்கமாகத் திட்டிக் கொண்டு ஒரு முகநூல் குழு இருப்பதாகக் கேள்விப் பட்டேன். அந்தக் குழுவைப் பற்றியா கேட்கிறீர்கள்? அதில் இணைந்தால் நிறைய கெட்ட வார்த்தைகள் கற்றுக் கொள்ளலாம் என்று நண்பர் ஒருவர் சொன்னார். உங்களுக்கு அந்த ஆசை இருந்தால் அதில் இணையலாம்; தப்பில்லை.

172. ஒரு பெண்ணுக்கு இழைக்கப்படும் மிகப் பெரிய தீங்கு என்று எதைச் சொல்வீர்கள்?

ராம், டிஜே, சவூதி அரேபியா.

I love you.

173. உமா சங்கர் ஐ.ஏ.எஸ்.?

வில்லியம்ஸ், தாம்பரம்.

அரசு ஊழியர் விதிகளில் ஒருவர் அரசு ஊழியராக இருந்து கொண்டே மதப் பிரச்சாரம் செய்யலாம் என்று இருப்பதற்கு சாத்தியம் இல்லை என்றே தோன்றுகிறது. பத்திரிகைகளில் எழுதுவதற்கே அரசாங்கத்திடம் அனுமதி கேட்க வேண்டும். ஒன்றுமில்லை. நீங்கள் அரசு ஊழியராக இருந்தால் 5000 ரூபாய்க்கு ஏதாவது வாங்கினால் அதை அரசுக்குத் தெரியப்படுத்த வேண்டும். சரி, அப்படியே பிரச்சாரம் செய்யலாம் என்று இருந்தால் ஒருவர் ஆறு மணிக்கு மேல் நக்ஸலைட்டுகளின் சார்பாகவும் பிரச்சாரம் செய்யலாமா? ஆறு மணி வரைதான் நான் ஐஏஎஸ்; அதற்கு மேல் ஐஎஸ் ஐஎஸ் என்று சொல்லிக் கொண்டு ஆள் சேர்க்கலாமா?

ஒருவர் எந்த மதமாக இருந்தாலும் அவர் அதிகாரத்தில் இருக்கும் பட்சத்தில், அந்த மத அடையாளத்தை அவர் வெளிப்படுத்திக் கொள்வது சரியல்ல. பல்வேறு மதங்களைச் சேர்ந்த மாணவர்களுக்குப் போதிக்க வேண்டிய பொறுப்பில் உள்ள ஒரு பேராசிரியர் மத அடையாளத்தை அணிந்திருந்தால் அதுவும் சரியானது அல்ல. பிரதம மந்திரியும் அப்படித்தான் இருக்க வேண்டும். நரேந்திர மோடி ஜப்பானியப் பிரதமரிடம் கீதையை அன்பளிப்பாகக் கொடுத்தது தவறு. கீதை இந்தியர்களின் பொது நூல் அல்ல. அதில் வெங்காயமும் பூண்டும் மாமிசமும் உண்பவன் கீழானவன், ஈனப் பிறவி என்ற கருத்து ஆணித்தரமாக பல இடங்களில் வருகிறது.16,17-ஆவது அத்தியாயங்கள் முழுக்கவும் அதுதான்.

16-ஆவது அத்தியாயத்தில் எட்டாவது சூத்திரம் மிகவும் சுவாரசியமானது. ''உலகத்தைக் கடவுள் படைக்கவில்லை; காமஹைதுகத்தினாலேயே உண்டானது (அதாவது ஆண் பெண் காமத்திலிருந்தே உண்டானது) என்பவர்கள் அசுரர்கள்,'' என்கிறது

அந்த சூத்திரம். இப்படிப்பட்ட நூல் எப்படி இந்தியர்களின் பொது நூலாக இருக்க முடியும்?

எனக்குத் தெரிந்து திருக்குறளில் மட்டும்தான் மத வேறுபாடுகள் இல்லை. ஆனால் அதிலும் ஆணை விட பெண் கீழானவள் என்ற கருத்து பல இடங்களில் வருகிறது. எனவே இக்காலத்துக்கேற்ற பொது நூல் என்றெல்லாம் எதையும் சொல்ல முடியாது.

174. காலம், வெளி இவை இரண்டையும் எப்படி உணர்கிறீர்கள்/ புரிந்து கொள்கிறீர்கள்?

சிவசங்கர், சேலம்.

உறக்கத்தில் காலம் வெளி இரண்டையும் மறக்க முடிகிறது; தியானத்திலும் கலவியிலும் இரண்டையும் கடக்க முடிகிறது. பிற வேளைகளில் மனம் வெளி; உடல் காலம்.

25

என்னை அறிந்தால் என் வாழ்க்கை கதை!

ஃபெப்ருவரி 6, 2015

175. என்னை அறிந்தால் பார்த்தீர்களா? கௌதம் வாசுதேவ் மேனன் உங்கள் நண்பர் என்பதால் படத்துக்கு விமர்சனம் எதிர்பார்க்கலாமா?

எஸ். சுந்தர், கோயமுத்தூர்.

வரும் ஆறு மாதங்களில் எத்தனை புத்தகங்கள் படிக்க முடியுமோ அத்தனை புத்தகங்களை முடிக்க வேண்டும் என்ற வெறியில் படித்துக் கொண்டிருக்கிறேன். வெளியுலகத் தொடர்பே இல்லை. தற்சமயம் படித்துக் கொண்டிருக்கும் நூல் சாமந்த் சுப்ரமணியன் எழுதிய 'Following Fish' என்ற அருமையான புத்தகம். இந்த ஆசிரியரை அறிமுகப்படுத்தியவர் கிழக்கு பத்ரி சேஷாத்ரி. இந்த நிலையில் புதன்கிழமை மதியம் ஃபோன் செய்த கணேஷ் அன்பு 'என்னை அறிந்தால்' படம் முதல் காட்சி போகலாமா என்று கேட்டார். அப்போதுதான் அந்தப் படம் வெளியாகும் விஷயமே தெரியும். ஆஹா என்றேன். நண்பர் கௌதம் என்னை மன்னிக்க வேண்டும். கொஞ்சம் அவநம்பிக்கையோடுதான் சென்றேன். காரணம், 'நீ தானே என் பொன் வசந்தம்' மற்றும் அஜித். சமீபத்தில் அஜித் நடித்து வெளிவந்த நல்ல படம் என்று எதுவும் என் ஞாபகத்தில் இல்லை. 'வரலாறு'தான் நான் பார்த்த கடைசியான நல்ல அஜித் படம்.

எனக்கு மிகவும் பிடித்த நண்பர்களில் ஒருவர் கௌதம் வாசுதேவ் மேனன். காரணம் என்னவென்றால், அவருடைய 'நடுநிசி நாய்கள்', 'நீ தானே என் பொன் வசந்தம்' என்ற படங்களைக் கடுமையாக நான் விமர்சித்து இருந்தாலும் அதையெல்லாம் பொருட்படுத்தாமல்

என்னோடு பழகினார். இது இந்தக் காலத்தில் மிகவும் அரிதான விஷயம். ஏனென்றால், கருத்துச் சுதந்திரம் பற்றி சதா பேசும் எழுத்தாளர்களே விமர்சனத்தைத் தாங்காமல் என்னைத் தங்களின் ஜென்ம விரோதியாகப் பார்க்கும் போது சினிமா நண்பர்களைச் சொல்லி என்ன பயன்? அப்படிப்பட்ட சூழலில் எந்த நிபந்தனையும் இல்லாமல் என்னை நண்பனாக ஏற்றுக் கொண்டவர் கௌதம். நான் வெளிப்படையாகப் பேசுபவன், மனதில் ஒன்றை வைத்துக் கொண்டு வேறு ஒன்றைப் பேசாதவன், முகத்துக்கு நேராகவே விமர்சனத்தைச் சொல்லி விடுபவன் என்பதெல்லாம் அவருக்குத் தெரியும். அதனால், 'என்னை அறிந்தால்' எப்படி இருந்தாலும் உள்ளபடியே எழுதுவதில் எனக்கு எந்தப் பிரச்சினையும் இல்லை.

இந்த எண்ணத்தோடுதான் படத்துக்குப் போனேன். முதல் சில நிமிடங்களிலேயே தெரிந்து விட்டது, இது ஒரு அட்டகாசமான ஜனரஞ்சகப் படம் என்று. வேட்டையாடு விளையாடு, பச்சைக்கிளி முத்துச்சரம், வாரணம் ஆயிரம், விண்ணைத் தாண்டி வருவாயா வரிசையில் வைக்கக் கூடிய படம் 'என்னை அறிந்தால்'. ரசித்துப் பார்த்தேன்.

படத்தில் ஒருசில குறைகள் வெளிப்படையாகவே தெரிந்தன. தன் காதலியைக் கொடூரமாகக் கொன்று விட்டார்கள் என்ற செய்தியை அவளுடைய ஆறு வயதுக் குழந்தையிடம் சொல்லும் போது, அஜீத்தின் முகம் ஏதோ தொலைக்காட்சியில் செய்தி வாசிப்பவர் போல் தெரிகிறது. இதை கௌதம் கவனித்திருக்க வேண்டும். மற்றபடி இது அஜீத்துக்குப் பெயர் சொல்லும் படம்.

அனுஷ்கா என்ற பெண் அநியாயத்துக்கு வெய்ட் போட்டு விட்டார். பெரும் உறுத்தலாகத் தெரிகிறது. அருண் விஜயின் நடிப்பு வாழ்க்கையில் 'என்னை அறிந்தால்' ஒரு திருப்பு முனை. இனிமேல்தான் அவருடைய பொற்காலம் ஆரம்பம். கடைசியில் க்ளைமாக்ஸ் சண்டையை 15 நிமிடம் வெட்ட வேண்டும். நீண்ட நாட்களுக்குப் பிறகு ஒரு ஜனரஞ்சகமான படத்தைப் பார்த்த திருப்தி ஏற்பட்டது.

இன்னொரு முக்கியமான விஷயம். படத்தில் வரும் ஆள் கடத்தல், அடிதடி போன்ற சம்பவங்களைத் தவிர்த்து விட்டால் 'என்னை அறிந்தால்' என் வாழ்க்கையின் கதை. என் வாழ்வில் நான் பேசிய வசனங்கள். (மெடிகல் ஷாப்புக்குத்தான் அடிக்கடி போக

வேண்டியிருக்கும்.) என் வாழ்க்கை இந்த அளவுக்கு கௌதமைப் பாதித்திருப்பதை அறிந்து பரவசம் கொண்டேன்.

176. ஸ்ரீரங்கம் கோயிலுக்குப் போயிருப்பீர்கள். இந்த முறை அங்கே எந்தக் கட்சிக்கு ரங்கநாதர் அருள் பாலிப்பார்?

ஷங்கர். ஜி.

ரங்கநாதரை விட்டு விடுங்கள், பாவம். ஓ.பி.எஸ். முதல்வர் ஆனதிலிருந்து தமிழ்நாடு கோமாவில் இருக்கிறது. இருந்தாலும் இடைத் தேர்தலில் ஆளுங்கட்சி வெல்வதே மரபு. அந்த மரபுப்படி அதிமுகவே வெல்லலாம். ஆனால் பொதுத் தேர்தலில் மக்கள் ஆட்சியை திமுகவிடம் கொடுத்து விடுவார்களோ என்று தோன்றுகிறது. இதுவரை நடந்த பொதுத் தேர்தல்களில் மக்கள் எந்தக் கட்சியையும் இது வேண்டும் என்று தேர்ந்தெடுப்பதாகத் தோன்றவில்லை. இந்தக் கட்சி வேண்டாம் என்ற வெறுப்பில் ஆளுங்கட்சிக்கு எதிராகவே வாக்களிக்கிறார்கள். அந்த வெறுப்பு எதிர்க்கட்சிக்கு வாய்ப்பாக அமைந்து விடுகிறது.

இப்போது அதிமுக மந்திரிகளும் முதல் மந்திரியும் அடுத்த முறை திமுக பதவியில் வருவதற்காகக் கடுமையான செயல்பாடுகளில் ஈடுபட்டு வருகிறார்கள் என்றே சொல்ல வேண்டும். திமுக எதுவுமே செய்ய வேண்டாம். அவர்களை ஆட்சியில் அமர்த்தும் பொறுப்பு அதிமுகவினுடையது.

177. நிறைய நண்பர்களை ஏற்படுத்திக் கொள்வதற்கான வழிமுறைகள் மற்றும் ஆலோசனையைக் கூறுங்கள்.

பரமேஸ்வரன், சிங்கப்பூர்.

இதற்கெல்லாம் வழிமுறைகள், ஆலோசனைகள் எதுவும் கிடையாது, பரமேஸ்வரன். நட்பு என்பது நிபந்தனை அற்றதாக இருக்க வேண்டும். சுரண்டல் இல்லாததாக இருக்க வேண்டும். நீ அரிசி கொண்டு வா, நான் உமி கொண்டு வருகிறேன், சலித்து சாப்பிடலாம் என்பதாக இருக்கக் கூடாது.

பரஸ்பர நம்பிக்கை வேண்டும். நம் கருத்தை நண்பர் மேல் திணிக் கக் கூடாது. இப்படியெல்லாம் இருந்தால் நட்பு நம்மைத் தேடி வரும். ஆனால் கூடா நட்பு கூடாது. எது கூடா நட்பு என்பதை எப்படித் தெரிந்து கொள்வது? அனுபவம்தான் பாடம்.

178. எழுத்தாளருக்கு பயணம் என்பது எவ்வளவு முக்கிய மானது? உங்களின் பயண அனுபவங்களைப் பற்றிச் சொல்லுங்களேன்.

வெ.பூபதி, கோவை.

எழுத்தாளர்களுக்கு மட்டும் அல்ல; மனிதராகப் பிறந்த அனைவருக்குமே பயணம்தான் மிக முக்கியமான அடிப்படை நுண்ணுணர்வையும் ஞானத்தையும் அளிக்க வல்லது. புத்தகங்களால் அறிந்து கொள்ள முடியாதவற்றையும் பயணத்தின் மூலம் அறிந்து கொள்ளலாம். என்னுடைய ராஸலீலா, புதிய எக்ஸைல் இரண்டையும் படியுங்கள், புரியும்.

179. இந்திய வரலாறு பற்றித் தெரிந்து கொள்ள என்னென்ன புத்தகங்களைப் பரிந்துரைப்பீர்கள்?

ஆர். சீனிவாசன், அண்ணா நகர், சென்னை.

முக்கியமான வரலாற்று ஆசிரியர்கள்: Irfan Habib, ரணஜீத் குஹா தொகுத்த Subaltern Studies தொகுதிகள் அனைத்தும். கே.ஏ.நீலகண்ட சாஸ்திரி, ராமச்சந்திர குஹா, வில்லியம் டால்ரிம்பிள்.

180. பெண்களின் திருமண வயது 18, ஆண்களின் திருமண வயது 21 என்பது அரசின் கொள்கை. உங்கள் கருத்து என்ன?

செ. திருஞானசம்பந்தம், தஞ்சாவூர்.

இப்போதெல்லாம் பெண்களுக்கு 28 வயதுக்கு மேல்தான் திருமணம் ஆகிறது. ஆண்களுக்கு 34-க்கு மேல். என்னுடைய ஒரே கவலை எல்லாம், அதுவரை இவர்களின் செக்ஸ் தேவைக்கு என்ன செய்கிறார்கள் என்பதுதான். இதில் கிராமங்களுக்கும் நகரங்களுக்கும் வேறு எக்கச்சக்கமான வித்தியாசம் இருக்கிறது. என்னைக் கேட்டால், பெண்களின் திருமண வயது 17 என்றும், ஆண்களுக்கு 20 என்றும் குறைக்கலாம்.

181. இன்னும் 25 ஆண்டுகள் கழித்து இருக்கும் எழுத்தாளர்களின் நிலைமை எப்படி இருக்கும்?

எஸ்.சொர்ணவல்லி, திருவல்லிக்கேணி.

சி.சு.செல்லப்பா, ஜி.நாகராஜன், புதுமைப்பித்தன், தருமு சிவராமு போன்றவர்களை விட இப்போதைய எழுத்தாளர்கள்

நல்ல நிலைமையில் இருக்கிறார்கள். எனவே 25 ஆண்டுகளுக்குப் பிறகு இன்னும் நல்ல நிலையில் இருப்பார்கள்.

ஆனால் ஒரே ஒரு சந்தேகம் எழுகிறது. முன்பு இருந்த தார்மீகம், அறம் சார்ந்த நம்பிக்கைகள் இருக்குமா? லோக்கல் அதிகாரி மிரட்டியதுமே, ''ஐயோ, நான் எழுத்தாளனே அல்ல; ஆளை விடுங்கள்,'' என்று பதறி ஓடும் எழுத்தாளர்களை அல்லவா நாம் உருவாக்கிக் கொண்டிருக்கிறோம்?

182. பிரபல எழுத்தாளர்களில் பலர் சினிமாவில் எழுதி வளம் அடைகிறார்கள். நீங்கள் அந்தப் பக்கம் தலை காட்டுவதில்லையே, ஏன்?

கே.கார்த்திக், மதுரை.

(பரிசுக்குரிய கேள்வி)

இந்தக் கேள்வியைப் பலமுறை எதிர்கொண்டிருக்கிறேன். தமிழ்நாடு எழுத்தாளர்களைக் கொண்டாடுவதில்லை என்று பல காலமாக புலம்பிக் கொண்டிருக்கிறேன். அதன் விளைவுதான் எழுத்தாளர்கள் சினிமாவில் எழுதுவது.

ஒரு எழுத்தாளன் என்றால் எப்படி இருக்க வேண்டும்? இப்போது புதிய எக்ஸைல் என்ற நாவலை எழுதி முடித்தேனா? இன்னும் இரண்டு வருட காலத்துக்கு என் முகவரியே யாருக்கும் தெரியக் கூடாது. பப்ளிஷரும் மனைவியும் மட்டுமே விதிவிலக்கு. நான் பாட்டுக்கு தென்னமெரிக்க நாடுகளிலும் கிழக்கு ஐரோப்பிய நாடுகளிலும் சுற்றிக் கொண்டிருக்க வேண்டும். அதற்குப் பிறகு தமிழ்நாட்டுக்கு ஒரு வருகை. சில பரபரப்பான பேட்டிகள். பிறகு கிரீஸுக்குப் பக்கத்தில் உள்ள க்ரீட் தீவுக்குப் போய் இரண்டு ஆண்டுகள் நாவல் எழுதி அதைப் பதிப்பகத்திடம் கொடுத்து விட்டு ஓய்வாக தமிழ்நாடு திரும்பலாம். கொஞ்ச நாள் இப்படிக் கேள்வி பதில் எழுதலாம்.

இப்படித்தான் உலகில் உள்ள ஒவ்வொரு எழுத்தாளரும் செய்து கொண்டிருக்கிறார்கள். ஓரான் பாமுக்கோ, பாவ்லோ கொய்லோவோ எங்கே இருக்கிறார்கள், என்ன செய்கிறார்கள் என்று யாருக்காவது தெரியுமா? ஆனால் தமிழ்நாட்டில் பிரபலமான எழுத்தாளரின் புத்தகமே ரெண்டாயிரமும் மூவாயிரமும் தான் விற்பதால் கிடைக்கும் ராயல்டி தொகை மொபைல் ஃபோனை மாதாமாதம் ரீசார்ஜ் செய்து கொள்ளத்தான் உதவுகிறது.

சமீபத்தில் நான் சென்னை புத்தக விழாவில் பத்து ஐம்பது புத்தகங்கள் வாங்கினேன். நண்பர்கள் வாங்கிக் கொடுத்தார்கள். நம்மிடம் அவ்வளவு பணம் இல்லை. ஆனால் என் வீட்டில் புதிய புத்தகங்களை வைக்க ஒரு இஞ்ச் கூட இடம் இல்லை. என்ன செய்வது என்று யோசித்து ஒரு முடிவு செய்தேன். என்னிடம் உள்ள பழைய புத்தகங்களை என் நண்பர்களிடம் கொஞ்சம் பணம் வாங்கிக் கொண்டு கொடுத்து விட்டேன்.

எத்தனையோ விலை மதிக்க முடியாத புத்தகங்கள். லூ ஷுன் என்ற மிகப் புகழ் பெற்ற சீன எழுத்தாளர். அவருடைய கதைத் தொகுதிகள் நான்கு. 1980-இல் 800 ரூபாய்க்கு வாங்கினேன். அப்போதைய என் மாத ஊதியம் 600 ரூ. கடன் வாங்கித்தான் வாங்கினேன். அந்த நான்கு தொகுதிகளும் இன்று எவ்வளவு பணம் கொடுத்தாலும் கிடைக்காது.

அதேபோல் சா.கந்தசாமி எழுதி க்ரியா பதிப்பித்த 'தக்கையின் மீது நான்கு கண்கள்' என்ற சிறுகதைத் தொகுப்பு. 1974-இல் வாங்கினேன். விலை எட்டு ரூபாய். அதை 40 ஆண்டுகளாக சுமந்து திரிகிறேன். இப்போது இந்த நூல் சா.கந்தசாமியிடமும் க்ரியா ராமகிருஷ்ணனிடமுமே இருக்குமா என்று தெரியவில்லை. ஏன் 'சுமந்து' என்று சொல்கிறேன் என்றால், இது போல் ஆயிரக் கணக்கான புத்தகங்கள். இந்த 40 ஆண்டுகளில் 20 வீடுகளும் மூன்று ஊர்களும் (மூன்று மாநிலங்களில்) மாறி விட்டேன். அத்தனை இடங்களுக்கும் இந்த ஆயிரக் கணக்கான புத்தகங்களைச் சுமந்தேன். இப்போது நண்பர்களிடம் கொடுக்க முடிவு செய்து விட்டேன்.

ஒரு எழுத்தாளன் என்றால் அவனுடைய நூலகம் வைப்பதற்கு என்று தனியாக ஆயிரம் ரெண்டாயிரம் சதுர அடியில் தனி இடம் தேவை. இங்கே அந்த வசதியெல்லாம் சினிமாத் துறையினருக்கு மட்டுமே கிடைக்கிறது. எழுத்தாளன் பிச்சைக்காரன். இந்த நிலையை மாற்றிக் கொள்ள வேண்டுமென்றால் சினிமாவில் எழுத வேண்டும். சினிமாவில் எழுதுவது அந்திமழையில் கேள்வி பதில் எழுதுவது போல் அல்ல. பாலாவின் நான் கடவுளுக்கு நான் வசனம் எழுதியிருந்தால் பரதேசி படத்துக்கு நான் எழுதிய விமர்சனத்தை எழுதியிருக்க முடியுமா? எந்திரனுக்கு வசனம் எழுதியிருந்தால் ஐ ஒரு குப்பை என்று எழுத முடியுமா? வசனம் எழுதுவது என்பது என்னை விற்பதற்குச் சமம். என் சுதந்திரம் சில பல லட்சங்களுக்காக அடகு வைக்கக் கூடியதல்ல. என் பிராணனே எழுத்துதான் என்கிற போது பணம் வெறும் தூசு.

26

நான் அஞ்சலிக் கட்டுரை எழுத விரும்பும் நபர்?

ஃபெப்ருவரி 13, 2015

183. ஆம் ஆத்மியின் தில்லி வெற்றி தமிழ்நாட்டில் சாத்தியமாகும் காலம் வந்தே தீரவேண்டும் என்பது என் நினைப்பு. உங்கள் கருத்து?

செந்தண்மை,
சென்னை - 110.

உங்கள் ஆசை எனக்குப் புரிகிறது. திமுக, அதிமுக ஆகிய இரண்டு கட்சிகளுக்கும் ஒரு மாற்று வேண்டும் என்பதே தமிழக மக்களின் ஆசையும். ஆனால் வரும் ஆண்டுகளில் அதற்கான வாய்ப்பு ஏதும் இருப்பதாகத் தெரியவில்லை. ஏனென்றால், ஆம் ஆத்மி போன்ற வட இந்தியக் கட்சிகளுக்குத் தமிழர்கள் ஆதரவு தருவார்கள் என்று சொல்ல முடியாது. தமிழக வரலாற்றில் காங்கிரஸுக்கு மட்டுமே அந்த சலுகையைக் கொடுத்தார்கள் தமிழர்கள். அதுவும் காந்தி, காமராஜ் போன்ற மகத்தான தலைவர்களால் நிகழ்ந்தது. (மொகலாயர்கள் கூட தென்னிந்தியா பக்கம் வரவில்லை. வந்திருந்தால் சோழர்களிடம் தோற்றுப் போய் இந்திய வரலாறே வேறு மாதிரி ஆகியிருக்கும்.) முதலில் ஆம் ஆத்மி என்ற வார்த்தைகளே இங்கே புரியாது. மேலும், அவர்களின் தொப்பி வித்தியாசமாகத் தெரிகிறது. தமிழர் கலாச்சாரத்தில் தொப்பி கிடையாது. இதையெல்லாம் மீறி ஆம் ஆத்மிக்குத் தமிழ்நாட்டில் காமராஜ், கக்கன் போன்ற தலைவர்கள் இருந்தால் அந்தக் கட்சியை மக்கள் ஆதரிக்கக் கூடும்.

184. ஆம் ஆத்மியின் தில்லி வெற்றி குறித்து உங்கள் கருத்து என்ன?

கணேஷ் ராம், சென்னை.

"இதுவரை நடந்த தேர்தல்களில் மக்கள், எந்தக் கட்சியையும் இது வேண்டும் என்று தேர்ந்தெடுப்பதாகத் தோன்றவில்லை. இந்தக் கட்சி வேண்டாம் என்ற வெறுப்பில் ஆளுங்கட்சிக்கு எதிராகவே வாக்களிக்கிறார்கள். அந்த வெறுப்பு எதிர்க்கட்சிக்கு வாய்ப்பாக அமைந்து விடுகிறது," என்று சென்ற வாரம் எழுதியிருந்தேன். ஆம் ஆத்மியின் தில்லி வெற்றி அதை மீண்டும் நிரூபித்துள்ளது.

தில்லி, ஜனதாக் கட்சியின் கோட்டையாகத் திகழ்ந்த காலம் ஒன்று உண்டு. இந்தியா முழுவதும் இந்திரா அலை வீசிய போது கூட தில்லி மக்களின் விருப்பத்துக்குரிய கட்சி ஜனதாவாக இருந்தது. பிறகு அது மாறி காங்கிரஸ் வந்தது. அதன் பிறகு 2014-இல் நடந்த பாராளுமன்றத் தேர்தலில் கூட தில்லியின் மொத்த தொகுதிகளான ஏழிலும் பாஜகவே வென்றது. ஏழுக்கு ஏழு. ஆனால் ஒரே ஆண்டில் - 2015-இல் - மொத்தம் 70 தொகுதிகளில் 67 தொகுதிகளை மக்கள் ஆம் ஆத்மிக்குக் கொடுத்திருக்கிறார்கள். எழுபதுக்கு மூன்று தொகுதிகள் பாஜக. ஏழுக்கு ஏழிலிருந்து அறுபதுக்கு மூன்று என்ற பாஜகவின் வீழ்ச்சிக்குக் காரணம் என்ன? அதுவும் ஒரே ஆண்டில்? ஆனால் இப்படி நடக்கும் என்று நான் தொடர்ந்து எழுதி வருகிறேன். பத்து ஆண்டுகளில் குஜராத்தை மிகத் திறமையான முறையில் மாற்றி அமைத்தவர் மோடி. அதனால்தான் அங்கே அவருக்கு முஸ்லீம்களும் வாக்களித்தனர். பிறகு 2014-இல் நடந்த நாடாளுமன்றத் தேர்தலில் மக்கள் மோடிக்கு அமோகமான ஆதரவை அளித்தார்கள். காரணம், காங்கிரஸ் ஆட்சியின் ஊழல் மற்றும் நாளுக்கு நாள் மோசமாகிக் கொண்டு வந்த வாழ்க்கைத் தரம்.

ஆனால் மோடி ஆட்சிக்கு வந்த இந்த ஒரு ஆண்டுக் காலத்தில் மத்தியில் நடப்பது காங்கிரஸ் ஆட்சியா, பாஜக ஆட்சியா என்றே தெரியாத அளவுக்கு மக்களின் வாழ்வில் எந்த ஒரு மாற்றமும் நிகழவில்லை. ஒரே ஆண்டில் என்ன செய்து விட முடியும் என்று மோடியின் ஆதரவாளர்கள் கேட்கிறார்கள். ஆனால் ஏதாவது மாற்றம் நிகழும் என்பதற்கான ஒரு சிறிய ஒளிக்கீற்று கூட தென்படவில்லையே? இந்த இடத்தில்தான் ராமச்சந்திர குஹாவின் கருத்தை நினைத்துப் பார்க்க வேண்டியிருக்கிறது. குஹா சொல்வது இதுதான்: "மக்களின் வாழ்க்கைத் தரத்தை உயர்த்துவதில் மத்திய அரசை விட மாநில அரசுக்குத்தான் வாய்ப்பு அதிகம். எனவே இந்தியாவுக்குத் தேவை சிறப்பான மாநில அரசுகளே."

குடியரசு தினத்தன்று மோடி மூன்று முறை ஆடை மாற்றியதை யெல்லாம் மக்கள் ரசிக்கவில்லை. ஏனென்றால், வாழ்க்கைத் தரம் ஒரு இம்மி அளவு கூட உயரவில்லை. உயரும் என்பதற்கான அறிகுறியும் இல்லை. அதே ஊழல்; அதே லஞ்சம்; அதே சாக்கடை; அதே பண வீக்கம்.

எழுபதுக்கு மூன்று என்பது மோடிக்கு இந்தியர்கள் அனைவருமே விடுத்திருக்கும் எச்சரிக்கை மணி. தில்லித் தேர்தல்தானே என்றெல்லாம் இதை எடுத்துக் கொள்ளக் கூடாது. ஒட்டு மொத்த இந்தியர்களின் மனக் குமுறலின் குறியீடுதான் பாஜகவின் இந்த பயங்கரமான தோல்வி. ஏனென்றால், இதற்கு முன்பு நடந்த தில்லித் தேர்தலில் ஆம் ஆத்மி வெற்றி பெற்ற பின்னர், 49 தினங்களில் லோக்பால் மசோதா விஷயத்தில் அர்விந்த் கெஜ்ரிவால் தன் முதல்வர் பதவியை ராஜினாமா செய்து, மக்களின் தீர்ப்பை அவமதித்தைக் கூட மக்கள் இந்தத் தேர்தலில் மன்னித்து விட்டார்கள் என்றால், பாஜக ஆட்சியின் மீதான மக்களின் அதிருப்தியைப் புரிந்து கொள்ள வேண்டும். நமக்குப் புரிகிறது. ஆனால் பாஜகவுக்குப் புரியாது. ஏனென்றால், அதிகாரம் கண்களை மறைத்து விடும்.

மொத்தத்தில், மோடி இந்த தில்லித் தேர்தலில் நடந்ததை ஒரு பாடமாக எடுத்துக் கொண்டு அதிரடியான மாற்றங்களைக் கொண்டு வராவிட்டால் அடுத்த நாடாளுமன்றத் தேர்தலில் மாநிலக் கட்சி களே ஒவ்வொரு மாநிலத்திலும் வெல்லும். மத்தியில் பாஜகவுக்குப் பெரும்பான்மை கிடைக்காது. மாநிலக் கட்சிகளின் கூட்டணி ஆட்சிதான் மத்தியில் அமையும். காங்கிரஸ் போட்டியிலேயே இருக்காது.

ஆனால் மோடிக்கு இந்தியர்களின் நிலைமை புரிகிறதா என்று நிச்சயமாகத் தெரியவில்லை. காரணம், அரசு ஊழியர்கள் காலை ஒன்பதே காலுக்கு வர வேண்டும்; மாலை ஐந்தே முக்கால் வரை இருக்க வேண்டும் என்பது அவருடைய கடுமையான உத்தரவு. நல்லது. ஜப்பானில் அப்படித்தான் நடக்கிறது. தாமதம் என்ற பேச்சுக்கே இடம் இல்லை. ஆனால் இந்தியாவில் போக்குவரத்துத் துறை என்பதே கற்காலத்தை நினைவுபடுத்துவது போல் இருந்தால் யார் நேரத்துக்கு அலுவலகம் வர முடியும்? வளர்ச்சி அடைந்த நாடுகளில் பஸ் ஒரு பஸ் நிறுத்தத்துக்கு காலை 8.13க்கு வரும் என்றால் ஒரு நொடி கூடத் தாமதம் இல்லாமல் வரும். தாமதம் ஆனால் நகரின் ஒட்டு மொத்த நிர்வாகமே ஸ்தம்பித்து விடும். ஐந்து நிமிடத்துக்கு ஒரு பஸ் வந்து கொண்டே இருக்கும். மெத்ரோ

ரயில்களும் அப்படியே. ஒரு நொடி கூடத் தாமதம் கிடையாது. யாரும் காரில் செல்லவே பிரியப்படுவதில்லை. மோட்டார் சைக்கிள் எல்லாம் இளைஞர்கள் ஜாலியாகப் பயன்படுத்தும் வாகனம். ஆனால் இந்தியாவில் ஒரு சூப்பர் ஃபாஸ்ட் எக்ஸ்பிரஸ் ரயிலே இரண்டு மணியிலிருந்து ஐந்து மணி நேரம் தாமதமாக வருகிறது. ஒரு மணி நேரத் தாமதம் என்பதெல்லாம் இங்கே வெகு சகஜம். நகரப் போக்குவரத்தை எடுத்துக் கொண்டால் பஸ் பயணம் என்பது நரகத்தின் மொத்த வடிவம். மின்சார ரயிலும் அப்படியே. மாநகரப் பேருந்துகளைப் பார்க்கும் போது ஹிட்லரின் நாஜி ராணுவத்தினர் யூதர்களை சித்ரவதை முகாம்களுக்கு ஏற்றிச் செல்லும் ரயில் பெட்டிகள்தான் ஞாபகம் வருகின்றது. 50 பேர் செல்லக் கூடிய பெட்டியில் 500 உயிருள்ள உடல்கள் திணிக்கப்படும். சரி, ஆட்டோவில் செல்லலாம் என்றால் சாலைகள் இன்னமும் புதுப்பிக்கப்படவில்லை. பல நூற்றாண்டுகளுக்கு முன்னர் அசோக சக்ரவர்த்தியும் அதற்குப் பிறகு இரண்டு நூற்றாண்டுகளுக்கு முன்னர் பிரிட்டிஷ்காரர்களும் போட்ட சாலைகள்தான் இன்னமும் புழக்கத்தில் இருக்கின்றன. இதிலெல்லாம் ஒரு மாற்றம் கொண்டு வராமல் ஒரு குமாஸ்தாவை, ''நீ ஒன்பதே காலுக்கு வராவிட்டால் ஒரு நாள் சம்பளத்தைப் பிடிப்பேன்,'' என்று மிரட்டினால் என்ன ஆகும்? இதை அந்த குமாஸ்தாவிடம் சொல்பவர் யார் தெரியுமா? அரசாங்கக் காரில் அரசாங்க டிரைவர் வைத்துக் கொண்டு அலுவலகம் செல்லும் அதிகாரி!

நாட்டின் அடிப்படையான பிரச்சினைகளைப் புரிந்து கொள்ளாமல் மிக மேலோட்டமாக ஆட்சி புரிந்து கொண்டிருக்கிறார் நரேந்திர மோடி. இந்தியா என்ற ஒட்டு மொத்த தேசத்தை நிர்வகிப்பது ஒரு மாநிலத்தை நிர்வகிப்பது போல் அல்ல என்பதை முதலில் அவர் புரிந்து கொள்ள வேண்டும்.

185. தமிழ் தவிர வேறு ஏதேனும் மொழிகள் அறிவீர்களா?

ஆர்.எஸ்.பிரபு, சென்னை- 90.

அறிவேன். ஓரளவுக்கு ஆங்கிலத்தில் எழுதவும் பேசவும் முடிகிறது. ஆனாலும் பாருங்கள், ஒரு நண்பருடன் ஆங்கிலத்தில் பேசிக் கொண்டிருந்த போது காற்றுக்கு 'யேர்' என்றேன். அவருக்குப் புரியவில்லை. ஸ்பெல் பண்ண முடியுமா என்றார். ஏ, ஐ, ஆர் என்றேன். ஓ, அது யேர் இல்லை, ஏர் என்றார். ஏனென்றால், தமிழில் யே, ஏ (யேசு, ஏசு) என்ற இரண்டு எழுத்துக்கும் அதிக

வித்தியாசம் இல்லை. மூன்றாந்தரமான பள்ளிகளில் படித்ததால் ஆங்கிலம் இன்னமும் சரியாகப் பேசவோ எழுதவோ வர மாட்டேன் என்கிறது.

சம்ஸ்கிருதம் ஓரளவு படிக்கவும் புரிந்து கொள்ளவும் முடியும். இந்தி பேசவும் படிக்கவும் தெரியும். எஸ்பந்யோல், ஃப்ரெஞ்ச் ஓரளவுக்குப் படிக்க மட்டும். தெலுங்கும் மலையாளமும் பேசினால் நம்மை இவர்கள் திட்டவில்லை, வேறு ஏதோ சொல்கிறார்கள் என்ற அளவுக்குப் புரியும். சமீபத்தில் ஒரு தெலுங்கு நண்பர் வீட்டில் தங்கியிருந்த போது நாள் பூராவும் சுந்தரத் தெலுங்கைக் கேட்க முடிந்தது. பச்சைத் தமிழச்சியான என் அம்மா செய்த சதியால் என் நைனாவின் தாய் மொழியான தெலுங்கைக் கற்றுக் கொள்ள முடியாமல் போனது.

சில ஆண்டுகளுக்கு முன்பு அரபியை எழுத்துக் கூட்டிப் படிக்கக் கற்றுக் கொண்டேன். இப்போது சுத்தமாக மறந்து விட்டது. பொதுவாக, என் மூளையில் மொழியைக் கற்றுக் கொள்ளும் ஒரு நுண்ணிய பகுதி வேலை செய்ய மறுக்கிறது. என் நண்பர்களில் சிலர் பத்து மொழிகளில் எழுதவும் பேசவும் செய்கிறார்கள். பயமாக இருக்கிறது. ஆனாலும் என் எழுத்தை ஆங்கிலத்தில் மொழி பெயர்க்க ஒரு ஆத்மா கிடைக்கவில்லை. அதுதான் சோகம்.

186. நீங்கள் அஞ்சலிக் கட்டுரை எழுத விரும்பும் நபர் யார்?

குமார் ஜி, குவைத்.

(பரிசுக்குரிய கேள்வி)

ராஸ லீலா, புதிய எக்ஸைல் போன்ற மகத்தான நாவல்களை எழுதியவர்.

187. நடைப் பயிற்சி சென்று வந்த நான், கொஞ்ச நாளாக ஓட ஆரம்பித்தேன். கால் முட்டி வலி ஏற்பட்டுள்ளது. தொடர்ந்து ஓட்டப் பயிற்சி மேற்கொள்வதா? நிறுத்தி விடுவதா?

சிவராம், சென்னை.

என்னை மருத்துவர் என்று நினைத்து விட்டீர்களா என்ன? இருந்தாலும் பாட்டி வைத்தியமாக ஒன்று சொல்கிறேன். தற்சமயத்துக்கு ஓட்டத்தை நிறுத்தி விட்டு நடைப் பயிற்சி

மட்டும் மேற்கொள்ளுங்கள். மொடக்கத்தான் கீரையை வெந்நீரில் கொதிக்க விட்டு தினமும் குடியுங்கள். அதை தோசையிலும் கலந்து உண்ணலாம். மொடக்கத்தானைத் தொடர்ந்து உட்கொண்டால் மூட்டு வலி சரியாகும். மேலும், மூட்டு வலி வராமல் தடுப்பதற்கு சில எளிய வழிகள் உள்ளன. உயரத்துக்கு ஏற்ற எடை இருக்கிறதா என்பதை கவனியுங்கள். எடை அதிகம் இருந்தாலும் மூட்டு வலி வரும். உணவில் காய்கறி, பழங்களை அதிகம் சேர்த்துக் கொள்ளுங்கள். வாரம் இரண்டு முறை, முடியாவிட்டால் ஒரு முறை எண்ணெய் ஸ்நானம் செய்யுங்கள். ஆண்கள் - புதன் கிழமை, சனிக்கிழமை, பெண்கள் - செவ்வாய், வெள்ளிகளில் எண்ணெய்க் குளி செய்வது நலம். செக்கில் ஆட்டிய நல்லண்ணெய்தான் சிறந்தது. எண்ணெயில் இரண்டு வெந்தயம், இரண்டு மிளகு, ஒரு வெற்றிலையைச் சேர்த்து சூடு பண்ணி, பிறகு ஆற வைத்து, வெதுவெதுப்பான நிலையை அடைந்ததும் உச்சந்தலையிலிருந்து துவங்கி உடம்பு முழுவதும் எண்ணெய் தேய்க்க வேண்டும். அரை மணி நேரம் ஊறியதும் வெந்நீரில் சீயக்காய் தேய்த்துக் குளிக்க வேண்டும். எண்ணெய்க் குளியலுக்குப் பிறகு பகலில் தூங்கக் கூடாது. கரமைதுனம், உடலுறவு, மது ஆகியவை கூடாது.

பணமும் நேரமும் இருந்தால் ஆயுர்வேத சிகிச்சை மையங்களுக்குச் சென்று அப்யங்கம் செய்து கொள்ளுங்கள். மாதம் இரண்டு முறை செய்யலாம். ஆயுர்வேதத்தில் ஜானுதாரா என்ற ஒரு சிகிச்சை முறை உள்ளது. அது மூட்டுவலிக்கு நல்லது. ஆயுர்வேத நிலையங்களில் கிடைக்கும் மூட்டு வலித் தைலங்களும் நலம் பயக்கும்.

27

இதை விட மோசமாக அமிதாப் பச்சனை அவமதிக்க முடியாது!

ஃபெப்ருவரி 20, 2015

188. ஷமிதாப் எப்படி?

கேஷவ் குமார்.

எனக்கு பால்கியின் முதல் படமான சீனி கம் மிகவும் பிடித்தது. ஏனென்றால், அதன் கதையோடு நம்மால் ஒன்றிக் கொள்ள முடிந்தது. ஆனால் அவருடைய அடுத்த படமான 'பா' ஒரு கேலிக் கூத்து (Gimmick). இப்போதைய ஷமிதாப் பால்கியின் கேலிக் கூத்தின் உச்சம். இதை விட மோசமாக அமிதாப் பச்சனை அவமதிக்க முடியாது. என் வருத்தமும் ஆச்சரியமும் என்னவென்றால், இந்தப் படத்துக்குக் கிடைத்த ஆரவாரமான வரவேற்பு. மக்களிடையே மொண்ணையான ரசனை மேலோங்கி விட்டதையே இது காட்டுகிறது. எல்லோரும் டிவி சீரியல் பார்த்துப் பார்த்து அதையே சினிமாவிலும் எதிர்பார்க்கிறார்கள். பொதுமக்களின் அசட்டு சீரியல் ரசனைக்கு பால்கியும் ஷமிதாப்-இல் நல்ல தீனி போட்டிருக்கிறார். இவ்வளவுக்கும் நான் அமிதாபின் தீவிர விசிறி. இந்தியாவிலேயே அவர் அளவுக்கு நடிக்க ஆளே இல்லை என்று எழுதியிருக்கிறேன். ஆனால் தரமான சினிமா என்ற ஒன்று இருக்கிறதே? ஷமிதாப் - டிவி சீரியலில் அமிதாபைப் பார்ப்பது போல் இருக்கிறது.

தனுஷும் நானா படேகர், அதுல் குல்கர்னியைப் போன்ற ஒரு வலுவான நடிகர். இரண்டு பேரையுமே ஷமிதாப்-இல் கோமாளிகளைப் போல் ஆக்கி விட்டார் பால்கி. அமிதாபின் உச்ச பட்ச நடிப்புக்கு The Last Lear பார்க்க வேண்டும். படம் என்றால் அது படம்.

தென்னிந்தியாவில் ரசிகர்களுக்குப் பிடித்த நடிகர்களுக்குக் கட் அவுட் வைத்து பால் அபிஷேகம், பியர் அபிஷேகம் செய்வது வழக்கம். ஷமிதாப் அதற்கு எந்த விதத்திலும் சளைத்ததாக இல்லை. தமிழர்களின் சினிமா ரசனைக்கு ஏற்கனவே பாலிவுட்டில் 'நல்ல' பெயர். ஷமிதாப் அதை இன்னும் வலுப்படுத்துகிறது. அமிதாப், இளையராஜா ரசிகரான பால்கி இப்படியே தமிழ் சினிமா ரசனையிலிருந்து இம்மியளவு கூட வெளியே வராமல் ரசிக மனோபாவத்திலேயே இரண்டு பேரையும் ரவுண்டு கட்டி அடித்தால் அவரிடமிருந்து நல்ல படம் வருவதற்கான வாய்ப்பே இல்லை என்று தோன்றுகிறது.

தமிழ் சினிமாவிலிருந்து நடிகைகள் பாலிவுட் சென்றிருக்கிறார்கள். ஆனால் நடிகர்களால் முடியவில்லை. கமல், ரஜினியாலும் கூட சாத்தியப்படவில்லை. ஆனால் இசையிலும் இயக்கத்திலும் சாத்தியமாயிற்று. இந்த நிலையில் தனுஷ் இந்தி சினிமாவில் நுழைவதை இந்தி மற்றும் தமிழ் சினிமா உலகமே சற்று ஆர்வத்துடன்தான் கவனித்தது. ஆனால் அவருடைய முதல் இந்திப் படம் ராஞ்சனாவும் சரி, இப்போதைய ஷமிதாபும் சரி, அவரை இந்தியில் நிலைக்க வைப்பதற்கான படங்களாக இல்லை. இது போல் இன்னும் இரண்டு படங்கள் பண்ணலாம். அவ்வளவுதான்.

வட இந்திய சினிமா ரசிகர்களுக்கு ஏன் தென்னிந்திய ஆண்கள் பிடிக்கவில்லை என்று என்னால் உறுதியாகச் சொல்ல முடியவில்லை. மீசை இருப்பதால் ராவணன் வாரிசாகப் பார்க்கிறார்களோ என்னவோ! அப்படிப் பார்த்தால் அது இனவாதம்தான்.

189. பி.கே. படத்தில் ஆமிர்கான் பாத்திரத்தில் கமல் நடிக்கப் போகிறாராமே? சரியாக இருக்குமா?

கோவிந்த் ராஜ்.

சரியாக இருக்கும். ஆனால் ஓடாது. அந்த அளவுக்குப் படத்தில் வலுவான கதை இல்லை. அதோடு, விஸ்வரூபத்துக்கு வந்தது போல் பி.கே.வுக்கும் மதவாதிகளிடமிருந்து பிரச்சினை வரும். இந்த முறை இந்து மதவாதிகள்.

ஆனால் ஒரு விஷயம் ஆச்சரியமாக இருக்கிறது. நினைவு தெரிந்த நாளிலிருந்து நான் இலக்கியத்தின் வாசகனாகவும் பிறகு எழுத்தாளனாகவும் இருந்து வருகிறேன். அதேபோல் கமல்

ஹாசனுக்கு சினிமா. ஆனால் நான் பத்துப் பனிரண்டு சிறுகதைகளை மட்டுமே தமிழில் மொழிபெயர்த்தேன். மற்றபடி நான் எழுதிப் பிரசுரமாகியிருக்கும் 50 நூல்களும், தொகுக்கப்படக் கூடிய நிலையில் இருக்கும் 20 நூல்களுக்கான கட்டுரைகளும் நான் ஒரிஜினலாக எழுதியவை. எதுவும் பிற மொழிகளிலிருந்து தழுவியது அல்ல.

ஆனால் சினிமாவையே தன் வாழ்க்கையாகக் கொண்டிருக்கும் கமல் ஏன் இப்படித் தழுவல் கதைகளையே நம்பி வாழ்ந்து கொண்டிருக்கிறார் என்று புரியவில்லை. அதிலும் தன் உருவ அமைப்புக்குப் பொருத்தமே இல்லாத படங்களைக் கூட தழுவல் செய்கிறார். த்ருஷ்யம் படத்தில் ஒரு கேபிள் டிவி ஆபரேட்டராக மோகன் லாலின் உருவம் கச்சிதமாகப் பொருந்தியது. கமல்ஹாசனோ நல்ல ஆகிருதியான வடநாட்டு சேட்டைப் போல் இருக்கிறார். சராசரியான கேபிள் டிவி ஆபரேட்டர் வேடம் எப்படிப் பொருந்தும்?

பிற மொழிப் படத்தைத் தழுவி நம் மொழியில் படம் எடுப்பதில் தவறில்லை. ஆனால் அது மிகப் பெரிய சாதனை படைத்த படமாக இருக்க வேண்டும். உதாரணமாக, முலோ(ங்) ரூஜ்ஷ் (Moulin Rouge) என்ற படத்தின் கதை தமிழ்ச் சூழலுக்கு மிகவும் பொருந்தி வரக் கூடியது. அது போன்ற படங்களைத் தமிழில் எடுக்கலாம். அல்லது, கல்கியின் பொன்னியின் செல்வன், ப.சிங்காரத்தின் புயலிலே ஒரு தோணி போன்ற நாவல்களை கமல் படமாக எடுக்கலாம். ஆனால் வந்தியத் தேவனாக கமல் நடிக்கக் கூடாது. அதற்கான வயதை அவர் கடந்து விட்டார்.

190. Transgressive writing எழுத்தின் அடுத்த கட்டம் (அல்லது பரிணாம வளர்ச்சி) எப்படி இருக்கும் என்று நினைக்கிறீர்கள்?

ஆர்.எஸ்.பிரபு, சென்னை- 90.

பலவகையான எழுத்துப் பாணிகள் (Genre) உள்ளன என்பதை நாம் அறிவோம். அவற்றில் முக்கியமானது எதார்த்தவாதம். ராபின்ஸன் க்ரூஸோ என்ற புகழ்பெற்ற வரலாற்று நாவலை எழுதிய Daniel Defoe-வின் மற்றொரு நாவலான 'A Journal of the Plague Year' என்ற நாவல் எதார்த்த பாணி நாவலின் உச்சம் என்று சொல்லலாம். 1665-66 ஆகிய இரண்டு ஆண்டுகளில் லண்டனில் ஒரு லட்சம் பேர் ப்ளேக் நோயினால் இறந்தனர். அப்போதைய லண்டன்

மக்கள் தொகை ஏழு லட்சம். அது பற்றிய நேர்முக வர்ணனையைப் போன்ற நாவல் அது.

எதார்த்த வகை எழுத்தில் எனக்கு மிகவும் பிடித்த மற்றொருவர் பல்ஸாக். எழுபதுகளில் இவருடைய எழுத்தைத் தேடி மிகவும் அலைந்திருக்கிறேன். பழுப்புக் காகிதத்தில், தொட்டாலே பொடிந்து விடக் கூடிய பழைய புத்தகமாகக் கூட பல்ஸாக்கைப் படித்திருக்கிறேன். 1799-இல் பிறந்து 1850-இல் மறைந்த பல்ஸாக்கின் எழுத்து இப்போது இணையத்திலேயே படிக்கக் கிடைக்கிறது.

தற்போது எழுத வரும் இளைஞர்களில் பலரும் போதிய பயிற்சி இல்லாமலேயே எழுத ஆரம்பித்து விடுகிறார்கள். அவர்களுக்கெல்லாம் நான் சிபாரிசு செய்வது டேனியல் டீஃபோவின் மேலே குறிப்பிட்ட நாவலும், பல்ஸாக்கின் சிறுகதைகளும்தான். எமிலி ஸோலா, தஸ்தயேவ்ஸ்கி போன்ற எழுத்தாளர்களிடமும் பல்ஸாக்கின் சாயல்களைப் பார்க்கலாம்.

ரொமாண்டிசிஸப் பாணிக்கு உதாரணம் அலெக்ஸாந்தர் துய்மா. (தமிழில் கல்கி). இவை தவிர நேச்சுரலிஸம், மேஜிகல் ரியலிஸம், Baroque என்று பலவிதமான பாணிகள் உண்டு.

நேச்சுரலிஸம் என்பது எதார்த்தவாதத்தின் அடுத்த கட்டம். ஒருவரின் ஆளுமையைத் தீர்மானிப்பதில் அவர் வாழும் சமூகச் சூழலுக்கு மிக முக்கியமான பங்கு உண்டு என்பது நேச்சுரலிஸம்.

இப்படி இலக்கியத்தில் இருக்கும் பலவிதமான பாணிகளில் ஒன்று Transgressive writing என்று நாம் நினைத்து விடக் கூடாது. ஏனென்றால், சமூகம் எதையெல்லாம் பாவம் என்றும் குற்றம் என்றும் ஒதுக்கி வைக்கிறதோ, விவாதிப்பதற்குக் கூட அஞ்சு கிறதோ அதையெல்லாம் எழுதுவதே ட்ரான்ஸ்க்ரெஸிவ் எழுத்து. ஒரு சமூகத்தின் ஒழுக்க வரையறைகளே ட்ரான்ஸ்க்ரெஸிவ் எழுத் தின் போக்கைத் தீர்மானிக்கிறது என்பதால் அதன் அடுத்த கட்டம் என்னவாக இருக்கும் என்ற கேள்விக்கே இடமில்லை.

மேலும், எந்த எழுத்தாளரும் தான் எழுதும் இலக்கியப் பாணியைத் தெரிவு செய்து கொள்ள முடியும். ஆனால் ட்ரான்ஸ்க்ரெஸிவ் எழுத்தை யார் வேண்டுமானாலும் எழுதி விட முடியாது. மார்க்கி தெ ஸாத் தன் எழுத்தில் குரூரம் மற்றும் சித்ரவதையின்

அழகியலை உருவாக்கினார். அதன் பொருட்டு அவருடைய 74 ஆண்டு வாழ்க்கையில் 32 ஆண்டுகளை சிறையில் கழித்தார். அந்த 32-இல் 13 ஆண்டுகள் மனநோய் விடுதியில் அடைக்கப்பட்டார். ட்ரான்ஸ்க்ரெஸிவ் எழுத்து ஏன் ஒரு இலக்கியப் பாணி அல்ல என்பதற்கு மார்க்கி தெ ஸாத்-இன் எழுத்தும் வாழ்க்கையும் ஒரு உதாரணம்.

வில்லியம் பர்ரோஸ் ஒரு drug addict-ஆக வாழ்ந்து அந்த அனுபவங்களை எழுதியவர். கேத்தி ஆக்கர் தன் உடல் மற்றும் வாழ்க்கை இரண்டையும் பெரும் பாலியல் ஆட்ட வெளியாக மாற்றி, அந்த அனுபவங்களை எழுதினார்.

ட்ரான்ஸ்க்ரெஸிவ் எழுத்தில் மற்றொரு மிக முக்கியமான பெயர் ஜார்ஜ் பத்தாய் (Georges Bataille 1897 - 1962). இவர் காலத்தில் வாழ்ந்த சக ஃப்ரெஞ்ச் எழுத்தாளர்களையெல்லாம் விட ஏராளமாக எழுதினார் என்றாலும் உயிரோடு இருந்த போது யாரும் இவரை அங்கீகரிக்கவில்லை; சரியாக விவாதிக்கவும் இல்லை. இவ்வளவுக்கும் உலகிலேயே அதிக அளவில் எழுத்தாளர்களைக் கொண்டாடும் தேசம் ஃப்ரான்ஸ்.

ஒரு பாப் பாடகரைப் போல் உலகம் முழுவதும் அறியப்பட்ட எக்ஸிஸ்டென்ஷியலிச சூப்பர் ஸ்டாரான ஜான் பால் சார்த்தர் கூட ஜார்ஜ் பத்தாயை மட்டமாகவும் கிண்டலாகவும்தான் குறிப்பிட்டார். ''பத்தாய் ஒரு தத்துவவாதி அல்ல; அவர் ஒரு mystic. இலக்கியம் என்பது மனித வாழ்க்கையை மேம்படுத்துவதற்கு உதவுவதாக இருக்க வேண்டும்,'' என்பது சார்த்தரின் நிலைப்பாடு. இது கிட்டத் தட்ட மார்க்சீயவாதிகளின் நிலையை ஒத்தது. ஆனால் பத்தாய் இதை ஸ்தாபன ரீதியான சித்தாந்தம் (Status quo) என்று ஒதுக்கித் தள்ளினார்.

சார்த்தருக்கும் பத்தாய்க்கும் நடந்த விவாதங்கள் Excremental Vs Existential என்று பேசப்பட்டது. எக்ஸ்க்ரமெண்ட் என்றால் உடலின் கழிவு. அதாவது, மலம். என்னுடைய நாவலை சுஜாதா மலம் என்று வர்ணித்ததை இங்கே நினைவு கூரவும். அவர் ஒருவர் மட்டும் அல்ல. ஜெயமோகனின் அத்யந்த நண்பர் ஒருவர் என்னிடம் தொலைபேசியில், ''ஜெயமோகனின் எழுத்து ஒரு வீட்டின் பூஜை அறையைப் போன்றது; உங்கள் எழுத்து கக்கூஸ். இரண்டுமே ஒரு வீட்டுக்குத் தேவைதான்,'' என்றார். இணைய தளத்தில் தாதாவாக உலா வரும் ஒருவரும் இதே வார்த்தைகளில் என் எழுத்தை

வர்ணித்திருக்கிறார். இதையெல்லாம் படிக்கும் போது எனக்குக் கோபம் வருவதில்லை. ஏனென்றால், ஜார்ஜ் பத்தாயையே ஜான் பால் சார்த்தர் இப்படித்தான் சொல்லியிருக்கிறார்.

ஆனால் காலத்தின் விசித்திரம் என்னவென்றால், சார்த்தரின் தத்துவ, அரசியல் கோட்பாடுகள் யாவும் அவர் காலத்திலேயே காலாவதி ஆகி விட்டன. அதே சமயம் மலம் என்று வர்ணிக்கப்பட்ட ஜார்ஜ் பத்தாய் அவரது மரணத்துக்குப் பிறகு மிகப் பெரிய அளவில் கொண்டாடப்பட்டார். 'கொண்டாடப்பட்டார்' என்ற வார்த்தை கூட தவறு. இருபதாம் நூற்றாண்டின் சிந்தனைப் போக்கையே மாற்றி அமைத்த மிஷல் ஃபூக்கோ, ஜாக் தெரிதா போன்றவர்களின் தத்துவத்துக்கு அடித்தளமாக அமைந்தவர் ஜார்ஜ் பத்தாய். ஃபூக்கோ, தெரிதா (Jacques Derrida) மட்டும் அல்லாமல் ரொலான் பார்த், ஜான் பொத்ரியார் (Jean Baudrillard), ஜாக் லக்கான் (Jacques Lacan), ஜூலியா கிறிஸ்தவா போன்ற பல அமைப்பியல்வாதிகளின் சிந்தனையில் அதிக தாக்கம் செலுத்தியவரும் அவரே.

ஜார்ஜ் பத்தாய் அவருடைய காலத்தில் அங்கீகரிக்கப்படாமல் போனதற்குக் காரணம், அவருடைய சிந்தனை, எழுத்து எல்லாமே அப்போது முற்றிலும் புதிதாக இருந்தது. உதாரணமாகச் சொன்னால், அவர் பச்சையான போர்னோ மொழியில் கதைகளை எழுதினார். அதற்கு அப்போது போர்னோ எழுத்து என்பதைத் தவிர வேறு எந்த அர்த்தமும் கொடுக்கப்படவில்லை. 1928-இல் அவருடைய 'கண்ணின் கதை' என்ற நாவலை Lord Auch என்ற புனைப் பெயரில்தான் எழுதி வெளியிட்டார் ஜார்ஜ் பத்தாய். பல ஆண்டுகளுக்கு அந்தப் பெயரில் எழுதியது யார் என்றே தெரியாமல் இருந்தது. Auch என்ற வார்த்தை aux chiottes என்ற பேச்சு வழக்கின் சுருக்கம். கிட்டத்தட்ட அதன் பொருள், நீ கக்கூஸுக்குத்தான் லாயக்கு. ஆக, Lord Auch என்பதை கக்கூஸ் நாயகன் என்று மொழிபெயர்க்கலாம்.

போர்னோ மொழியில் எழுதப்பட்ட 'கண்ணின் கதை' ஒரு போர்னோ நாவலாகவே கருதப்பட்ட நிலையில் அந்த நாவலைப் பற்றி 1962-இல் ரொலான் பார்த் 'Metaphor of the Eye' என்ற கட்டுரையை பத்தாயின் பத்திரிகையான Critique-இலேயே எழுதினார். அந்தக் கட்டுரைதான் முதல் முதலாக 'கண்ணின் கதை' என்பது போர்னோ நாவல் அல்ல; தத்துவார்த்தமாக விரியும் பல அர்த்தத் தளங்களைக் கொண்ட நாவல் என்பதை நிலைநாட்டியது.

அந்தக் கட்டுரையை ரொலான் பார்த் எழுதிய போது ஜார்ஜ் பத்தாய் உயிரோடு இல்லை என்ற முக்கியமான தகவலை நாம் நினைவில் கொள்ள வேண்டும்.

அது மட்டும் அல்ல; பத்தாயின் மற்றொரு நாவலான 'My Mother' அவரது மரணத்துக்குப் பிறகே பிரசுரமாயிற்று. ஈடிபஸ் காம்ப்ளக்ஸை அடிப்படையாகக் கொண்ட, வெளிப்படையான மொழியில் எழுதப்பட்ட நாவல் அது.

பத்தாய் 1935-இல் எழுதி முடித்த Blue Moon என்ற நாவலும் 1957-இல்தான் பிரசுரமாயிற்று. இந்த நாவல் எப்படி இருக்கும் என்பதை இங்கே நான் விவரிப்பது கூட சாத்தியம் இல்லை. ஆனால் பத்தாய் ஒரு தீர்க்கதரிசி என்று சொல்லப்படுவது எப்படியென்றால், 1935-இல் அவர் எழுதியதெல்லாம் 1939-இலிருந்து ஐரோப்பிய நகரங்களில் நிகழத் துவங்கியது. பாலியலும் மரணமும் ஒன்றுக்குள் ஒன்று சிக்கிக் கொள்ளும் தத்துவார்த்த முரண் பற்றிய நாவல் அது.

1936-இல் பத்தாய் 'Acephale' என்ற ரகசிய வாசகர் வட்டத்தைத் துவக்கினார். வட்டத்தின் சார்பில் அதே பெயரில் ஒரு பத்திரிகையும் ஆரம்பிக்கப்பட்டது. ஆஸிஃபால் என்ற கிரேக்க வார்த்தைக்கு 'தலையற்ற' என்று பொருள். இதன் உறுப்பினர்கள் எக்காரணத்தைக் கொண்டும் வட்டம் பற்றிய செய்திகளை வெளியே சொல்லக் கூடாது என்பது முக்கியமான விதி. ஆஸிஃபால் வாசகர் வட்டம் இரண்டாம் உலகப் போர் (1939) துவங்கிய போது முடிவுக்கு வந்தது. 1936-39 நான்கு ஆண்டுகளில் ஐந்து இதழ்கள் வெளிவந்தன. முதல் இதழ் எட்டு பக்கங்களைக் கொண்டிருந்தது. இந்த வட்டத்தில் பல ரகசியமான விதிகள் கடைப்பிடிக்கப் பட்டன. உதாரணமாக, வட்ட உறுப்பினர்கள் யூத எதிர்ப்பாளர்களோடு பழகக் கூடாது; சந்தித்தால் கூட கை குலுக்கக் கூடாது. தலையை வெட்டி தண்டனை கொடுப்பது சரியே. ஃப்ரெஞ்சுப் புரட்சியின் போது 16-ஆம் லூயியின் தலை வெட்டப்பட்டதை வட்டம் ஆதரித்தது. அதேபோல் வட்டத்தில் தியான வகுப்புகளும் மற்ற தாந்த்ரீக செயல்முறைகளும் நடத்தப்பட்டன.

ஆக, எப்படிப் பார்த்தாலும் ட்ரான்ஸ்க்ரஸிவ் எழுத்து என்பதை ஒரு இலக்கியப் பாணியாக மட்டுமே யாராலும் எழுதிவிட முடியாது. என்னுடைய எழுத்தை ட்ரான்ஸ்க்ரஸிவ் எழுத்து என்று ஆங்கில விமர்சகர்கள் கருதுகிறார்கள். எனக்கும் அப்படியே தோன்றுகிறது.

தமிழ் இலக்கிய உலகில் நான் ஒரு தீண்டத்தகாதவனாகக் கருதப்படுவதற்கும் இதுவே காரணமாக இருக்கலாம். உதாரணமாக, என்னுடைய 'காமரூப கதைகள்' என்ற நாவலைப் பற்றி இதுவரை ஒரு வார்த்தை கூட மதிப்புரையாகவோ விமர்சனமாகவோ எதுவும் வந்ததில்லை. காரணம், பேசுவதற்கே அஞ்சக் கூடிய விஷயத்தை அதில் எழுதியிருக்கிறேன்.

எது எப்படி இருந்தாலும் பத்தாய் உயிரோடு இருந்த போது அவர் ஒரு legend ஆக வாழ்ந்தார் என்பதை மறுக்க முடியாது. பத்தாயின் முதல் மனைவி ஸில்வியா ஒரு பிரபலமான நடிகை. பத்தாயோடு விவாகரத்து ஆனதும், ஸில்வியா மணந்து கொண்டது ஜாக் லக்கானை! ஜார்ஜ் பத்தாய் பற்றி எக்கச்சக்கமான கிசுகிசுக் களும் அப்போது உலவிக் கொண்டிருந்தன. அதில் ரொம்பவும் சுவாரசியமானது: பதினாறாம் லூயியின் தலையை வெட்டியது நியாயமே என்று சொன்னதால் பத்தாயின் ஆஸிஃபால் உறுப்பினர்கள் தங்களின் தலையை வெட்டிக் கொள்ளப் போகிறார்கள் என்று பரவிய கிசுகிசு!

28

எனக்குப் பிடித்த இசை மேதைகள்

ஃபெப்ருவரி 27, 2015

191. யோகி, போகி என்ன வித்தியாசம்?

எஸ்.கருணா, மயிலாடுதுறை.

போகி கடல் பயணி; யோகியின் சாகசம் ஆகாசத்தில்.

192. சாரு, உங்களின் எழுத்துக்களை வாசிக்கத் துவங்கி மூன்று ஆண்டுகள் ஆகிறது. இன்னும் மலைப்பை ஏற்படுத்துகிறீர்கள். எத்தனையோ விஷயங்கள் உங்களிடம் இருந்து கற்றுக் கொள்ள இருக்கிறது. ஒரு முறை நீங்கள், "என்னிடம் ஒரு பெரிய இசை நூலகமே உள்ளது. இப்போது உள்ள பெரிய இசையமைப்பாளர்களிடம் கூட இல்லாத அரிய சேகரிப்புகள் இருக்கிறது. அதை எனக்குப் பிறகு அடுத்த தலைமுறைக்கு எடுத்துச்செல்ல வேண்டும். பாதுகாப்பாக வைக்க வேண்டும்," என்று கூறியதாக ஞாபகம். உங்களுடைய இசை குறித்த links அனைத்தும் bookmarks! குறிப்பாக Wim Mertens என்ற மேதையை எனக்கு அறிமுகப் படுத்தியதற்கு நன்றி. எனக்கும் இசை மீது சற்று ஆர்வம் உண்டு. குறிப்பாக Beethoven, Brahms, Rachmaninoff மீது ஒரு மோகம். இவர்களுடைய இசைக்கோர்வைகளில் தங்களுக்குப் பிடித்தமானவை எவை என்று தெரிந்து கொள்ள ஒரு சின்ன ஆசை. அதேபோல country music -இல் உங்களுக்குப் பிடித்தவை?

சபரிதாஸ்.

"Beethoven tells you what it's like to be Beethoven and Mozart tells you what it's like to be human. Bach tells you what it's like to be the universe," என்று Douglas

Adams சொல்லியிருக்கிறார். உண்மைதான். இதை வேறுவிதமாக மாற்றியும் சொல்கிறார்கள். மொட்ஸார்ட் க்ளாஸிகல், பாக்ஹ் baroque, பீத்தோவன் ரொமாண்டிக்.

இசையில் பரோக் என்பது பிரம்மாண்டமான, பல நுட்பங்களையுடைய, சிக்கலான, தேவாலயம் சார்ந்த (liturgical) என்று பல விஷயங்களையும் உள்ளடக்கியது. எல்லாவற்றையும் தாண்டி பீத்தோவன் இன்றைக்கும் பிரசித்தமாக இருப்பதற்குக் காரணம், அவரது இசை மிகவும் expressive-ஆக இருப்பதுதான். Romantics are always expressive. உதாரணமாக, Saturday Night Fever-இல் பயன்படுத்தப்படும் பீத்தோவனின் 5th Symphony.

விண்வெளியில் பதினோரு பில்லியன் மைல்களுக்கு அப்பால் பயணம் செய்யும் வாயேஜர் என்ற விண்கலத்தில் பீத்தோவனின் இரண்டு இசைக் கோர்வைகளும் சென்றிருக்கின்றன, மனிதர்கள் மட்டுமல்லாது பிரபஞ்ச ஜீவிகளும் கேட்கட்டும் என்று!

எனக்குப் பிடித்த சில இசை மேதைகளின் படைப்புகள்:

பீத்தோவனின் ஒன்பதாவது சிம்ஃபனி, மூன்லைட் ஸொனாட்டா.

Georges Bizet : Carmen. சுமார் இரண்டரை மணி நேரம் செல்லக் கூடிய இசை நாடகம்.

Felix Mendelssohn - இன் கிறிஸ்துமஸ் ஆக்கங்கள், கோரஸ், Violin concerto in D.

Vivaldi : Four Seasons.

மொட்ஸார்ட், பாக்ஹ், வாக்னர், ட்சைக்காவ்ஸ்கி, Prokofiev போன்றவர்களின் எல்லா ஆக்கங்களையும் பிடிக்கும். நீங்கள் குறிப்பிட்டுள்ள Rachmaninoff அதிகம் கேட்டதில்லை.

நவீன காலத்து இசையில் அநேகம் பிடிக்கும். எனக்கு மிகவும் பிடித்த Caruso என்ற புகழ்பெற்ற இத்தாலியப் பாடலை நான்கு பாடகர்கள் பாடியிருக்கிறார்கள்:

Celine Dion & Florent Pagny

Luciano Pavarotti

லாரா ஃபாபியான்

லாரா ஃபாபியான் இந்தப் பாடலைப் பாடும் போது இவர்தான் இன்றைய உலகின் ஆகச் சிறந்த பாடகி என்று தோன்றுகிறது. என்ன ஒரு passion!

எனக்கு கண்ட்ரி ம்யூசிக் அறவே பிடிக்காது. கேட்டாலே ஓடி விடுவேன். காரணம், லத்தீன் அமெரிக்க இசையும் ஆஃப்ரிக்க இசையும் பிடிக்கும் என்பதுதான். அதனால் அமெரிக்க கண்ட்ரி ம்யூசிக் மீது ஆர்வம் இல்லை. லத்தீன் அமெரிக்க, ஆஃப்ரிக்க இசை பற்றி பெரிய புத்தகமே எழுதலாம். அதேபோல் எனக்குப் பிடித்தது அரபி இசை. மேற்கு ஆஃப்ரிக்கத் தீவான Cape Verde பாடகர்களைக் கேட்டுப் பாருங்கள். Gabriela Mendes, Lura, Suzanna Lubrano போன்ற பல பாடகிகள் அங்கே கலக்கிக் கொண்டிருக்கிறார்கள். ஐரோப்பாவிலும் அவர்கள் பிரசித்தம். இவர்களில் எனக்கு மிகவும் பிடித்தவர் லூரா.

இவர்கள் தவிர இப்போது நான் அடிக்கடி கேட்டுக் கொண்டிருக்கும் குழு: Skillet.

193. அவரும் ஓய்வில் சென்று விட்டார். நீங்களும் ஓய்வில் இருக்கிறீர்கள். என்ன ஒரு ஒற்றுமை!

வி. பாலசுப்ரமணியன்.

நம் நாட்டில் பிச்சைக்காரன், ஞானி, கிரிமினல் மூவரும் ஒரே மொழியில் பேசுகிறார்கள். என்ன செய்வது?

194. என் நண்பனுக்கு எவ்வளவோ உதவிகள் செய்திருக்கிறேன். இப்போது அவன் நல்ல நிலையில் இருக்கிறான். நான் ஏதாவது உதவி கேட்டு விடுவேனோ என்று நினைத்தோ என்னவோ என்னிடம் பேசுவதைக் கூடத் தவிர்க்கிறான். மிகுந்த மன உளைச்சலாக இருக்கிறது. நான் என்ன செய்ய வேண்டும்?

கே.சம்பந்த மூர்த்தி, வேலூர்.

'கேள்விக் குறி' என்ற சிறிய நூலில் எஸ்.ராமகிருஷ்ணன் இது போன்ற பல லௌகீக வாழ்க்கை தொடர்பான கேள்விகளுக்கு சுவாரசியமாக பதில் சொல்லியிருக்கிறார். நீங்கள் கேட்டு விட்டதால் நான் பதில் சொல்ல முயற்சிக்கிறேன். அரசியலில் பெரிய இடத்தில் இருக்கும் ஒருவரின் புதல்வர் - பெயர் ஜெயகாந்தன் என்று வைத்துக்

கொள்வோம் - அந்த இயக்குனரை எனக்கு அறிமுகம் செய்தார். இயக்குனருக்கு என்னையும் எனக்கு அந்த இயக்குனரையும் பிடிக்கும் என்பதால் இரண்டாவது சந்திப்பிலேயே அவர் படத்துக்கு என்னை எழுத அழைத்தார். டிசம்பர் 2013 முதல் மார்ச் 2014 வரை தினமும் காலை பத்தரை மணிக்கு ஒயிட்ஸ் சாலையில் உள்ள ஒரு ரெஸ்டாரண்டில் சந்திப்போம். வாரத்தில் ஒரு நாள் விடுமுறை. சந்திப்பு மாலை மூன்றரை வரை நடக்கும். மதிய உணவு மிகவும் எளிமையாக இருக்கும். இயக்குனர் அதிகம் சாப்பிட மாட்டார். நான் நான்கு மணிக்கு வீட்டுக்கு வந்து மதிய உணவு சாப்பிடுவேன். இந்தச் சந்திப்பில் ஜெயகாந்தனும் அநேக தினங்களில் கலந்து கொள்வார். கதை விவாதம். தினமும் போக்குவரத்துச் செலவாக என் கையிலிருந்து நான்கு மாதத்தில் ரூ.25000 ஆனது. செலவு செய்த நேரம் தினமும் ஐந்து மணி நேரம் என நான்கு மாதம். படம் எடுக்கப்படவில்லை. சில மாதங்களில் அடுத்த படம். அடுத்த படத்தில் நான் அழைக்கப்படவில்லை. இயக்குனருக்கு நான் அறிமுகப்படுத்திய ஜானி என்ற நண்பர் இரண்டு காட்சிகளுக்கு எழுதிக் கொடுத்தார் என்று அறிந்தேன்.

இயக்குனர் தொடர்ந்து என்னோடு தொடர்பில் இருந்தார். சந்தேகங்கள் கேட்பார். சொல்வேன். தினமும் சந்தித்துக் கொண்டிருந்த நான்கு மாத காலத்தில் அவர் என்னிடம் ஒரு டஜன் கதைகளும் நான் ஒரு அரை டஜன் கதைகளும் சொல்லியிருப்போம். நான் சொல்லிய கதைகளில் ஒன்று, ஸீரோ டிகிரியில் வரும் தந்தை மகள் கதை. அது என் சொந்த வாழ்க்கை என்பதும் இயக்குனருக்குத் தெரியும். இயக்குனரின் அடுத்த படத்தைப் பார்த்தேன். என் கதையோடு கொஞ்சம் கடத்தல், அடிதடி, வெட்டுக் குத்து எல்லாம் சேர்ந்து இருந்தன. என் வாழ்க்கையின் கதை என்பதாலும் இப்போதெல்லாம் ஜனரஞ்சகப் படங்களே ரொம்ப மொக்கையாக இருப்பதாலும் இயக்குனரின் படம் எனக்குப் பிடித்துப் போயிற்று. ஒருமுறை பார்க்கக் கூடிய ஜனரஞ்சகப் படம். பார்த்தேன்; ஒரு வரி பாராட்டி எழுதினேன். அதோடு சுத்தமாக மறந்தும் போனேன். சென்ற வாரம் கூட என்னோடு பேசிய இயக்குனர், ஒரு முக்கியமான சந்தேகம் கேட்டார். சொன்னேன்.

ஆனால் இரண்டு பேர் அந்த நான்கு மாதங்களை மறக்கவில்லை என்பதை சமீபத்தில் அறிந்து திடுக்கிட்டேன். ஒருநாள் காலையில் நடைப் பயிற்சிக்குக் கிளம்பிக் கொண்டிருந்த என்னை மடக்கிய என் மனைவி அவந்திகா, "என்ன சாரு? படத்தில் ஜானிக்கு நன்றி என்று போட்டிருக்கிறதாம்; உன் பெயரையே காணோமாம்,"

என்றாள். ஆஹா, நான் சொல்லாமல் மறைத்து விட்ட விஷயத்தை இவளிடம் போட்டுக் கொடுத்தது யார்? அதுவும் அதிகாலை வேளையில்?

"யார் சொன்னது?"

"கார்த்திக் சொன்னான்." கார்த்திக் என் புதல்வன். ஆஹா, முடிந்தது கதை.

"ஆறு மாத காலம் ஏதோ ஸ்கூலுக்குப் போவது போல் ஒன்பதரை மணிக்குக் கிளம்பிப் போய்க் கொண்டிருந்தாய். உன் பெயரைப் போடாமல் அந்த ஜானி பெயரைப் போட்டிருக்கிறாரே உன் நண்பர்? என்ன நியாயம் இது?"

"ஆறு மாசம் இல்லை செல்லம் நாலு மாசம் தான்."

"இல்லை, ஆறு மாசம். எனக்கு நன்றாகத் தெரியும்."

சரி, நாலா ஆறா என்று அதில் போய் ஏன் முட்டிக் கொள்ள வேண்டும் என்று விட்டு விட்டேன். இன்னும் நிறைய பேசினாள்.

சரி, பிறகு பேசுவோம் என்று சொல்லி விட்டுக் கிளம்பி விட்டேன். வந்ததும், "லௌகீக விஷயங்களில், சொத்து சுகங்களில் நாட்டம் இல்லாத ஒரு ஆன்மீகவாதியான நீ இப்படி நாஸ்திகவாதி போல் பேசலாமா?" என்று கேட்டேன். பிறகு நான் சொன்னது: "உங்களுக்கெல்லாம் இறைவன் என்பவன் வழிபாட்டுக்கு உரியவன். ஆனால் நானோ இறைவனை தந்தையாகக் கருதுபவன். ஒரு அப்பனுக்குத் தெரியாதா தன் குழந்தைக்கு என்ன தேவை, என்ன கொடுக்கலாம் என்று?"

இதுதான் என் கொள்கை. எனக்கு எது கிடைக்க வேண்டுமோ அது கிடைக்கும். அதற்காக ஒரு மூலையில் விழுந்து கிடக்க மாட்டேன். என் பணி எழுத்தும் படிப்பும். அது ஒன்றே என் சித்தம். அது ஒன்றே என் வாழ்க்கை. மற்ற எதுவும் எனக்கு முக்கியம் அல்ல. நன்றி என்று போடா விட்டால் எனக்கு என்ன நட்டம்? ஒருவேளை அந்த நன்றிப் பட்டியலில் என் பெயரையும் சேர்த்திருந்தால் அதன் மூலம் எனக்கு ஏதேனும் ஒரு தீவினை நேரலாம்.

அவந்திகாவின் கேள்வியையும் என் பதிலையும் கூட அந்தக் கணமே மறந்து போனேன்.

சென்ற வாரம் ஒருநாள் காலை நாகேஸ்வர ராவ் பூங்காவிலிருந்து வீட்டுக்குத் திரும்பி நடந்து வந்து கொண்டிருந்த போது ஒரு கார் என்னை நெருங்கியது. கண்ணாடியும் திறந்தது. யாரோ வழி கேட்கிறார்கள் போலும் என்று பார்த்தால் ஜெயகாந்தன். அவரும் அந்த நன்றி விஷயத்தையே பேசினார். ''ஸ்கூலுக்குப் போற மாதிரி போனோமே, ஏழெட்டு மாசம்? எனக்கு நன்றி போட வேண்டாம். உங்களுக்காவது போட்டிருக்கலாம். சரி, அது கூட வேண்டாம். அது என்ன, நீங்கள் அறிமுகப்படுத்திய ஜானிக்கு நன்றி? என்ன உலகம் இது?'' என்று துவங்கி என்னென்னவோ பேசினார். ''ஏழெட்டு மாசம் இல்லீங்க, நாலு மாசம் தான்,'' என்றேன். ''அதெல்லாம் பேசாதீங்க. என் கிட்ட கணக்கு இருக்கு''

இதோடு விட்டிருந்தால் கூட இது பற்றி எழுதியிருக்க மாட்டேன். ''சாரு, இது பற்றி எதுவும் எழுதிடாதீங்க. அப்புறம் அந்த இயக்குனரைத் திட்டிட்டாரு, திட்டிட்டாருன்னு உங்களைப் பத்தி பேச ஆரம்பிச்சிடுவாங்க,'' என்றார் ஜெயகாந்தன். அதன் காரணமாகவே இதை எழுதத் தோன்றியது. நான் யாரையும் திட்டுவதில்லை. புண்படுத்தவும் விரும்புவதில்லை. எனக்கு நடந்ததை எழுதுகிறேன். அவ்வளவுதான்.

எனவே, மூர்த்தி, எது நடந்தாலும் அதை ஒரு அனுபவமாக எடுத்துக் கொள்ளுங்கள்.

195. தங்களை இந்த சமூகத்திற்கு அந்நியனாகக் காட்டிக் கொள்வதில் அல்லது வாழ்வதனால் கண்ட பலன் என்ன?

அருண்.ஜெ.க., மதுரை.

உங்கள் கேள்வியில் இரண்டு கேள்விகள் உள்ளன. முதல் கேள்விக்கு பதில். நான் என்னை அந்நியனாகக் காட்டிக் கொள்ளவில்லை. நான் சொல்லும் கருத்துக்கள் இங்கே உள்ள சமூகத்துக்கு ஒவ்வாததாக இருப்பதால் என்னை இந்த சமூகம் அந்நியனாகக் கருதுகிறது. நானும் இந்த சமூகத்தை அந்நியமாகவே கருதுகிறேன். ஏதாவது ஒரு ஐரோப்பிய நாட்டில் குடியேறி விடலாம் என்றால், அதற்குப் பல தடைகள் கண் முன்னால் நிற்கின்றன. முதல் தடை, குடும்பம். அவந்திகாவுக்கு சென்னை மட்டுமே பிடிக்கும். வெளியே வர விருப்பம் இல்லை. அடுத்து, ஐரோப்பாவுக்கு சுற்றுலா செல்லவே பணம் இல்லாத நான் அங்கே போய் குடியேறுவது சாத்தியமே இல்லை. அப்படியே சாத்தியமானாலும் அந்த சமூகத்தில் நம்மை எப்படிப் பொருத்திக் கொள்வது என்ற தீராத சந்தேகம் இருந்து

கொண்டே இருக்கிறது. நான் சிந்திக்கின்ற, எழுதுகின்ற மொழி எதுவோ அந்த மொழி உபயோகத்தில் உள்ள பூமியில் வாழ்வது தான் நடைமுறை சாத்தியமுள்ளது எனத் தோன்றுகிறது. இது குறித்த வாழ்க்கையையும் மனோநிலையையும் 'The Lowland' நாவலில் பிரமாதமாக பதிவு செய்திருக்கிறார் ஜும்ப்பா லஹரி. அமெரிக்காவில் வாழும் ஒரு இந்தியனைப் பற்றிய நாவல் அது.

உங்கள் கேள்வியின் அடுத்த பகுதி. அந்நியனாக வாழ்வதால் கண்ட பலன்? எல்லாவற்றுக்கும் ஒரு பலன் இருக்க வேண்டுமா என்ன? சூசகமான, சூட்சுமமான எல்லா விஷயங்களையும் நாம் பகுத்துப் போட்டு, பிரித்துப் போட்டு எண்ண விரும்புவதன் விளைவே இது போன்ற கேள்விகள். ரமண மகரிஷி நம்மைப் போலவா வாழ்ந்தார்? நம் சமூக வாழ்வுக்கு அவர் ஒரு அந்நியர்தானே? குடும்பத்தைத் துறந்தாலே ஒருவன் இந்த சமூகத்திலிருந்து அந்நியமாகி விடுகிறான். குடிகாரன், பிச்சைக்காரன், கிரிமினல், ஞானி, பைத்தியம் எல்லோருமே அந்நியர்கள்தாம். சில அந்நியர்களால் சமூகத்துக்குப் பலன் உண்டு. சிலரால் வேதனை உண்டு. (இந்தப் பட்டியலில் எழுத்தாளன் எங்கே என்று கேட்கிறீர்களா? உங்களுக்குப் பிடித்தபடி ஏதாவது ஒரு பிரிவில் சேர்த்துக் கொள்ளுங்கள்.)

29

நளனின் கதை

மார்ச் 6, 2015

196. Hello charu, Nan ungal blogs I thavaramal padikum vazhakam ullavan. Ungalai thannambikaiyin maru uruvamaga than parkiren. Nan software thuraiyil velai parthu kondirunthavan. Sholinganalluril ulla oru ecommerce companyil. Aamam kadantha 3 varangaluku munbu varai thideerendru oru naal koopitaragal ungaluku velai ilai endru sonnargal Elam mudinthu vitathu. January varai matham 85k vangi kondu irunthen Ipo ena seivathu endre theriavillai tharkolai seithu kollalam endru kooda thondrugirathu. Aduthu vazhkaiyai epdi ethirkolvathu endru theriavillai.Ungalai en guruvaga ninaithu ketkiren. Ithil irunthu epdi meelvathu ena theriavillai. Thinamum kudikren ipothu ellam. Ungalal mudinthal neram kidaithal enaku reply panavum.

Ungal nerathai veenadithu irunthal sorry.
Ungalin rasigan,
Ravi.

அந்திமழை வாசகர்களுக்காக மேலே ரோமன் லிபியில் எழுதப்பட்ட கேள்வியைத் தமிழில் தட்டச்சு செய்து தருகிறேன். அந்தக் கேள்வியின் தமிழ் 'மொழிபெயர்ப்பு': ''ஹலோ சாரு, நான் உங்கள் தளத்தைத் தவறாமல் படிக்கும் வழக்கம் உள்ளவன். உங்களைத் தன்னம்பிக்கையின் மறு உருவமாகத்தான் பார்க்கிறேன். நான் ஸாஃப்ட்வேர் துறையில் வேலை பார்த்துக் கொண்டிருந்தவன். சோழிங்கநல்லூரில் உள்ள ஒரு நிறுவனத்தில். கடந்த மூன்று வாரங்களுக்கு முன்பு வரை. திடீரென்று ஒரு நாள் கூப்பிட்டார்கள், உங்களுக்கு வேலை இல்லை என்று சொன்னார்கள். எல்லாம் முடிந்து விட்டது. ஜனவரி வரை மாதம் 85 ஆயிரம் வாங்கிக் கொண்டு இருந்தேன். இப்போது என்ன செய்வது என்றே

தெரியவில்லை. தற்கொலை செய்து கொள்ளலாம் என்று கூடத் தோன்றுகிறது. அடுத்து வாழ்க்கையை எப்படி எதிர்கொள்வது என்று தெரியவில்லை. உங்களை என் குருவாக நினைத்துக் கேட்கிறேன். இதிலிருந்து எப்படி மீள்வது என்று தெரியவில்லை. தினமும் குடிக்கிறேன் இப்போது எல்லாம். ப்ளா, ப்ளா, ப்ளா

உங்கள் ரசிகன்,
ரவி.

எனக்கு இப்படி ஒரு மகன் இருந்து இப்படி ஒரு கேள்வியைக் கேட்டிருந்தால் நான்தான் தற்கொலை செய்து கொண்டிருந்திருப்பேன், இப்படி ஒரு தறுதலையைப் பெற்று வளர்த்ததற்காக.

ஏன் என்றால், உங்கள் வாழ்க்கையின் தலையாய பிரச்சினை இது. மாதம் 85000 சம்பளம் தரும் வேலை போய் விட்டது. தற்கொலை செய்து கொள்ளலாம் போல் தோன்றுகிறது. நீங்கள் குருவாக நினைக்கும் ஒருவருக்குக் கடிதம் எழுதுகிறீர்கள். எப்படி? ரோமன் லிபியில். ஏன்? தமிழ் எழுத்து உங்கள் மடிக் கணினியில் இல்லையெனில் இரண்டே நிமிடத்தில் தேடி எடுத்துத் தரவிறக்கம் செய்து தமிழில் அனுப்பி இருக்கலாம். சரி, அது கூட பெரிய வேலை. விடுங்கள். நீங்கள் மாதம் 85000 ரூ. சம்பளம் வாங்குபவர்தானே? ஆங்கிலத்தில் தப்பும் தவறுமாகவாவது எழுதியிருக்கலாம் இல்லையா? அது என்ன ரோமன் லிபியில் எழுதி இன்னொருவரின் கழுத்தை அறுப்பது? நான் என்ன உங்கள் காதலியா? உங்கள் வாழ்க்கைப் பிரச்சினைக்கே இப்படி பொறுப்பற்ற முறையில் நடந்து கொள்ளும் நீங்கள் வேலையில் எப்படி இருந்திருப்பீர்கள்? என்னிடம் நீங்கள் வேலை செய்திருந்தால் பத்தே நிமிடத்தில் சீட்டைக் கிழித்து, அடித்துத் துரத்தியிருப்பேன். ஏன் 'அடித்து' என்கிறீர்களா? உங்கள் பொறுப்பற்ற நடத்தையால் என் நேரத்தை வீண் செய்ததற்கும், மன உளைச்சல் கொடுத்ததற்கும்.

என் நண்பர் ஒருவர் அடிக்கடி தன் நிறுவனத்துக்கு ஆள் எடுப்பார். எல்லோரும் பொறியியல் படித்தவர்கள். காலையில் வைத்தால் சிரமப்படுவார்கள் என்பதால் மதியம் இரண்டு மணிக்கு வைப்பார். இதுவரை ஒருவர் கூட நேரத்துக்கு வந்ததில்லை என்கிறார் நண்பர். மாதம் நாற்பதாயிரம், ஐம்பதாயிரம் சம்பளம் தரும் வேலையின் நேர்முகத் தேர்வுக்கே தாமதமாக வரும் இவர்களை எப்படி மன்னிப்பது? அந்த மாதிரி ஆசாமிதான் நீங்களும் என்று உங்கள் கடிதத்தைப் படித்தால் தெரிகிறது.

இதைப் படித்து உங்களுக்குக் கொஞ்சமாவது கோபம் வந்தால், நீங்கள் உருப்பட்டு விடுவீர்கள் என்பதற்கான சிறியதொரு நம்பிக்கைக் கீற்று தெரிகிறது என்று பொருள். சமயங்களில் கோபம் போன்ற தப்பான உணர்ச்சிகள் கூட ஒருவரை முன்னேற்றத்தின் பாதையில் கொண்டு தள்ளும். உங்களுடைய கடிதம் எனக்கு வந்து மூன்று நாட்கள் ஆகின்றன. இந்த மூன்று நாட்களாக நான் மகாபாரதத்தில் வரும் வனபர்வத்தைப் படித்துக் கொண்டிருக்கிறேன். ஏனென்றால், அதில்தான் நளோபாக்யான பர்வம் வருகிறது. வனபர்வம் பூராவையும் படிக்காமல் நளன் சரிதத்தை மட்டுமே கூடப் படித்திருக்கலாம். ஆனால் எனக்கு எதைச் செய்தாலும் முழுமையாகச் செய்ய வேண்டும். இன்னும்கூட புகழேந்திப் புலவர் எழுதிய நள வெண்பாவைப் படிக்கவில்லையே என்றிருக்கிறது. இன்னும் கூட வில்லிப்புத்தூரார் பாரதத்தில் நளன் சரிதத்தைப் படிக்கவில்லையே என்றிருக்கிறது. ஆனால் அதற்கெல்லாம் நேரம் இல்லை. உங்களுக்குப் பதில் சொல்லியாக வேண்டும். தற்கொலையெல்லாம் செய்து கொள்ள மாட்டீர்கள். ஆனால் டாஸ்மாக்கினால் உங்கள் ஆரோக்கியம் கெடும் என்பதாலேயே இப்போதே அவசரமாக இதை எழுதுகிறேன்.

சில ஆண்டுகளுக்கு முன்பு ஒருநாள் காலையில் நாகேஸ்வர ராவ் பூங்காவில் ஸ்ரீவில்லிபுத்தூர் ராகவனிடம், ''தமிழ்நாட்டில் எழுத்தாளனாக வாழ்வதை விடத் தற்கொலை செய்து கொண்டு சாகலாம்,'' என்று வழக்கம் போல் புலம்பிக் கொண்டிருந்தேன். அப்போது அவர் நளன் சரிதத்தை விலாவாரியாகச் சொன்னார். சின்ன வயதில் அம்மா சொல்லிக் கேட்டது. பிறகு பல உபந்யாச கர்கள் சொல்லிக் கேட்டிருக்கிறேன். ராகவன் சொன்னதும் என்னிடம் இருக்கும் கருங்குளம் கிருஷ்ண சாஸ்திரிகள் மொழிபெயர்த்த மகாபாரதத்தில் வரும் வனபர்வத்தைப் படித்தேன். இப்போது உங்களுடைய கடிதத்தைப் படித்து விட்டு மீண்டும் ஒருமுறை வனபர்வம். ஆனால் இந்த முறை படித்தது அருட்செல்வப் பேரரசன் மொழிபெயர்த்தது. அவருடைய மொழிபெயர்ப்பை அடிப்படையாகக் கொண்டு நளன் சரிதத்தை உங்களுக்குச் சொல்லுகிறேன். நீங்கள் நன்றி கூற வேண்டியது எனக்கு அல்ல. அருட்செல்வப் பேரரசனுக்கு.

ஏன் நளன் சரிதம்? பாண்டவர்கள் வனவாசத்தின் போது கிருஷ்ணையுடன் (திரௌபதி) காம்யக வனத்தில் வசித்து வந்த காலத்தில், தேசத்தையும் கீர்த்தியையும் இழந்து இப்படிக்

காட்டில் வாழ்வதை நினைந்து மிகவும் துக்கத்தில் ஆழ்ந்தான் யுதிஷ்டிரன். அப்போது பிருஹதஸ்வர் என்ற மகரிஷி அந்தப் பக்கம் வந்தார். அவரிடம் யுதிஷ்டிரன் கேட்டான்: ''நான் ஆடிய பகடையாட்டம் சம்பந்தமாக எனது நண்பர்களும் மக்களும் என்னைப் பற்றிப் பேசியவை என் மனதிலேயே இருக்கின்றன. அந்த வார்த்தைகளை நினைத்து நினைத்து இரவு முழுவதும் தூங்காமல் துயர் கொள்கிறேன். என்னை விட துரதிர்ஷ்டம் கொண்ட மன்னன் எவனாவது இந்தப் பூமியில் இருக்கின்றானா? இப்படி நீர் கண்டதோ கேட்டதோ உண்டா?''

இதற்குத்தான் பிருஹதஸ்வர் நளனின் சரிதத்தை அவனிடம் கூறினார். ''உனக்காவது இங்கே வனத்தில் உன் சகோதரர்களும் தர்மபத்தினியும் இருக்கிறார்கள். ஆனால் நளனோ யாருமே இல்லாத அநாதையாக இருந்தான். கந்தர்வனைப் போல் இருந்த அவனுடைய அழகான தோற்றத்தையும் இழந்து விகாரமானவனாக மாறினான். அவனுடைய பிள்ளைகளுக்கே அவனை அடையாளம் தெரியாமல் அவனுடைய விகாரமான உருவத்தைக் கண்டு அஞ்சி ஓடி விட்டன. நீ எவ்வளவோ தேவலாம்.''

நள தமயந்தி கதையின் சுருக்கம் இது:

தமயந்தி பெரும் அழகி. மூவுலகத்திலும் அப்படிப்பட்ட அழகியைப் பார்க்க முடியவில்லை. நளனும் அப்படியே. இருவரும் ஒருவரைப் பற்றி ஒருவர் அறிந்து, காணாமலேயே காதல் கொள்கின்றனர். தன் காதலைத் தெரிவிக்க தமயந்திக்கு அன்னத்தைத் தூது விடுகிறான் நளன். அன்னம் சொன்னதைக் கேட்ட தமயந்தி காதல் மிகுந்து மனப்பிறழ்வு கொண்டவளைப் போல் ஆகிறாள். அதை அறிந்த தமயந்தியின் தந்தை பீமன் ஒரு சுயம்வரம் வைக்கிறான். இதற்கிடையில் தமயந்தியின் பேரழகைப் பற்றி இந்திரனிடம் விவரிக்கிறார் நாரதர். அதைக் கேட்கும் இந்திரனும் மற்ற தேவர்களும் தேவலோகத்திலிருந்து பூலோகம் இறங்கி வருகின்றனர். வழியில் நளனைக் கண்டு அவனையே தமயந்தியிடம் தூது போகச் சொல்கிறார்கள். ''இந்திரன், வருணன், அக்னி, யமன் ஆகிய நான்கு பேர் வந்திருக்கிறோம். இந்த நான்கு தேவர்களில் யாரையேனும் ஒருவரை நீ தலைவனாகக் கொள்,' என்று தமயந்தியிடம் போய்ச் சொல்,'' என்று நளனிடம் சொல்கிறான் இந்திரன்.

தமயந்தியிடம் தேவர்களின் தூதனாகச் செல்லும் நளன், இந்திரன் சொன்னதைச் சொல்கிறான். அவளோ, ''அன்னங்களின் மொழி

என்னை எரித்துக் கொண்டிருக்கிறது. நீர் என்னை மணம் செய்து கொள்ளவில்லையானால் தற்கொலை செய்து கொள்வேன்,'' என்று நளனிடம் சொல்கிறாள். ''தேவர்கள் மரணம் அற்றவர்கள்; நானோ வெறும் அற்ப மனிதன். நீ தேவர்களில் ஒருவரை மணப்பதே நன்று,'' என்கிறான் நளன். ''காதல் பற்றித் தெரியாதவரா நீர்? உம்மை மணம் முடிக்க முடியாமல் போனால் என் உயிரை மாய்த்துக் கொள்வேனே அல்லாது வேறு ஒருவன் எனக்கு மாலையிட அனுமதிக்க மாட்டேன்,'' என்று சொல்லும் தமயந்தி, ''தேவர்களின் பேச்சைக் கேட்கவில்லை என்ற அபவாதம் உமக்கு வர வேண்டாம். எனவே தேவர்களோடு நீரும் சுயம்வரத்துக்கு வாரும். நான் உமக்கு மாலையிட்டுத் தேர்ந்தெடுக்கிறேன்,'' என்கிறாள். ஆனால் சுயம்வரத்திலோ ஐந்து பேர் நளன் உருவத்தில் இருக்கிறார்கள். இந்த ஐவரில் உண்மையான நளனை எப்படி அறிவது என்று குழம்புகிறாள் தமயந்தி. பிறகு தெய்வத்தை தியானித்து உண்மையான நளனைக் கண்டுபிடிக்கிறாள். தேவர்களின் தேகத்தில் வியர்வை இல்லை; அவர்கள் கண் சிமிட்டுவதில்லை; கால் தரையில் பாவவில்லை; மாலைகள் வாடவில்லை.

பிறகு நான்கு தேவர்களும் நளனுக்கு இரண்டு இரண்டு வரங்கள் கொடுத்து விட்டு இந்திர லோகம் திரும்புகின்றனர். நளன் தமயந்திக்கு இந்திர சேனன் என்ற மகனும் இந்திர சேனை என்ற மகளும் பிறக்கின்றனர்.

தேவர்கள் இந்திர லோகம் செல்லும் வழியில் கலியையும் துவாபரனையும் சந்திக்க நேர்கிறது. அவர்கள் தமயந்தியின் சுயம்வரத்துக்காகத்தான் போய்க் கொண்டிருந்தனர். கலிக்கு தமயந்தியின் மீது தீராத ஆசை. இந்திரன் மூலம் விஷயத்தை அறிந்த கலி மிகுந்த கோபம் அடைகிறான். தன் ஆசை நிறைவேறாததால், ''நான் நளனைப் பீடிக்கப் போகிறேன்,'' என்கிறான். அதேபோல் பீடித்து, நளனின் தம்பியான புஷ்கரனையும் கைக்குள் போட்டுக் கொண்டு, நளனை புஷ்கரனோடு பகடை ஆடச் செய்கிறான். பல மாதங்கள் தொடர்கிறது பகடை ஆட்டம். கலியால் பீடிக்கப்பட்ட நளன், மனைவி தமயந்தியின் பேச்சையும் கேட்காமல் பகடை ஆடி எல்லாவற்றையும் இழந்து கொண்டிருக்கிறான்.

இப்படியே போனால் குழந்தைகளையும் இழந்து விடுவோம் எனப் பயந்து தேரோட்டியை அழைத்து, குழந்தைகளைத் தனது உறவினர்களிடம் அனுப்புகிறாள் தமயந்தி. அயோத்யா நகரம்

சென்ற தேரோட்டி, மன்னன் ரிதுபர்ணனிடம் குழந்தைகளை ஒப்படைக்கிறான்.

கடைசியில் நளன் தனது ராஜ்ஜியத்தையும் மற்ற எல்லாவற்றையும் இழந்த நிலையில், ''தமயந்தியை வைத்து ஆடு,'' என்றான் புஷ்கரன். அவ்வாறு ஆட மறுத்து தான் அணிந்திருந்த ஆடை அணிகலன்களைக் கூட கழற்றிக் கொடுத்து விட்டு, ஒற்றை ஆடையுடன் தமயந்தியையும் அழைத்துக் கொண்டு வெளியேறுகிறான் நளன். தமயந்தியும் ஒற்றை ஆடையுடன் அவனுடன் செல்கிறாள்.

நளனுக்கு உதவி செய்தால் தண்டிக்கப்படுவார்கள் என்று உத்தரவு பிறப்பிக்கிறான் புஷ்கரன். ஊருக்கு வெளியே மூன்று தினங்கள் இருவரும் வெறும் தண்ணீரை மட்டுமே உண்டு இருந்தனர். அப்போது அங்கு வந்த பறவைகளை அடித்து உண்ணலாம் என்ற எண்ணத்தில் பறவைகளின் மீது தன் ஆடையை மூடினான் நளன். உடனே பறவைகள் அனைத்தும் ஒன்றாக எழுந்து பறந்தன. அப்போது ஒரு பறவை, ''சிறுமதி கொண்ட நளனே! நாங்களே அந்தப் பகடைக் காய்கள். நீ ஆடையுடன் கூட இருக்கக் கூடாது என்றுதான் இப்படி வந்தோம்,'' என்கிறது.

நிர்வாணமாக நின்ற நளன், தமயந்தியின் ஆடையிலேயே ஒரு பகுதியால் தன்னை மூடிக் கொள்கிறான். அந்த ஒரே ஆடையை அணிந்தபடியே ஒரு சத்திரத்தில் உறங்கினர். அப்போது உறங்க முடியாமல் தவித்த நளன், ''இனிமேலும் தமயந்தி தன்னுடன் இருந்தால் இதை விட துன்பம் அடைவாள்,'' என்று எண்ணி, அந்த ஆடையில் தன்னுடைய பகுதியை வெட்டிக் கொண்டு போய் விடுகிறான். (அவன் மனம் கலியால் பீடிக்கப்பட்டிருந்தது.)

நளனைக் காணாமல் தவித்த தமயந்தி கானகத்தினூடே அவனைத் தேடி வரும் போது அவளை ஒரு பாம்பு பிடித்துக் கொள்கிறது. அப்போது ஒரு வேடன் அவளைக் காப்பாற்றுகிறான். காப்பாற்றிய அவன், அவள் அழகில் மயங்கி அவளைக் காமுறுகிறான். ''நளரைத் தவிர வேறு யாரையும் மனதாலும் நினைத்திராதவள். என்னை விடு,'' என்று சொல்ல, அவன் பலாத்காரம் செய்ய தமயந்தி சாபம் விடுகிறாள். கற்புக்கரசியின் சாபத்தில் கருகிச் சாகிறான் வேடன்.

மூன்று இரவும் மூன்று பகலும் நடந்து ஒரு ஆசிரமத்தை அடைகிறாள் தமயந்தி. அதன் பிறகு ஒரு வணிகர் கூட்டத்தோடு

சேர்ந்து கானகத்தினூடே நடக்கிறாள். இரவு வந்ததும் வணிகர் கூட்டம் ஒரு தடாகத்தின் அருகில் தங்கி இளைப்பாறி விட்டு உறங்கியது. அப்போது அங்கே வந்த காட்டு யானைகள் அந்த வணிகர்களைத் தாக்கி பலரும் இறந்து போக நேர்கிறது.

இந்த துர்சம்பவத்துக்கு, பைத்தியக்காரியைப் போல் தோற்றமளிக்கும் அந்தப் பெண் தான் காரணம்; அவள் மானுடப் பிறவி அல்ல; யட்சிணி; அவளைக் கொல்லுங்கள் என்கிறார்கள் தப்பிப் பிழைத்த வணிகர்கள்.

அந்த வணிகர்களிடமிருந்து தப்பிய தமயந்தி சேதி நாட்டில் நுழைகிறாள். அரைகுறை ஆடையும், விரிந்த தலையும், புழுதி படிந்த தேகமுமாகச் செல்லும் அவளைச் சிறுவர்கள் சூழ்ந்து கொள்கிறார்கள். ஆனாலும் அவள் தொடர்ந்து செல்கிறாள். இந்தக் காட்சியை அரண்மனையின் உப்பரிகையிலிருந்து பார்க்கும் மன்னன் சுவாஹுவின் தாய், அவள் பைத்தியக்காரியைப் போல் தோற்றம் அளித்தாலும் நற்குடியைச் சேர்ந்தவளாகத்தான் இருக்க வேண்டும் என்று எண்ணி தன் பணிப்பெண்ணை அனுப்பி அவளை அழைத்து வரச் செய்கிறாள். தன் மகள் சுனந்தையோடு தோழியாக இருக்கும்படி தமயந்தியைக் கேட்டுக் கொள்கிறாள் ராஜமாதா.

கானகத்தில் தமயந்தியைத் தனியாக விட்டுச் சென்ற நளன் ஒரு காட்டுத் தீயைக் காண்கிறான். அந்தத் தீயில் மாட்டிக் கொண்ட கார்க்கோடகன் என்னும் பாம்பு தன்னை மீட்கச் சொல்லி நளனை அழைக்கிறது. மீட்கிறான். மீட்டதும் கார்க்கோடன் நளனைக் கடிக்கிறது. கடித்த உடனேயே நளனின் உருவம் அகோரமாக மாறுகிறது. கைகள் குள்ளமாகின்றன. அப்போது கார்க்கோடன் சொல்கிறது. (இந்த இடம் மகாபாரதத்தில் எனக்கு மிகவும் பிடித்த ஒன்று.) ''நளனே, உன்னுள்ளே கலி இருக்கிறான். அவன் உன்னை விட்டு நீங்காதவரை என் விஷத்தின் வலியை அவன் உணர்ந்து கொண்டே இருப்பான். ஆனால் அந்த வலி உனக்குத் தெரியாது.''

(ஆக, நம்முடைய மிகக் கொடூரமான துயரத்தின் போது நிகழும் இன்னொரு துயரம் கூட நமக்கு நன்மையையே விளைவிக்கும் என்பது இதன் மூலம் பெறப்படுகிறது.)

மேலும் கார்க்கோடன் என்ற அந்தப் பாம்பு நளனிடம் சொல்கிறது: ''இன்றே நீ அயோத்தி செல். அதன் மன்னன்

ரிதுபர்ணனிடம் 'என் பெயர் பாகுகன், நான் ஒரு தேரோட்டி,' என்று சொல். உன்னிடமிருக்கும் குதிரை ஞானத்துக்குப் பதிலாக சூதில் நிபுணனான அவன் தன்னுடைய பகடை ஞானத்தைத் தருவான். எப்போது உன் நிஜ உருவத்தை அடைய வேண்டுமென விரும்புகிறாயோ அப்போது இந்த ஆடையை அணிந்து கொள்."

அயோத்யா சென்றடையும் நளன், "குதிரைக் கலை, சமையல் கலை ஆகிய இரண்டிலும் என்னை விஞ்ச ஆள் இல்லை," என்று சொல்லி ரிதுபர்ணனிடம் நண்பனாகிறான். அவனைத் தன்னுடைய குதிரைக் கொட்டடியின் கண்காணிப்பாளனாக நியமிக்கிறான் ரிதுபர்ணன். அங்கே ஏற்கனவே இருக்கும் தேரோட்டியான வார்ஷ்ணேயன்தான் ஏற்கனவே நளனின் தேரோட்டியாக இருந்தவன். ரிதுபர்ணனும் நளனும் நண்பர்களாகிறார்கள்.

தமயந்தியின் தகப்பன் பீமன் தன் மகளையும் மருமகனையும் தேட அந்தணர்களை அனுப்புகிறான். அவர்களில் ஒருவனான சுதேவன் தமயந்தியை சேதி நாட்டில் சுனந்தையோடு பார்க்கிறான். தமயந்தியின் புருவ மத்தியில் இருக்கும் தாமரை வடிவ மச்சம் - புழுதி படிந்து கிடந்தாலும் சுதேவன் அதைப் பார்த்து விடுகிறான். பிறகுதான் ராஜமாதாவுக்கும் மற்றவர்களுக்கும் தமயந்தியின் உண்மையான வரலாறு தெரிய வருகிறது. ராஜமாதாவின் சகோதரியின் மகள்தான் தமயந்தி.

பிறகு அங்கிருந்து தந்தையையும் குழந்தைகளையும் காண விதர்ப நாட்டுக்குக் கிளம்புகிறாள் தமயந்தி. அங்கே சென்ற பின், நளனைத் தேட பல நடவடிக்கைகள் எடுக்கப்படுகின்றன. பல தேசங்களுக்கும் ஒற்றர்களும் அந்தணர்களும் அனுப்பப்படுகின்றனர். அப்போது பர்ணாதன் என்ற அந்தணன் அயோத்தி நகரில் ரிதுபர்ணனிடம் நளன் பற்றி விசாரிக்கிறான். ரிதுபர்ணனுக்கு நளன் எங்கிருக்கிறான் என்று தெரியவில்லை. ஆனால் விகாரமான தோற்றம் கொண்ட அவனுடைய தேரோட்டி, தமயந்தி தன் கணவன் மீது வருத்தத்திலும் கோபத்திலும் இருக்கிறாள் என்பதை அறிந்து பர்ணாதனிடம், ஆடையைக் கூட இழந்து விட்ட ஒருவன் மீது கற்புள்ள பெண் கோபம் கொள்ளலாகாது என்றும் இன்ன பிறவும் கூற சந்தேகம் அடையும் பர்ணாதன் உடனே அங்கிருந்து கிளம்புகிறான்.

பர்ணாதனிடமிருந்து விபரம் அறிந்த தமயந்தி, தகப்பன் பீமனுக்குத் தெரியாமல் அந்தணன் சுதேவனை அழைத்து, ரிதுபர்ணனிடம்

சென்று தமயந்திக்கு நாளையே சுயம்வரம் என்று தெரிவிக்குமாறு சொல்லி அனுப்பி வைக்கிறாள். ‘‘நளன் உயிரோடு இருக்கிறானா இல்லையா என்பது தெரியாததால் நாளை சூரியன் உதித்ததும் தமயந்தி தனது இரண்டாவது கணவனைத் தேர்ந்தெடுப்பாள்,’’ என்று ரிதுபர்ணனிடம் வந்து சொல்கிறான் பர்ணாதன். இதைக் கேட்டுக் கொண்டிருக்கும் நளனுக்குக் குழப்பம் உண்டாகிறது. ‘‘துன்பம் தாங்க முடியாமல் இப்படிச் செய்கிறாளா? அல்லது, என்னைக் கண்டு பிடிப்பதற்கான திட்டமா?’’ என யோசிக் கிறான்.

பாகுகனையும் (நளன்) வார்ஷ்ணேயனையும் அழைத்துக் கொண்டு விதர்ப நாடு கிளம்புகிறான் ரிதுபர்ணன். நூறு யோஜனை தூரம். நாளை காலைக்குள் சென்றாக வேண்டும். குதிரைகளைப் பற்றி நன்கு அறிந்த பாகுகனால் அது முடியும் என்று நம்புகிறான் ரிதுபர்ணன். வழியில் தென்படும் தான்றி மரத்தைக் (Vibhitaka) கண்டு அதில் உள்ள இலைகளையும் கனிகளையும் எத்தனை எண்ணிக்கை என்று சரியாகச் சொல்ல முடியும் என்கிறான் ரிதுபர்ணன். உதாரணமாக, அதன் இரண்டு கிளைகளில் ஐம்பது லட்சம் இலைகளும், 2095 கனிகளும் இருக்கின்றன. ‘‘எண்ணிப் பார்க்க வேண்டும்’’ என்கிறான் பாகுகன். ‘‘காலைக்குள் விதர்ப நாடு சேர்ந்து விட முடியுமா?’’ ‘‘அது என் பாடு,’’ என்று சொல்லி விட்டு எண்ணுகிறான். ரிதுபர்ணன் சொன்னது போலவே இருக்கின்றன இலைகளும் கனிகளும். இது ஒரு விஞ்ஞானம்; இது தான் பகடையாட்டத்தின் அடிப்படையும். நீ குதிரை ஞானத்தை எனக்கு அளித்தால் நான் உனக்குப் பகடை ஞானத்தைத் தருகிறேன் என்கிறான் ரிதுபர்ணன். மாலையிலேயே விதர்ப நாட்டின் தலைநகரான குண்டினம் வந்து சேர்ந்து விடுகிறது பாகுகன் ஓட்டிய தேர்.

ரிதுபர்ணனின் திடீர் வரவு பற்றி ஒன்றும் புரியாத பீமன் என்ன விசேஷம் என்று கேட்கிறான். சுயம்வரத்துக்கான எந்த அடையாளமும் தெரியாததைக் கண்ட ரிதுபர்ணனும், நலம் விசாரிக்கவே வந்தேன் என சொல்லிச் சமாளிக்கிறான்.

பாகுகன்தான் நளனா என்று கண்டறிய தன் சேடியை அனுப்புகிறாள் தமயந்தி. ‘‘பாகுகன் நெருப்பைத் தொடுகிறார்; சுடவில்லை. இரண்டு பிள்ளைகளையும் கண்டு அழுகிறார்,’’ என்று சொல்கிறாள் சேடி. வேறு தோற்றத்தில் இருந்தாலும் வந்திருப்பது நளன்தான்

என்று உறுதியாகிறது தமயந்திக்கு. அவனிடம் வந்து அழுகையும் ஆற்றாமையுமாக, ''கானகத்தில் என்னைத் தனியே விட்டு விட்டு ஓடியது சரியா?'' எனக் கேட்கிறாள்.

ஒற்றை ஆடையும், சடை விழுந்த கூந்தலும், அழுக்கடைந்த மேனியுமாக தன் முன்னே வந்து நின்று கேட்கும் தமயந்தியிடம் நளன் சொல்கிறான்:

''ஓ, மருட்சி கொண்டவளே, நாட்டை இழந்ததோ உன்னைக் கை விட்டதோ என் செயல் இல்லை. அவை கலியால் ஏற்பட்டவை. கானகத்தில் என்னைக் காணாது இரவும் பகலும் அழுது நீ கலியைச் சபித்தாய். அதன் காரணமாக அவன் என் உடலிலேயே தங்கி எரிந்து கொண்டிருந்தான். உனது சாபத்தால் எரிந்த அவன் நெருப்புக்குள் நெருப்பென வாழ்ந்தான்.''

பிருஹதஸ்வர் யுதிஷ்டரிடம் கூறுகிறார்: ''நளனும் தமயந்தியும் பிரிந்திருந்தது மூன்று ஆண்டுகள். அத்தனைக் காலமும் நளன் தன் பெயர் கூட இல்லாமல் தனியாகவே இருந்தான். கந்தர்வன் போல் அழகு வாய்ந்த அவன் விகாரமானவனாக மாறினான். அவன் குழந்தைகளே அவனைக் கண்டு அஞ்சி ஓடின. நீயோ உன் சகோதரர்களுடனும் மனைவியுடனும் கதைகள் கேட்டுக் கொண்டு இந்தக் கானகத்திலே வாழ்கிறாய். நளனோடு பார்க்கையில் உன் துன்பம் சிறிது.''

''விதியின் விபரீதத்தையும், முயற்சியின் பயனற்ற தன்மையையும் புரிந்து கொண்ட தைரியசாலியான மனிதன் ஒருபோதும் துயருற மாட்டான்.''

30

அடுத்த ஜென்மம் என்று ஒன்று இருந்தால்

மார்ச் 13, 2015

197. **அடுத்த ஜென்மம் என்று ஒன்றிருந்தால் நீங்கள் யாராய் பிறக்க ஆசைப்படுவீர்கள்? கண்டிப்பாக உங்கள் சாய்ஸ் ஒரு பெண்ணாகத்தான் இருக்கும் என்று நினைக்கிறேன்.**

தியாகராஜன் பழனி வேலாயுதம்.

என் புத்தகங்களையெல்லாம் கரைத்துக் குடித்திருக்கிறீர்களா என்ன, மிகச் சரியாக ஊகித்து விட்டீர்களே? ஆமாம். பெண்ணாகத்தான் பிறக்க விரும்புகிறேன். நேற்று மாலை உங்களுடைய கேள்வியைப் படித்து விட்டு உறங்கப் போனேனா, அதே நினைவில் ஒரு கனவு வந்தது. அதில் நான் பெண். நீங்களோ நானோ நினைப்பது போல் பாரிஸில் பிறக்கவில்லை. இப்போதைய நானும், அடுத்த ஜென்மத்து நானும் உரையாடுகிறோம்.

ஏன் நீ பாரிஸில் பிறக்கவில்லை?

நீ நினைக்கும் பாரிஸெல்லாம் காணாமல் போய் ரொம்ப நாள் ஆகிவிட்டது சாரு. இப்போதைய பாரிஸ் ஒரு அல்ஜீரிய நகரம் மாதிரியோ நம்மூர் சைதாப்பேட்டை மாதிரியோதான் இருக்கிறது. ஒரே அகதிகள் கூட்டம். வன்முறை. திருட்டு. வறுமை. வேலையில்லாத் திண்டாட்டம். வேலை நிறுத்தம். இத்யாதி. இத்யாதி. இன்னும் கற்பழிப்புதான் வரவில்லை. சரி, பாரிஸை விட்டு ஃப்ரான்ஸின் வேறு பகுதிகளுக்குப் போகலாம் என்றால் அங்கெல்லாம் வாழ்க்கை சலிப்பூட்டக் கூடியதாக இருக்கும். அதனால் பெல்ஜியம் அல்லது லக்ஸம்பெர்கில் பிறக்கலாம் என்று இருக்கிறேன்.

எழுத்தாளராகவா?

நிச்சயமாக. அது பற்றிக் கொஞ்சம் திட்டம் இருக்கிறது. இங்கே (பெல்ஜியத்திலோ லக்ஸம்பர்கிலோ) பிறந்து படிப்பை முடித்து விட்டு, என் பூர்வ ஜென்ம பூமியான தமிழ்நாட்டுக்கு வந்து, நீ உயிரோடு இருந்த போது சாத்தியமாக இயலாத சில புரட்சிகரமான விஷயங்களைச் செய்ய வேண்டும். அதற்காக முதலில் தமிழைக் கற்றுக்கொள்வேன். கூடவே, அறவான் எழுத்தாளர்களையெல்லாம் கண்டு பிடித்து அவர்களைக் காதலிப்பேன். இடையின ர அல்ல; வல்லினம். அ-ற-வா-ன். அறம் பேசும் எழுத்தாளன் அறவான். ஆனால் அந்த அறவான்களுக்குக் கல்யாணம் ஆகி, வயதும் 45க்கு மேல் இருக்க வேண்டும். கள்ளக் காதலியான எனக்கும் அவர்களின் மனைவிக்கும் இடையில் உயிர் ஊசலாடும் போது அவர்களின் அறத்தை முறத்தால் அடித்து விரட்ட வேண்டும். என்னதான் ஐரோப்பியச்சியாகப் பிறந்தாலும் என் உடம்பில் ஓடும் சங்கத் தமிழச்சியின் ரத்த பந்தம் ஒரே ஜென்மத்தில் காணாமல் போய் விடுமா என்ன?

அப்படி ஏன் உனக்கு ஒரு sadist ஆசை? நீ போன ஜென்மத்தில் - அதாவது எனக்கு - இப்படியெல்லாம் ஸாடிஸ்ட் விருப்பம் எதுவும் இருந்ததில்லையே?

இதில் ஸாடிஸம் எதுவும் இல்லை சாரு. Juste un souhait c'est tout! நீ ஒரு ஆணாகப் பிறந்து விட்டதால் உன்னால் அதைக் கற்பனை செய்து கூடப் பார்த்திருக்க முடியாது. உனக்கு இன்னும் ஒரு பத்து வருஷம், நான் வளர இருபது வருஷம் போட்டுக் கணக்கிட்டால் இன்னும் முப்பது வருஷம் இருக்கிறது. அதற்குள் உங்கள் ஜெயமோகன் - அவர் தானே அறம் சார்ந்தவர்?

ஆமாம், இன்னும் சிலரும் இருக்கிறார்கள். ஆனால் அவர்கள் சிந்தனையாளர்கள்.

சிந்தனையாளர்களைப் பற்றிப் பேசாதே சாரு. உங்கள் நாட்டில் தினசரிகளில் கட்டுரை எழுதுபவர்களும் தொலைக்காட்சி விவாதங்களில் கலந்து கொள்பவர்களும்தான் சிந்தனையாளர்கள் என்பது எனக்குத் தெரியும். நான் சொல்வது ஜெயமோகன் மாதிரியான புனைகதை எழுத்தாளர்களை. அவருக்கு இப்போது என்ன வயது?

இப்போது என்ன, ஐம்பது இருக்கும். ஆனால் பார்க்க முப்பதுதான் சொல்லலாம். இன்னும் முப்பது வருஷம் ஆனால் வயது எண்பது ஆகுமே ஒழிய பார்க்க அப்போது ஐம்பது ஐம்பத்தைந்து மாதிரிதான் இருப்பார். மது, மாது, புகை போன்ற கெட்ட பழக்கங்கள் இல்லை அல்லவா? அதனால் எல்லாமே நார்மல். நீ முயற்சி செய்யலாம்.

சீச்சீ முட்டாள் மாதிரி பேசாதே சாரு. எண்பது வயது ஆனால் என்னைப் பொறுத்த வரை unfit. அறுபத்தைந்து எழுபது வரை ஓக்கே. அதுவும் தவிர அவர் அப்போது விஷ்ணுபுரத்தின் ஐம்பதாவது பாகத்தின் ஐம்பதாயிரம் பக்கங்களை தினந்தோறும் ஐம்பது பக்கங்கள் வீதம் எழுதி இணையதளத்தில் வெளியிட்டுக் கொண்டிருப்பார். அந்த நேரத்தில் போய் அந்தப் பெரியவரின் தவத்தைக் கலைக்கக் கூடாது.

அடடா, என்ன ஒரு நல்ல எண்ணம். எழுபதுக்கும் எண்பதுக்கும் என்ன பெரிய வித்தியாசம்?

ஒன்றுமில்லை. குஷ்வந்த் சிங்குக்கு 90 வயதில் கூட காதல் கடிதங்கள் வந்திருக்கின்றன. ஆனால் அறம் பேசுபவர்களின் கதை வேறு. உடம்பு ஃபிட் ஆக இருந்தாலும் மனம் ஃபிட் ஆக இருக்க வேண்டும் அல்லவா? அந்த அறம் இருக்கிறதே, அது நாற்பதிலேயே மனதின் இளமை ஊற்றுக்களை அடைத்து விடும். அதையெல்லாம் காதல் என்ற வெடிமருந்தால்தான் தகர்த்து எறிய வேண்டும். கஷ்டமான காரியம்தான். ஆனால் அதில்தானே சவால் இருக்கிறது. சரி, ஜெயமோகன் முதுமை அடைந்து விட்டால் என்ன, நீ தான் சொன்னாயே, அவரைப் போல் பல அறவான்கள் இருக்கிறார்கள் என்று. அவர்களில் ஐம்பது வயது எய்திய ஒரு சிலரைப் பிடித்து...

குறுக்கிடுவதற்கு மன்னித்து விடு. ஒரு சிலரைப் பிடித்து எப்படிக் காதலிக்க முடியும்? ஒருவரைத்தானே காதலிக்க முடியும்?

ஏன் சாரு, ஆணுக்கு ஒரு நியாயம், பெண்ணுக்கு ஒரு நியாயமா? ஒரு ஆண் ஒரே சமயத்தில் பத்து பெண்களைக் காதலித்தால் அவனைக் காஸனோவா என்கிறீர்கள்; ஆனால் ஒரு பெண் அதைச் செய்தால் அவளை nymphomaniac என்கிறீர்கள். நீங்கள் செய்தால் காதல்; நாங்கள் செய்தால் mania-வா? இந்த ஆணாதிக்க மனோபாவத்தை மாற்றுவதுதான் இந்த ஜென்மத்தில் நான் செய்யப் போகும் தலையாய பணி.

சற்று புரியும்படியாகச் சொல்.

ஒரு activist-ஆகச் செயல்படப் போகிறேன். உனக்கு என்ன க்ளியோபாட்ரான்னு நினைப்பா என்று கேட்டால் அவள் ஒரு பேரழகி என்று அர்த்தம். நீ என்ன பெரிய காஸனோவான்னு நினைப்பா என்றால் அவன் ஒரு மாபெரும் காதலன் என்று பொருள். காஸனோவா என்ற ஒரு ஆள் 70 பெண்களைத்தானே காதலித்தான்? நீதான் அவனுடைய சுயசரிதையைப் படித்து எழுதியிருக்கிறாயே?

சரியாக ஞாபகம் இல்லை. ஐம்பதோ அறுபதோ எழுபதோ இருக்கும். பெரிய தொகைதான். ஆனால் அவன் அந்த எல்லா பெண்களையுமே தீவிரமாகக் காதலித்தான். ஒரு காதல் கூடப் பொய்யில்லை.

அதாவது, ஒரு பெண் போன பிறகு இன்னொரு பெண் அல்ல. பல பெண்களை ஒரே நேரத்தில் காதலித்தான் இல்லையா?

ஆமாம். ஒரே நேரத்தில் பத்து இருபது பெண்கள் கூட இருக்கும்.

அதேதான். நானும் ஒரே நேரத்தில் பத்து இருபது ஆண்களை - கல்யாணமான, மத்திய வயது ஆண்களை - மிக முக்கியமான தகுதி: அறம் பேசுகின்ற எழுத்தாளனாக இருக்க வேண்டும். உன்னைப் போன்ற transgressive எழுத்தாளனாக இருந்தால் நிச்சயம் காதலிக்க மாட்டேன். அதில் த்ரில் இருக்காது. நல்லவனைக் கெட்டவனாக மாற்றுவதில்தான் த்ரில் இருக்கிறது.

கேட்க மறந்து போனேன். பெயர் என்ன?

ஐரோப்பாவில் பிறக்கிறேன் என்பதால் நிச்சயம் கிறிஸ்தவ மதம்தான். வேறு மதங்கள் என் புரட்சிகர செயல்பாடுகளைத் தாங்காது. நாடு கடத்தப்பட்டு ஊர் ஊராக அலைந்து கொண்டிருக்க வேண்டும். தொல்லை. அதனால் எனக்குப் பிடித்த பெயராக வைத்துக் கொள்ள வேண்டும். தெரஸா என்ற பெயர் எப்படி இருக்கிறது?

காஸனோவாவைப் போல் எழுபது ஆண்களைக் காதலிக்கப் போவதாகச் சொல்கிறாய். அதிலும் திருமணமான ஆண்களை. அதிலும் தமிழ்நாட்டுக்கு வந்து. இவ்வளவு அராஜகத்தையும் செய்து கொண்டு தெரஸா என்று பெயர் வைத்துக் கொண்டால்

அது அந்த மதத்தவரைப் புண்படுத்துவதாக இருக்கும். நீ வேறு பெயர்தான் தேர்ந்தெடுக்க வேண்டும். இன்னொரு சந்தேகம். உன் பெற்றோர்தானே உனக்குப் பெயர் வைப்பார்கள்?

ஏன் மூடன் மாதிரிப் பேசுகிறாய் சாரு? உனக்குக் கூடத்தான் அறிவழகன் என்று பெயர் வைத்தார்கள்? அந்தப் பெயரிலா நீ எழுதுகிறாய்? நாமே பெயரை மாற்றிக் கொள்ள வேண்டியதுதான். சரி, நீ சொல்கிறபடி நான் செய்யப் போகும் பாலியல் புரட்சிக்குத் தெரஸா என்ற பெயர் தோதுப்படாது என்றுதான் நினைக்கிறேன். மக்தலேனா என்று வைத்துக் கொள்கிறேன். இல்லாவிட்டால் தமிழில் நாலைந்து அவ்வையார் இருந்தது போல் கேத்தி ஆக்கர் என்று வைத்துக் கொண்டால் போயிற்று.

தமிழ்நாட்டுக் கலாச்சாரக் காவலர்களை எப்படி நீ சமாளிப்பாய்?

ஏய் சாரு, என்னை என்ன பெருமாள் முருகன் என்று நினைத்து விட்டாயா? நான் ஒரு பெண். அதிலும் பேரழகி. என்னைப் போன்ற அழகியை நீ இந்த உலகத்திலேயே பார்க்க முடியாது. இப்படிப்பட்ட ஒரு அழகி உருகி உருகி காதல் கடிதம் எழுதினால் உன்னுடைய அறவான்களெல்லாம் என் காலில் வந்து விழ மாட்டான்களா? பெண்ணென்றால் பேயும் இரங்கும் என்று உன் மொழியில் உள்ள பழமொழி சொல்கிறதுதானே? உன் கலாச்சாரக் காவலர்கள் பேயை விடக் கொடியவர்களா என்ன? என் முதல் தகுதி, நான் பெண். அடுத்த தகுதி, உலகத்திலேயே காணக் கிடைக்காத அழகி. அதையும் தாண்டி நான் ஒரு ஐரோப்பியச்சி. என்னை என்ன செய்ய முடியும்? ஆர்டிஓ என்னை விசாரணைக்கு அழைத்தால் அந்த ஆர்டிஓ அலுவலகமே என் அழகைப் பார்த்து கிடுகிடுத்து விடாதா? அப்புறம் அந்த ஆர்டிஓவைத்தான் ஆம்புலன்ஸில் போட்டு அழைத்துப் போக வேண்டியிருக்கும். இன்னொரு விஷயமும் இருக்கிறது. ஐம்பது ஆண்டுகளுக்கு முன்னால் பெண்களின் ஆடை எப்படி இருந்தது? உன் இளமைக் காலத்து நாயகிகளான விஜயகுமாரி, சாவித்திரி, சரோஜாதேவி போன்றவர்கள் எப்படி ஆடை உடுத்தினார்கள்? இப்போதைய ஹீரோயின்கள் - ஹீரோயின்களை விடு, குடும்பத்துப் பெண்களே எப்படி ஆடை உடுத்துகிறார்கள் என்று சொல். இது இன்னும் முப்பது ஆண்டுகளில் எப்படி மாறும் என்று கற்பனை செய்து பார். அதிலும் நானோ ஒரு புரட்சிப் பெண். என் ஆடை எப்படி இருக்கும்? கற்பனையே செய்ய முடியவில்லை அல்லவா? உனக்கு நான் விளக்கிச் சொல்ல முடியும். விளக்கக் கூட வேண்டாம்.

ஒரே ஒரு விஷயத்தைச் சொன்னாலே போதும். உனக்குப் புரிந்து விடும். ஆனால் எப்படியும் நீ நம்முடைய இந்த உரையாடலை நாளை அந்திமழைக்கு எழுதுவாய். ஆனால் ஆசிரியரால் அதைப் பிரசுரிக்க முடியாது. இது என்ன ஃப்ரான்ஸா? எனவே அவருக்குத் தர்மசங்கடம் கொடுக்கக் கூடாது என்று நானே சென்ஸார் செய்து விட்டேன். சரி, மேட்டருக்கு வருவோம். சுருக்கமாகச் சொன்னால், என் அழகும் அதை மறைக்காத என் ஆடையும் ஆண்கள் அத்தனை பேரையும் கொன்று விடும் சாரு கொன்று விடும். உன்னுடைய தங்கர் பச்சான் பாணியில் சொன்னால் எல்லாத் தமிழனும் பைத்தியம் பிடித்துச் சாகப் போகிறான். ஜாக்கிரதை. விகடன், குமுதம், குங்குமம், அந்திமழை எல்லா பத்திரிகையிலும் எல்லா வாரமும் என் அட்டைப்படம்தான். விதவிதமான போஸ்களில்.

அந்திமழையில் அப்படிப்பட்ட படமெல்லாம் போட மாட்டார்கள் தெரஸா.

பார்த்தாயா, உனக்கே தெரஸா என்ற பெயர்தான் மனதில் பதிந்து விட்டது. சரி, அந்திமழையில் என் படத்தைப் போட மாட்டார்களா? ஓ, அதன் ஆசிரியரும் அறம் பார்ட்டியா? அப்படியானால் அவரையும் என் ஹிட் லிஸ்டில் சேர்த்துக் கொள்கிறேன்.

ஐயோ, என் பிழைப்புக்கே பங்கம் வந்து விடும் போலிருக்கிறதே? அவரை விட்டு விடு.

என்னுடைய பாலியல் புரட்சிச் செயல்பாடுகளில் சிபாரிசுக்கே இடமில்லை. இதெல்லாம் தவிர மேலும் ஒரு திட்டம் வைத்திருக்கிறேன்.

என்ன?

உலகம் பூராவும் ஆண்களுக்கென்றுதானே, ஆண்களை குஷிப்படுத்துவதற்காக விபச்சார விடுதிகள் உள்ளன?

ஆமாம். அதற்கென்ன? எங்கள் ஊர் டாஸ்மாக் ஒழிப்பைப் போல் அதையும் ஒழிக்கப் போகிறாயா? அதெல்லாம் சாத்தியமா?

சேசே சாரு, உன்னைப் போன்ற ஒரு அசடைப் பார்த்ததே இல்லை. ஆண்களுக்காக இயங்கும் அந்த விபச்சார விடுதிகளைப் போல் கிழக்காசிய நாடுகளில் பெண்களின் சந்தோஷத்துக்காக ஆண் விபச்சார விடுதிகள் அமைக்கப் பாடுபடப் போகிறேன்.

நீ என்ன வேண்டுமானாலும் செய். ஆனால் இந்தியாவில் அது நடக்காது.

நான் என்ன அவ்வளவு மடச்சியா? இந்தியா போன்ற 'புனித' தேசங்களை விட்டு விடுவேன். தாய்லாந்து போன்ற நாடுகளைச் சொன்னேன்.

அமெரிக்கா? ஐரோப்பா?

அங்கெல்லாம் அவை ஏற்கனவே இருக்கின்றன என்ற விபரம் கூடவா உனக்குத் தெரியாது? இன்னொரு விஷயம்.

என்ன?

பிறந்து ஐந்து வயதிலிருந்தே கொரியன் மார்ஷல் ஆர்ட்டான தே க்வான் தோவைக் கற்றுக் கொள்ளப் போகிறேன்.

உன்னுடைய பாலியல் புரட்சிக்கும் இதற்கும் என்ன சம்பந்தம்? அது கராத்தே மாதிரிதானே?

கராத்தேயில் கை வேலை அதிகம். தே க்வான் தோவில் கால் வேலை. தமிழ்நாட்டுக்கு வருவதால் எப்படியும் நான் டெல்லிக்கெல்லாம் போக வேண்டியிருக்கும். அங்கேயோ எழுபது வயதுக் கிழவியையெல்லாம் ரேப் பண்ணி ரோட்டோரத்தில் போட்டு விடுவதாக நீயே எழுதியிருக்கிறாய். கிழவிக்கே அந்தக் கதியென்றால் நான் எல்லாம் என்ன ஆவேன்? என்னையும் நாலைந்து பேர் ரேப் பண்ணி அப்புறம் என் பெயர் நிர்பயா என்று ஆவதற்கா? கிட்ட வரட்டும் ---------யிலயே ஒதைச்சுக் காலி பண்றேன். ஏன் சொல்கிறேன் என்றால் நானோ ஒரு உலகப் பேரழகி. என்னைப் பார்த்தால் நல்லவனுக்கே கெட்ட எண்ணம் வரும். அப்படியானால் ரேப்பிஸ்டுகளை என்ன சொல்ல? அதனால்தான் தே க்வான் தோ. ஒரே உதையில் விதை நசுங்கிச் சாவான். ஒரே சமயத்தில் ஏழெட்டு பேரை இப்படி நசுக்கலாம். தந்தியில் இப்படிச் செய்தி வரும்: அழகி உதையில் இளைஞர்கள் விதை நசுங்கிச் சாவு!

(இதோடு கனவு கலைந்து விட்டது. இந்த உரையாடலை அந்திமழை ஆசிரியருக்கு அனுப்பி வைத்து கருத்துக் கேட்ட போது, உரையாடலில் சில தர்க்கரீதியான தவறுகள் இருப்பதாகச் சுட்டிக் காட்டினார். உதாரணமாக, ''பல பெண்களைக் காதலிப்பவனை

நாம் திட்டுவதில்லை; மாறாக காஸனோவா என்கிறோம். ஆனால் பெண்களை மட்டும் திட்டுகிறோம்,'' என்று சொல்லும் தெரஸா இன்னொரு இடத்தில், "நல்லவனைக் கெட்டவனாக மாற்றுவதில்தான் த்ரில் இருக்கிறது,'' என்கிறாள். இது ஒரு தர்க்க முரண் இல்லையா என்று கேட்டார்.

கனவில் தர்க்கம் பார்க்கக் கூடாது என்றேன்.)

198. ஒரு எழுத்தாளராய் தாங்கள் எந்தத் தருணத்திலிருந்து உணரத் துவங்கினீர்கள்? அது பற்றிக் கொஞ்சம் சொல்ல முடியுமா?

ஆர்.எஸ். பிரபு, சென்னை 90.

ஆரம்பத்தில் நான் ஒரு இசைக் கலைஞனாக ஆக வேண்டும் என்றே ஆசைப்பட்டேன். இசையே என் இளமைக் காலம் முழுவதையும் ஆக்ரமித்துக் கொண்டிருந்தது. நான் பிறந்து வளர்ந்த ஊரான நாகூர் சூழல் அப்படி. கர்னாடக சங்கீதம் அல்ல; ஹிந்துஸ்தானி இசை. அதன் பிறகு மேற்கத்திய சங்கீதத்தில் ஆர்வம் ஏற்பட்டது. கிதார் கற்றுக் கொள்ள முயன்றேன். வீட்டில் சாப்பாட்டுக்கே வழியில்லாத நிலை. காரைக்கால் போய் கற்றுக் கொள்ள வேண்டும். அங்கே கிறிஸ்துவர்கள் அதிகம். ஃப்ரெஞ்ச் காலனியாக இருந்த இடம். முழுக்கவே ஃப்ரெஞ்சும் தமிழும் கலந்த கலாச்சாரம். ஆனால் காரைக்கால் போய் வர பஸ் டிக்கட்டுக்கே வழி இருக்காது. அதனால் கிதாரை விட்டு விட்டு தில்லிக்குப் போய் விட்டேன். வீட்டில் கொஞ்சம் வசதியான சூழல் இருந்திருந்தால் இசைக் கலைஞனாக ஆகியிருப்பேன். ஆனால் எழுத்து என்பது எந்தப் பொருளாதார வசதியையும் கோராத கலையாக இருந்தது. ஒரு காகிதமும் பேனாவும் இருந்தால் போதும். படிப்பதற்கும் நிறைய புத்தகங்கள் கிடைத்தன. எழுத்தாளனாகி விட்டேன்.

குறிப்புகளுக்காக